लोपलेल्या सुवर्णमुद्रा

(हरवत चाललेल्या अर्थपूर्ण म्हणी)

सकाळ प्रकाशन

सकाळ प्रकाशन

लोपलेल्या सुवर्णमुद्रा

(हरवत चाललेल्या अर्थपूर्ण म्हणी)

© डॉ. द. ता. भोसले
'भोसले बंगला' हॉटेल नागालँड मागे, आयएमए हॉलसमोर,
पंढरपूर - ४१३ ३०४, जि. सोलापूर
मोबाईल : ९४२२६४६८५५

प्रथमावृत्ती : जून २०१४

द्वितीयावृत्ती : ऑगस्ट २०१४

प्रकाशक
सकाळ पेपर्स प्रा. लि.
पुस्तक प्रकाशन विभाग,
५९५, बुधवार पेठ, पुणे २

मुखपृष्ठ - **राजेंद्र गिरधारी**

टाईपसेटिंग, संपादकीय संस्करण
क्रिएटिव्ह टीम, सुनिधी पब्लिशर्स, पुणे

ISBN 978-93-84316-04-4

अधिक माहितीकरिता
०२०-२४४०५ ५६७८ / ८८८८८ ४९०५०

ग्रामीण भागातील सर्व साक्षर-निरक्षर माता-भगिनींना
– त्यांच्या मराठीवरील निरपेक्ष प्रेमामुळे
या सुवर्णमुद्रा टिकून आहेत

मनोगत

कोणत्याही भाषेचे सौंदर्य, सामर्थ्य आणि समृद्धी हे त्या भाषेतील म्हणींच्या समृद्धीवर आणि वापरावर अवलंबून असते. कारण, म्हणीमध्ये जीवनाचे सार सूत्ररूपाने सांगितलेले असते. तिच्यातून मानवी स्वभावाचे आणि आचार-विचारांचे चातुर्याने दर्शन घडविलेले असते. फुललेल्या फुलांचा सुगंध जसा छोट्याशा कुपीत अत्तररूपाने साठवून ठेवावा; तसे अनुभवांतून आलेले शहाणपण आणि सार गेयपूर्ण शब्दांत साठवलेले असते. त्यातून लोकमानस, लोकजीवन आणि लोकसंस्कृती यांच्यातील शाश्वत मूल्यांचा ठेवाही जतन केला जातो. जीवनातील सनातन सत्य, नीतिमूल्यांचा पुरस्कार, माणसातील नातेसंबंध, तत्कालीन जीवन व्यवहार, परंपरा व धारणा या साऱ्यांचा सुंदर आविष्कार म्हणीतून होत असतो. लोकव्यवहारातील कालमानाप्रमाणे होणारे बदलही या म्हणींतून आपणाला समजावून घेता येतात. म्हणून भाषेचे उत्कृष्ट आभूषण म्हणजे म्हणी असे मानले जाते.

अशा या लोकजीवनाचे दर्शन घडविणाऱ्या आणि भाषेचे सौंदर्य आणि सामर्थ्य प्रकट करणाऱ्या उपयुक्त म्हणींचा वापर झपाट्याने कमी होत आहे. आपल्या शालेय अभ्यासक्रमात अगदी मोजक्याच म्हणींचा समावेश केलेला असल्याने अनेक मार्मिक, अर्थपूर्ण व जीवनदर्शी म्हणी झपाट्याने लोप पावत चालल्या आहेत. अशा या सुवर्णमुद्रांचा ठेवा नाहीसा होऊ नये यासाठी आणि आपली मराठी किती समृद्ध आहे; किती श्रीमंत आहे याची या पिढीला आणि उद्याच्या पिढीला कल्पना यावी म्हणून मी सहसा वापरात नसलेल्या, फारशा न ऐकलेल्या शेकडो म्हणी गेल्या काही वर्षांपासून एकत्र करीत आहे. त्यातील काही म्हणी माझे संपादक मित्र श्री. आदिनाथ चव्हाण, श्री. पद्मभूषण देशपांडे आणि श्री. दयानंद माने यांनी दररोज एक म्हण अनुक्रमे दै. ॲग्रोवन, मुंबई सकाळ आणि सोलापूर सकाळ मध्ये प्रसिद्ध करण्यास उत्तेजन दिले, त्यानंतर सोलापूर आकाशवाणीनेही रोज सकाळी श्रोत्यांना या म्हणींचा परिचय करून दिला. अनुभव असा की, आतापर्यंत सात-आठ वेळा मी दैनिकांतून सदर लेखन केले; पण यावेळी मिळालेला प्रतिसाद नवलपूर्ण वाटला. म्हणी आवडल्याचे दररोज अनेक फोन येतात. काही शिक्षकांनी अध्यापनात त्यांचा वापर केल्याचेही सांगितले. काही ठिकाणी त्यांचे सामुदायिक वाचन केल्याचे समजले. इतक्या उत्कृष्ट, मार्मिक आणि

अर्थवत्ता असलेल्या म्हणी आम्ही प्रथमच वाचतो आहोत, असेही अभिप्राय आले.

या अशा म्हणींचा संग्रह करण्यासाठी मी स्वत: ग्रामीण भागातून भटकंती करून स्त्रियांच्या मुखातल्या म्हणी लिहून घेतल्या; पण त्याच बरोबर माझ्या अनेक प्राध्यापक मित्र, विद्यार्थी, हितचिंतक यांनीही यासाठी मदत केली. डॉ. बाळासाहेब गुंजाळ, डॉ. सुलक्षणा कुलकर्णी, डॉ. प्रकाश भामरे, डॉ. सुरेश सावंत, डॉ. मथू सावंत, डॉ. संपतराव पार्लेकर, श्री. माधवराव कदम, प्रा. केदार अंबादास, प्रा. सदाशिव पाटील. श्रीमती नलूकाकू सोनवणे, माझे विद्यार्थीमित्र श्री. माळगे, श्री. दशरथ पाटील, श्रीमती जयश्री सोरटे यांनी विशेष सहकार्य केले. याबद्दल मी त्यांचे मनापासून ऋण व्यक्त करतो. सकाळच्या पुस्तक प्रकाशन विभागाने या म्हणी ग्रंथरूपाने प्रकाशित करण्यासाठी पुढाकार घेतला, त्यासाठी श्री. आशुतोष रामगीर, दीपाली चौधरी त्यांचे सहकारी आणि श्री. अविनाश काळे यांचेही मी मनापासून आभार मानतो. श्री. आदिनाथ चव्हाण, श्री. पद्मभूषण देशपांडे, श्री. दयानंद माने, त्यांचे सहकारी आणि माझे सन्मित्र श्री. संजय पाठक, श्री. रजनीश जोशी यांच्या प्रोत्साहन अणि सहकार्यामुळे माझ्या या म्हणी अगदी गडचिरोलीपासून ते गडहिंग्लजपर्यंत सर्व वाचकांपर्यंत पोचल्या; याबद्दल मी त्यांचे विशेष आभार मानतो. तसेच चित्रकार श्री. राजेंद्र गिरधारी आणि मुद्रण विभागातील मान्यवर मंडळी यांचेही आभार मानतो.

वाचक, या माझ्या धडपडीचे स्वागत करतील अशी आशा बाळगतो.

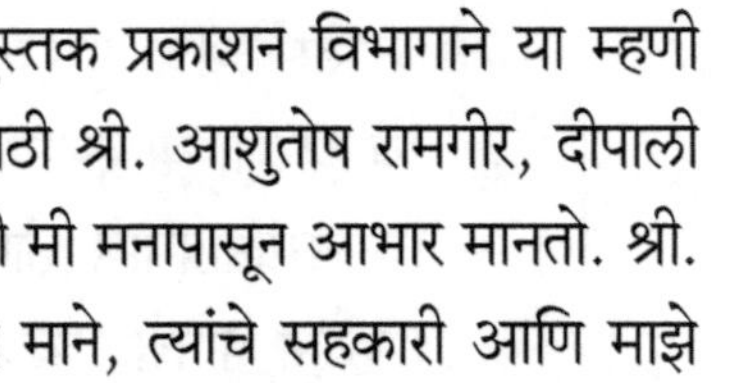

१. अकातली गाय अन् काटे खाय

अकातली म्हणजे दुष्काळातली, किंवा खूप भुकेजलेली, खाण्यासाठी काहीच न मिळालेली.

तीव्र दुष्काळातले जनावर खायला काहीच न मिळाले तर भुकेपोटी बाभळीचे काटेसुद्धा खायला कमी करीत नाही. ते खाण्याच्या योग्यतेचे नसले तरी ते खाते, त्याप्रमाणे खूप दरिद्री असलेला, खाण्यासाठी पैसे अथवा अन्नपदार्थ नसलेला आणि भुकेने व्याकूळ झालेला माणूस प्रसंगी जगण्यासाठी काय वाटेल ते खातो. अगदी केळीची साल खातो. उसाच्या चोयट्या खातो. रानवेलीची पाने देखील खातो. या स्थितीला उद्देशून ही म्हण वापरली जाते.

गेल्या दोन वर्षांपासून पडलेल्या भीषण दुष्काळामुळे एका गरीब आणि उपाशी माणसाने उकिरड्यावर टाकलेले, घाणीने माखलेले उष्टे अन्न खाल्ले. ते पाहून एकजण म्हणाला, ''काय करणार तो तरी बिचारा. 'अकातली गाय अन् काटे खाय' हे सत्य नाकारता येत नाही.''

२. अक्काबाई सांग - दीड पैसा संग

एखाद्या अत्यंत गरीब व हातावर पोट असलेल्या स्त्रीच्या अपेक्षाही अल्प-स्वल्प असतात. तिच्याकडे असणारा पैसाही असाच थोडा असतो. एकूणच आपल्या परिस्थितीला अनुसरून – ती परिस्थिती लक्षात घेऊन ती जगत असते – वागत असते. हा या म्हणीचा भावार्थ.

एकदा एका दानशूर माणसाकडे दान घेण्यासाठी म्हातारी गोदाबाई गेली. ''काय देऊ तुला. काय हवे ते सांग,'' असे त्या सद्‌गृहस्थाने तिला विचारले. गोदाबाई म्हणाली, ''देवा, माझ्याकडे तीन दिवस झाले दिव्याला तेल नाही. तेलापुरते पैसे दिले तरी बास.'' त्यावर शेजारचा मुनीम म्हणाला, '''अक्काबाई सांग – दीड पैसा संग' असं नको वागूस.''

३. अगोदर भुक्ती, मग भक्ती

भुक्ती म्हणजे भोजन.

माणूस हा असा प्राणी आहे की, तो आधी देहाचा विचार करतो नि मग देवाचा. पोटात भूक भडकली असेल, तर देवदर्शनाला जाण्याआधी तो पोटभर जेवून घेईल. आत्मा तृप्त झाल्यावर दर्शन करील. भोजन असेल तर भजनात मन रमते. देवाची आठवण येते. माणसाचे हात आधी मुखाकडे वळतात अन् नंतर मूर्तीकडे वळतात. याच अर्थाची आणखी एक म्हण आहे. 'आधी पोटोबा, मग विठोबा' अशी.

आम्ही दिवसभर प्रवास करून सायंकाळी तिरुपतीला पोचलो. तेव्हा सर्वांचे म्हणणे पडले की, 'आधी भुक्ती अन् मग भक्ती' करूया.

४. अटक्याची कोंबडी टका फळणावळ

फळणावळ म्हणजे जनावराच्या गर्भधारणेसाठी मालकाला दिलेली रक्कम.

या म्हणीचा व्यवहारातील अर्थ असा की, मूळ वस्तू असते कमी किंमतीची. मात्र तिच्यावर होणारा खर्च असतो दामदुप्पट. दोन आण्याची कोंबडी आणि एक टका – एक रुपया – तिच्या पिलांना जन्म देणाऱ्या कामासाठी. 'आठ आण्याची कोंबडी आणि बारा आण्याचा मसाला' ही म्हण देखील याच अर्थाने वापरली जाते.

आमच्या खिडकीचे दार होते पन्नास रुपयांचे; पण त्याला पॉलिश करायला गेले साठ रुपये. आमच्या दृष्टीने हा व्यवहार झाला 'अटक्याची कोंबडी टका फळणावळ' असा.

५. अठरा धान्यांचे कडबोळे करणे

खूपशा डाळी एकत्र करून तिचे कडबोळे केल्यास त्याला एकाही धान्याची नीट चव लागत नाही. त्यातील एकाही डाळीचा प्रभाव आपल्याला जाणवत नाही. अशा वेळी हा वाक्प्रचार वापरला जातो. पूर्वी कडबोळे करताना गहू, तांदूळ, तूर, हरभरा, तीळ, मूग, मसूर, चवळी, उडीद इत्यादी अठरा धान्ये एकत्र दळून त्याची भाजणी केली जात असे व त्याचे कडबोळे तयार करीत.

केंद्रातील नाना आघाड्या एकत्र येऊन झालेले सरकार म्हणजे अठरा धान्यांचे कडबोळेच होय. अनेकदा कुणाचा पायपोस कुणालाच नसतो. कुणाचाही प्रभाव पडत नाही.

६. अडक्याची केली वाण, लोणच्याची केली घाण

लोणचे तयार करताना ते खूप दिवस टिकण्यासाठी त्याला बऱ्याच वाण – जिन्नस घालावे लागतात. तेही पुन्हा प्रमाणशीर असे घालावे लागतात. त्यात केलेली काटकसर लोणचे नासण्यात होते. निरुपयोगी ठरते. म्हणून नको तेथे काटकसर करण्याच्या वृत्तीला उद्देशून ही म्हण वापरली जाते.

गॅसची काटकसर करायची म्हणून कांताबाईने रात्री दूध तापवलेच नाही. सकाळी उठून पाहते तो त्याचा नासून लगदा झालेला. सासूबाई म्हणाल्या, "सूनबाई, अडक्याची केली वाण, लोणच्याची केली घाण, त्याचे काय?"

७. अडणीवरचा शंख

उच्च पदावर बसलेला मूर्ख व बेअकली अधिकारी.

देवापुढे शंख ठेवताना तो स्थिर राहावा म्हणून एक लाकडाचा किंवा पितळेचा स्टँड

करतात त्याला अडणी म्हणतात आणि शंख म्हणजे व्यवहारात लक्षणेने मूर्ख माणूस. जो माणूस मूर्ख आणि बेअकली असल्यामुळे कोणत्याही कामास उपयोगी नसतो, अशा माणसाला वशिल्याच्या जोरावर एखादा हुद्दा मिळाल्यास त्याला पदच्यूत होण्याची भीती नसते.

प्रशासनात हल्ली जागोजागी 'अडणीवरच्या शंखांची' खोगीरभरती झाल्यामुळे सामान्य लोकांची स्थिती वाईट झालेली आहे.

८. अडली गाय, फटके खाय

एखादा माणूस जेव्हा अडचणीत सापडतो, तेव्हा त्याला नाइलाज म्हणून अपमानास्पद शब्द ऐकून घ्यावे लागतात. तो ते विरोध न करता निमूटपणे ऐकतो. एखादी गाय पुढे खड्डा आणि मागे ओढा अशा परिस्थितीत सापडली तर तिला निमूटपणे मालकाचे फटके खावे लागतात.

नवऱ्याची उपेक्षा, माहेरची गरिबी, सासूचा जाच आणि नणंदेचा काच यात सापडलेल्या सुमित्रेला 'अडली गाय नि फटके खाय' प्रमाणे वागावे लागते. काय करील ती तरी बिचारी!

९. अडला कोल्हा मंगल गाय

'मंगल गाय' म्हणजे गोड आवाजात गीत गातो.

या म्हणीचा भावार्थ असा की, संकटात सापडलेला दुष्ट माणूसही त्याला ज्याने संकटात घातले; त्याचीही नाइलाजास्तव स्तुती करतो कारण ती तशी केली नाही तर संकटमुक्त होण्यासाठी तो मदत करणार नाही.

मारामारीचा खोटा आळ ठेवून पाटलाने दिलीप विरुद्ध पोलिसात केस केली; तरीही दिलीप पाटलासमोर त्याची थोरवी गातच होता. त्यामुळे तरी पाटील केस मागे घेतील या आशेने. यावर दिलीपच्या दोस्ताने नापसंती व्यक्त करताच दिलीप म्हणाला, ''काय करायचे बाबा! 'अडला कोल्हा मंगल गाय.' याला दुसरा उपाय काय?''

१०. अडाणी जावई, ताकासंगं शेवया खाई

एखादा माणूस व्यवहारात अडाणी, बावळट असा असेल तर त्याला उद्देशून ही म्हण वापरली जाते. रीतभात माहीत नाही, व्यवहारज्ञान माहीत नाही, उचित काम, अनुचित काम याची कल्पना नाही असा ठोंब्या शेवयाची खीर दुधाबरोबर खाण्याऐवजी ताकात घालून खातो व त्या खातानाही अंगावर सांडून घेतो असा हा बावळट माणूस.

तात्यासाहेबाकडे आलेले एक पाहुणे आंघोळ करताना अंगाला साबण लावण्याऐवजी

आंघोळीच्या पाण्यातच साबणाचा फेस करून ते पाणी स्नानाला घेत होते. 'अडाणी जावई अन् ताकासंगे शेवया खाई' याच वर्गात मोडणारा हा नमुना होता.

११. अति शहाणा त्याचा बैल रिकामा

आजही बऱ्याच प्रमाणात वापरली जाणारी ही म्हण आहे. या म्हणीचा अर्थ असा की, आपल्या बैलास काम करावयास लावले तर त्याला खूप भूक लागेल आणि त्यासाठी त्याला जास्त वैरण, दाणापाणी द्यावे लागेल, या भीतीने बैलास रिकामे ठेवून त्याचे काम स्वतः करणारा शहाणा माणूस; म्हणूनच त्याला अति शहाणा असे म्हटलेले आहे. स्वतःला शहाणा म्हणवून घेणाऱ्याचे हे शहाणपण आहे.

आपल्या फळबागेची राखण करणाऱ्या गड्याला दिलेली चप्पल लवकर झिजू नये म्हणून श्रीधरपंतांनी यंदा बागेला विश्रांती दिली आहे. बहार धरला नाही. त्यामुळे गड्याला बागेत फिरायचे काम पडले नाही आणि त्याची चप्पलही झिजली नाही.

१२. अनुभवाची मुलगी म्हणजे माणसाचे शहाणपण

माहिती, ज्ञान आणि शहाणपण यात बराच फरक असतो. माहिती आपल्याला वर्तमानाची ओळख करून देते, ज्ञान कौशल्य शिकवते तर शहाणपण जगण्यासाठी खूप उपयोगी पडते, हे शहाणपण आपल्याला प्रत्यक्ष जगताना प्राप्त होते. ते चार ग्रंथ वाचून येत नाही. त्यासाठी आवश्यक असतात अनुभव. जगताना घेतलेले नानाविध अनुभव. आपण घेतलेल्या समृद्ध अनुभवांतूनच शहाणपण जन्माला येते. म्हणूनच 'अनुभवाची मुलगी म्हणजे शहाणपण' असे म्हटले जाते. माणूस जितका अनुभवसंपन्न तितका तो जीवनसंपन्न होतो. अशा संपन्न आणि समृद्ध जीवनाचा सारांश म्हणजे शहाणपण. हे शहाणपण साक्षरतेवर – पदव्यांवर अवलंबून नसतेच मुळी!

१३. अन्नछत्रात जेवणे आणि मिरपूड मागणे

भीक मागून – लाचारीने जगायचे; पण त्यातही मिजासखोरपणा दाखवायच्या वृत्तीला ही म्हण वापरली जाते. अंध-अपंगाला अन्नछत्रात मोफत जेवायला देतात. तेथे जेवल्यावर मुखशुद्धीसाठी मिरपूड मागण्याचा ताठा दाखवणारा माणूस असा असतो.

धर्मानंद आमंत्रण नसताना आमच्याकडे जेवायला आले. उपकृत केल्याप्रमाणे जेवले-वागले आणि जाताना नावे ठेवून गेले. 'अन्नछत्रात जेवणाऱ्याने मिरपूड मागण्या'सारखे झाले हे.

१४. अब्रूचा मरे अन् बिन अब्रूचा चरे

समाजात दोन प्रकारची माणसे असतात. एक लाज बाळगणारी आणि दुसरी लाज नसलेली. अब्रूदार माणसं मर्यादा पाळतात. आपल्या इज्जतीला कलंक लागणार नाही याची काळजी घेतात. तर बिन अब्रूची माणसे स्वार्थ साधतात. दुसऱ्याकडील भरपूर खातात. निर्लज्जपणे वागतात. अब्रूदार माणसे एकवेळ उपाशी राहतील, पण हात पुढे करणार नाहीत. पण बिन अब्रूची माणसे हपापल्यासारखे खातील. पदोपदी स्वार्थापोटी हात पुढे करतील. अब्रूदारांना आपली प्रतिष्ठा, आपली प्रतिमा, इज्जत महत्त्वाची वाटते. अब्रू नसलेली माणसे केवळ पशूप्रमाणे खाण्यासाठीच जगतील. बाकीच्या गोष्टीशी त्यांचे देणे-घेणे नसते. एक जगण्यासाठी खातो – अब्रूने खातो, दुसरा खाण्यासाठी जगतो – लाज सोडून खातो.

१५. अरकार प्रकार मोठ्याला, फोडणीचं ताक गरिबाला

'हाती असेल तोळा तर सतरंजी वर वळा' अशी म्हण इतरत्र आपण पाहणार आहोत. त्याच अर्थाची ही म्हण आहे. श्रीमंती, खानदानी, प्रसिद्धी, पद, प्रतिष्ठा व दरारा असलेली व्यक्ती असेल तर त्याच्या आदरातिथ्यासाठी – त्याच्या मेजवानीसाठी अनेक प्रकारचे खाद्यपदार्थ केले जातात. त्याच्या इतमामात कसूर केली जात नाही. पण गरिबाच्या पाहुणचारासाठी अगदी फोडणीचे ताकही वाढले जाते. कारण तो सर्वार्थाने गरीब असतो, छोटा असतो. त्याचा चांगला मानसन्मान ठेवलाच पाहिजे असे कुणाला वाटत नाही.

आमदारांकडे मंत्रिमहोदय भोजनाला आले होते, तेव्हा आमदारांनी शाकाहारी व मांसाहारी असे दहा-वीस पदार्थ खास खानसाम्याकडून तयार करून त्यांना खाऊ घातले, मात्र मागल्या लोकांची जेवताना त्यांनी पिठलं-भात, भाजी यावरच बोळवण केली. बरोबरच आहे त्यांचे, 'अरकार प्रकार मोठ्याला; फोडणीचं ताक गरिबाला' हा अनुभव सर्वांनाच येत असतो.

१६. अराबा अन् जिवाचा खराबा

अराबा म्हणजे जिवापाड कष्ट करणे.

कमालीचा आळस करणे – काडीचेही काम न करणे हे जसे शरीराला हानिकारक असते; तसेच शरीराला न झेपणारे काम आयुष्यभर करणे हेदेखील शरीराला घातकच असते. एखाद्याने दहा-वीस किलोचे ओझे उचलणे हे ठीक आहे, पण हमाल म्हणून भरलेली पोती दिवसरात्र वाहणे हे शरीराचे पीठ करणारे असते. शरीरही खूप म्हणजे प्रमाणाबाहेर वापरले तर ते सुद्धा जुन्या वस्त्राप्रमाणे अचानक फाटून जाते. त्याचे भरणपोषण करायला हवे. काळजी घ्यायला हवी. त्याला पुरेशी विश्रांती दिली गेली पाहिजे. सत्त्वान्न द्यायला हवे. जशी वस्त्राची

चांगली काळजी घेतली तर ते अधिक दिवस टिकते. रंग न जाता सुंदर दिसते. तसेच आपल्या शरीराचे असते. ते जगण्याचे साधनही आहे व साध्यही आहे. साध्यपूर्तीसाठी साधनाची शक्ती आवश्यक असते. त्याची ऊर्जा संपून जाता कामा नये.

१७. अवशी खाई तूप, सकाळी पाही रूप

अवशी म्हणजे रात्री; रात्रीच्या भोजनात.

या म्हणीचा अर्थ असा की, तूप खाल्ले म्हणून ताबडतोब रूप येत नाही. रात्री आणि तेही मोजके आणि एकाच वेळी खाल्लेल्या तुपाचा ताबडतोब परिणाम दिसून येत नाही. याचा भावार्थ असा की, आपण केलेल्या चांगल्या गोष्टीचे सुपरिणाम समाजासमोर यायला खूप वेळ लागतो. त्या कार्याचे महत्त्वही त्यावेळी फारसे लक्षात येत नाही. नंतर ते जाणवते. त्या सत्कृत्याला प्रशंसनीय रूप येण्यासाठी चिकाटी, निष्ठा, प्रयत्न आणि समर्पण लागते.

१८. अवसानघातकी तो महापातकी

जो आपले मित्र, नातेवाईक यांना फसवतो, जो लोकांना दिलेला शब्द फिरवतो, लोकांना तोंडघशी पाडतो, आपल्या स्वार्थी वृत्तीतून भूमिका बदलून लोकांचा विश्वासघात करतो, तो माणूस नुसता पातकी नव्हे तर महापातकी असतो. त्याच्या पातकाची तुलना इतर कशाशीदेखील होणार नाही.

एक हजार रुपये वर्षभर भरा आणि मोठा रंगीत टीव्ही घेऊन जा अशी जाहिरात करून एका बेरकी माणसाने अनेकांना फसवले आणि एका रात्री पळ काढला. 'अवसानघातकी तो महापातकी' याचा अनुभव घेतलेल्या ग्राहकांना हात चोळण्याशिवाय काही करता आले नाही.

१९. अशी माय राधा, पण जावई निघाला गधा

सासू-सुनेच्या नात्यावर आणि सासू-जावयाच्या संबंधावर, दोघांच्याही स्वभावातील गुण-अवगुण सांगणाऱ्या आपल्याकडे बऱ्याच म्हणी आहेत. अनेकदा सासू असते अतिशय प्रेमळ, जावयाचे लाड करणारी, कौतुकाने सारे काही करणारी, पण जावई मात्र नेमका वेगळ्या स्वभावाचा निघतो. तो मूर्खासारखा वागतो, बोलतो, आपली प्रतिष्ठा धुळीला मिळवतो. स्वत:ची किंमत कमी करून घेतो. म्हणजे एका अर्थाने गाढवच असतो. सासूबरोबर कसे वागावे हे त्याला कळतच नाही.

सासुरवाडीला गेलेल्या किसनरावाने दारू पिऊन नुसता गोंधळ घातला. समजूत घालणाऱ्या सासऱ्यालाच त्याने बदडले. हा तमाशा पाहून लोक म्हणाले, "अशी माय राधा, पण जावई निघाला गधा."

२०. अश्रूंनी स्वच्छ झालेले नेत्रच स्पष्टपणे पाहू शकतात

थोर विचारवंत इमर्सनच्या या उक्तीलाच म्हणीचा दर्जा प्राप्त झाला आहे. या म्हणीचा खोल अर्थ असा की, ज्या माणसाने अतिशय दु:ख भोगलेले आहे; त्यालाच जग आणि माणूस नीटपणे समजतो, नीटपणे ओळखता येतो. कारण दु:ख माणसाला अनुभवसंपन्न करते, शहाणे बनवते. शिवाय याला आणखी एक अर्थ असा की, दुसऱ्याचे दु:ख, दैन्य, पीडा पाहून ज्याच्या नेत्रात करुणाश्रू येतात, करुणा निर्माण होते; तो माणूस जीवनाचे समग्र दर्शन घेऊ शकतो. तो माणूस जगाला व जीवनाला नीटपणे जाणू शकतो. कारण त्या अश्रूमागे माणुसकी उभी असते.

२१. असं कधी घडे - सासूपायी जावई रडे?

खरे तर आई इतकेच लाड करते एखाद्या माणसाची सासू. एक वेळ विवाहानंतर आईचे लाड कमी होतील, पण आपल्या लेकीचा नवरा म्हणून अन् आपल्या लेकीला चांगले सांभाळावे म्हणून सासूच जावयाचे अधिक लाड करत असते. विशेषत: विवाहानंतरच्या काही दिवसात; तरीही शेवटी ती आपली सासू आहे याचे त्याला विस्मरण होत नाही आणि म्हणूनच तिच्या निधनानंतर जावई कधी धाय मोकलून रडताना पाहिलेला नाही. फार तर त्याचे डोळे थोडेसे पाणावतील इतकेच.

शांताबाईच्या निधनानंतर जावई मनोहर घरच्यांच्या शोकसांत्वनासाठी गेला तो खूप उशिराने. लोक म्हणाले, "असं कधी घडेल का? सासूपायी जावई रडतो आहे?"

२२. असेल नम्रता तर लाभेल पूर्णता

माणसाच्या अंगी नम्रता एवढा एकच गुण असला तरी पुरेसा आहे. तो इतर साऱ्या गुणांना कवेत घेतो. सर्व गुणांना झाकाळून टाकतो. नम्रता असली की, गर्व नाहीसा होतो, अहंकार गळून पडतो. स्तुती जवळ येत नाही. द्वेष, वैर, मत्सर, अघोरी स्पर्धा, स्वार्थ हे सनातन शत्रूही उफाळून वरती येत नाहीत. नम्रता माणसाला माणुसकी शिकवते. माणुसकी माणसाला बंधमुक्त करते. माणसाला गुलाम मानत नाही. ज्ञानेश्वर तुकारामानेही या नम्रतेला गौरवले आहे. इंग्रजीत एक वचन आहे. Honour modesty more than your life. नम्रतेला

आपल्या आयुष्यापेक्षाही अधिक मान द्या; असा हा महिमा. म्हणून 'असेल नम्रता तर लाभेल पूर्णता' हे वचन योग्यच आहे.

२३. आई-बाईनं केला जोर, उठ ग म्हातारी नवरा कर

'आई-बाई' म्हणजे परक्या स्त्रिया. जोर म्हणजे आग्रह.

चंचल मनाची, परबुद्धीने वागणारी आणि वरवर विचार करणारी माणसे आपल्या वागण्यातून दु:ख ओढवून घेतात. योग्य गोष्ट योग्य वेळी केली तरच ती सुखावह ठरते. लग्नाचेही एक वय असते. तारुण्य ओसरून गेल्यावर, अवयव गलितगात्र झाल्यावर म्हणजे म्हातारपणी लग्न करणे अयोग्य असते. आपल्या मित्रांनी, शेजारच्या चार बायकांनी खोटा खोटा आग्रह केला नि एखाद्या म्हातारीने विवाह केला तर म्हातारपणीचा हा विवाह म्हणजे मूर्खपणाच होय. अशा लग्नाला तयार होणे म्हणजे मोहाने, स्तुतीने, मनाच्या चंचलतेने आत्मनाश करून घेणे होय. थोडक्यात, दुसऱ्याचा सल्ला केव्हा घ्यावा व काय ऐकावे याचा विवेक माणसाने करायला हवा. हा संदेश देण्यासाठी ही म्हण वापरली जाते.

२४. आखाड सासरा बनणे

साठ-सत्तर वर्षांपूर्वी लग्न झाल्यानंतर नव्या सुनेने आपल्या सासऱ्याचे आषाढ महिन्यात तोंड पाहावयाचे नसते अशी एक समजूत होती. तसे न केल्यास अशुभ घडते. म्हणून तिला काही दिवस दुसऱ्याकडे ठेवतात. तिथला कोणी माणूस सासऱ्याप्रमाणे बोलू लागला, धमकावू लागला म्हणजे म्हणतात, 'तो आखाडापुरताच सासरा आहे'. थोडक्यात, दुसऱ्यावर विनाकारण करडा अमल चालविणारा माणूस. याच प्रकारची स्त्री असल्यास तिला 'आखाड सासू' असे म्हणतात.

मुख्याधिकारी रजेवर गेले म्हणजे त्यांच्या हाताखालचे लुंगे-सुंगे आखाड सासरे बनत असतात.

२५. आग लागली माडीला, हिचा जीव गोधडीला

माडी हे पूर्वी श्रीमंतीचे, ऐश्वर्याचे प्रतीक मानले जायचे. माडीला आग लागल्यावर किंवा आकस्मिकरित्या मोठे नुकसान झाल्यावर ती व्यक्ती पार कोसळून जाते. असे मोठे नुकसान झालेले असताना काही माणसे क्षुद्र गोष्टीसाठी दु:ख करतात. मोठ्या दु:खासमोर किरकोळ दु:खाकडे दुर्लक्ष करायला हवं.

इमारत पेटल्यावर सर्वस्व जळून खाक होते. त्यात अंथरूण पांघरूणही येते. पण माडीसाठी खंत करण्याऐवजी एखादा माणूस जळलेल्या गोधडीसाठी दुःख करीत असेल तर तो विरोधाभास वाटतो. ते विचित्र वाटते. त्याला माडीपेक्षा गोधडी मोठी वाटते याचे लोकांना नवल वाटणार. असा स्वभावातला विरोधाभास लक्षात आल्यावर ही म्हण वापरली जाते. किरकोळ नुकसान आणि मोठे नुकसान यातला फरक कळायला हवा.

२६. आजा मेला नातू झाला, खुंटाला खुंट उभा केला

वृद्ध माणसे हळूहळू मरण पावणारच व त्यांची जागा नवीन माणसांनी घ्यावयाची हा सृष्टीचा क्रमच आहे. यामध्ये फारसा फरक पडत नाही. घरातले एखादे माणूस गेले तर त्याची जागा नातवाच्या रूपाने भरून निघतेच. हा क्रम थांबत नसतो.

तात्यासाहेबांना मरून महिना झाला नाही तोच नातवाचा जन्म झाला. नातू झाला नि खुंटाला खुंट उभा केला असे लोक म्हणू लागले.

२७. आजोबा ऐश्वर्य भोगे अन् नातू भीक मागे

गरिबी आणि श्रीमंती हा जीवनातला ऊन-पावसाचा खेळ आहे. गरीब माणूस आपल्या कर्तृत्वाने श्रीमंत होऊ शकतो; तसा श्रीमंत अवगुणांमुळे गरीब होऊ शकतो. आजोबा श्रीमंत आहे म्हणून नातू श्रीमंत राहील याची खात्री नसते. श्रीमंतीही टिकून राहात नाही, अन् गरिबीही बसून राहात नाही.

अनेक माणसे नानाविध मार्गांनी मोठी संपत्ती गोळा करतात; पण पुढची पिढी आळशी, भोगप्रवण, खर्चिक व मौजमजा करणारी निघाली तर संपत्तीचा नाश व्हायला वेळ लागत नाही. शिवाय पुढची पिढी आयत्या पिठावर रेघोट्या ओढणारी निघाली तर साठवलेले पाणी संपावे, तशी संपत्ती संपून जाते. प्रत्येक पिढीने संपत्तीत भर घालायला हवी. पूर्वीच्या संपत्तीची काळजी घ्यायला हवी. व्यसनापासून दूर राहायला हवे, नाहीतर आजोबा इतरांना भीक घालायचे आणि नातू इतरांसमोर भीक मागतो आहे, हे दृश्य दिसायला फारसा वेळ लागत नाही.

२८. आडजीभ खाई अन् पडजीभ वाट पाही

एखादा मित्र किंवा शेजारची एखादी बाई आपल्या पाककलेचं कौतुक व्हावं म्हणून एखादा पदार्थ आपल्या तळहातावर ठेवते. तो इतका कमी असतो की, घेताना अन् खाताना आपल्यालाच संकोच वाटावा. तो पदार्थ इतका कमी असतो की, आपल्या आडजिभेने खाल्ला तर गिळताना पडजिभेला स्पर्श करीत नाही. उगीच खाल्ला म्हणण्यासाठी खायचा.

या कंजुषी वृत्तीला उद्देशून ही म्हण वापरली जाते.

शेजारच्या निमाताईने एकदा स्वयंपाकाचे पुस्तक समोर ठेवून गुलाबजाम केले. ते छान झाले हे दाखवण्यासाठी त्यांनी दोन-चार गुलाबजाम कमाताईला दिले नाहीत. एकाचे पाच-सहा तुकडे करून त्यातला एक तुकडा त्यांच्या हातावर ठेवला. त्यावर कमाताई म्हणाल्या, ''काय तरी बाई, तुझा हा गुलाबजाम आडजिभेला मिळायचा नाही, मग माझ्या पडजिभेनं काय खावं? तुझ्या गुलाबजामासाठी तिला वाटच बघावी लागणार!''

२९. आडात गूळ आणि झाडाला कानोला

एखादी वस्तू किंवा पदार्थ सिद्ध करण्यासाठी त्याची नीट पूर्वतयारी न करणाऱ्या गबाळ्या माणसासाठी ही म्हण वापरली जाते. त्याचा सगळा कारभार ढिला व अव्यवस्थित असा असतो. गुळाची करंजी करायची तर याचा गूळ असतो आडामधील एखाद्या कोनाड्यात ठेवलेला अन् करंजीसाठीचा इतर जामानिमा असतो झाडाच्या फांदीवर टांगलेला. कसा करणार हा करंजी? कसलेच नियाजन नसते. काळजीपूर्वक केलेली तयारी नसते.

हिंमतरावाने लोकांना वास्तुशांतीचे जेवण देण्याचे ठरवले. तशी आमंत्रणे दिली. वास्तुशांतीचा कार्यक्रम उद्यावर आला तरी यांच्या किराणामालाच्या वस्तू बाजारपेठेतच. श्रीखंडासाठी लागणाऱ्या दह्याचा पत्ता नाही. स्वयंपाकी सांगितलेला नाही. हे बघून एकजण म्हणाला, ''याच्या वास्तुशांतीचा 'गूळ आडात आहे अन् करंजी झाडाला टांगलेली आहे.' खा सावकाशीनं आणि आनंदानं.''

३०. आण मेल्या पायली पायली, मी करते वायली

वायली करणे म्हणजे नासधूस करणे. वाया घालवणे.

पति–पत्नीच्या संसारात प्रेमाचा अभाव असणे, एकमेकांना समजून न घेणे, तडजोडीला तयार नसणे, कुणा एकाला दुसऱ्याने गुलाम मानणे, संसार हा दोघांचा आहे असे न मानणे इ. कारणांनी सतत भांडण होते. एकमेकांच्या दोषांचा उद्धार होतो. कुणावरचा तरी राग साथीदारावर काढला जातो. त्याच बरोबर काही स्त्रियांना आपल्या पतीच्या कष्टाचे महत्त्व वाटत नसते. पतीने कष्ट करून घरात पायली-पायलीने आणले तरी त्याचा विनियोग त्या नीट करत नाहीत. उलट नासधूस करतात. माजोरीपणा प्रकट करतात. दोघांमध्ये प्रेमाचा, विश्वासाचा व समजूतदारपणाचा अभाव असल्याने नवऱ्याने मरावे आणि बायकोने नुसते चरावे, असे चालते. नवऱ्याने मिळवावे अन् बायकोने वाया घालवावे, असा हा प्रकार दिसला म्हणजे ही म्हण वापरली जाते.

३१. आणली पायली, केली वायली

दररोज मजुरी करून कसातरी दिवस ढकलणाऱ्या परिस्थितीला उद्देशून ही म्हण वापरली जाते. रोज कोणाच्यातरी कामावर जावे नि मजुरी म्हणून मिळालेल्या धान्यावर वेळ भागवली असा या म्हणीचा भावार्थ आहे. वायली म्हणजे वेगळी – निराळी. त्या दिवसाची कशीबशी केलेली स्वतंत्र व्यवस्था. पायली हे पूर्वी धान्य मोजण्यासाठी वापरले जाणारे एक माप आहे. चार शेर धान्य म्हणजे एक पायली. आजच्या भाषेत सुमारे पाच किलो धान्य. या कोरड्या भाकरीला कोरड्यास नावाचा द्रवपदार्थ असला तर अधिक भाग्य. नाहीतर चटणीची भुकटी आहेच पाणी घालून खाण्यासाठी.

आज आपल्या देशात 'आणली पायली व केली वायली' यावर जगणारे कोट्यवधी नागरिक आहेत.

३२. आतुर संन्यास घेणे

मरणाच्या समयी एखाद्याने घाईघाईने घेतलेला संन्यास.

माणसाला वैराग्याची आतून मनस्वी ओढ असली तरी त्याला संसार आणि संसारातील भोगविलास सुटता सुटत नाहीत. इंद्रिय सुखाच्या आधीन झालेला म्हणजे त्यांचा गुलाम बनलेला माणूस सर्वसंगपरित्याग करणे शक्य नसते. म्हणून अशा माणसासाठी प्रेषोच्चारिक विधी करून म्हणजे काही तात्पुरते विधी करून त्याला संन्यास दिला जातो. म्हणजे संसारिक सुखोपभोग तृप्तपणे भोगल्यानंतर घेतलेला संन्यास. हा वरवरचा संन्यास असतो. वासना, कामना, लालसा त्यांचा त्याग त्यात नसतो, याला आतुर संन्यास म्हणतात.

३३. आधी आपलं भरा, मग देवाचं करा

'आधी पोटोबा अन् मग विठोबा' अशी एक म्हण पश्चिम महाराष्ट्रात प्रचलित आहे. याचा अर्थ असा की, आधी आपला विचार करावा, पोटाचा म्हणजे भुकेचा विचार करावा. त्यासाठी लागणाऱ्या अन्नाला प्राधान्यक्रम द्यावा आणि मगच देवाधर्मासाठी खर्च करावा. नंतर त्यासाठी वेळ द्यावा. हाच अर्थ विदर्भात रूढ असलेल्या या म्हणीला आहे. आधी आपलं पोट भरा, म्हणजे पोटाचा विचार करा. व्यापक अर्थाने प्रपंचाचा विचार करा आणि मग परमार्थासाठी सर्व काही करा. दोहोचा योग्य समन्वय साधला तर प्रपंचालाही परमार्थाचे रूप लाभू शकते, हा विचार आपल्या अनेक संतांनी सांगितला आहे, आचरणात आणून दाखविला आहे. आपल्या पोटाची पिशवी भरण्यातच आयुष्य घालवू नये. त्याबरोबर देवाचीही उपासना करा. सत्कार्य, सेवाकार्य करा असा विचार सांगण्यासाठी ही म्हण

वापरली जाते. केवळ देव देव करूनही पुण्यप्राप्ती होत नाही. वैकुंठप्राप्ती होतेच असे नाही.

३४. आधी हिंडली वाडेघोडे, आता बसली गंगेपुढे

'सौ चुहे खाकर बिल्ली चली प्रयाग-काशी' या हिंदी म्हणीचा अर्थ अगदी असाच आहे. जेव्हा एखादी छचोर बाई आयुष्यभर अनीतिकारक, पापमय आणि नीच कर्मे करीत जगते, पण उतारवयात या पापाचा पश्चात्ताप होऊन तिला उपरती येते. अन् मग आपले पापक्षालन व्हावे म्हणून गंगेच्या तीरावर बसून पुण्यप्रद आचरण करते. ईश्वरभक्ती व संन्यस्त जीवन जगते. अशा वेळी ही म्हण वापरली जाते.

रमाबाईने आपल्या सौंदर्याचा धंदा करून अनेक पापकर्मे केली. लाज वाटावी असा व्यवहार केला. आता म्हातारपणी मात्र या साऱ्या गोष्टींचा पश्चात्ताप होऊन त्या आता भक्तिमार्गाला लागल्या. संन्यस्त जीवन जगू लागल्या. पण तिला ओळखणाऱ्या बायका म्हणतात, 'आधी हिंडली वाडेघोडे, आता बसली गंगेपुढे'.

३५. आधीच तारे त्यात शिरले वारे

तारे म्हणजे वेडगळ माणूस, अर्धवट माणूस.

आधीच वेडगळ, त्यात त्याला भूतबाधा झाल्यास त्या वेड्या माणसाचे चाळे काय वर्णावेत? त्याला धरबंद नसतो. ताळतंत्र नसते. तो माणूस वाटेल तसा वागतो. बरळतो. थेर करतो. अशा या थेराला उद्देशून ही म्हण वापरली जाते. याच अर्थाची 'आधीच मर्कट तशात मद्य प्याला' अशी एक म्हण आहे. तसेच रोजच्या व्यवहारात आपण 'आधीच उल्हास, त्यात फाल्गुन मास' अशीही एक म्हण वापरतो. वारे म्हणजे भूतबाधा.

३६. आपण आपल्या पागोट्याशी भांडावे

अगोदर आपल्या घरची स्थिती नीटनेटकी करावी व मग दुसऱ्याच्या गृहस्थितीस नावे ठेवावीत, यासाठी या म्हणीचा वापर होतो. आपण आपले दोष पाहत नाही. सुधारत नाही. मात्र दुसऱ्याच्या दोषावर निंदास्वरूपात बोट ठेवतो.

रामभाऊंच्या घरात नेहमी सासू-सुनांची, भावा-भावांची भांडणे होतात. त्याकडे लक्ष न देता कुशाबाच्या संसारात ते नाक खुपसतात. आधी आपण आपल्या पागोट्याशी भांडावे हे त्यांच्या लक्षातच येत नाही.

३७. आपण हसे लोकाला, शेंबूड आपल्या नाकाला

ज्या दोषाबद्दल आपण लोकाला हसतो, ज्या व्यंगावरून इतरांना नावे ठेवतो किंवा फजितीवर दुसऱ्याला मूर्ख म्हणतो; तो दोष, ते व्यंग अथवा ती फजिती आपल्याही ठायी वसत असते. आपण इतरांचे नाक घाण म्हणून हसावे तर आपले नाक घाणीने बरबटलेले, ते मात्र आपल्याला दिसत नाही. सारांश, दुसऱ्याचे दोष दाखवणारा माणूस निर्दोष नसतो. त्याच्याही अंगात उणिवा असतातच.

भिकाजी पाटील सिदा देशमुखाला दारू, मटन व सिगारेटसाठी नावे ठेवतो, पण स्वत: तो दिवसभर तोंडात तंबाखूचा लाडू चघळत असतो, हे त्याच्या ध्यानातच येत नाही.

३८. आपलं आपलं ओळखलं, खिरीवर तूप झटकलं

काही स्त्रिया पराकोटीच्या संसारी असतात. आपला संसार आणि आपली माणसे यांच्या पलीकडे त्यांची दृष्टी फारशी जात नाही. त्यांच्यावरच त्या अधिक प्रेम करतील. त्यांनाच झुकते माप देतील. देवाच्या आरतीनंतर प्रसाद द्यायचा झाला तरी आपल्या नातवाला मूठभर देतील आणि शेजारच्या लेकराला चिमूटभर देतील. अशा स्त्रिया जेव्हा दुसऱ्याच्या लग्नात वा सार्वजनिक भोजनप्रसंगी आपल्या आपल्या माणसाच्या खिरीवर भरपूर तूप ओततील आणि परक्या माणसाच्या खिरीवर तुपाचा उलटा चमचा धरतील. ही स्वार्थी, आपमतलबी, अतिरेकी प्रापंचिक भावना व्यक्त करण्यासाठी ही म्हण वापरली जाते.

पाटलाच्या कैकयीने व्याह्याची शिदोरी येताच आपल्या माणसाला चांगले तुपातले चार चार लाडू दिले आणि भावकीतल्या पोरांना मात्र तांदळाच्या पिठाचा एकेक लाडू दिला. त्यांनी काय केलं? 'आपलं आपलं ओळखलं, खिरीवर तूप झटकलं.'

३९. आपला हात जगन्नाथ

जगन्नाथपुरीच्या मंदिरात दर्शनानंतर आपण आपल्या हाताने हवा तेवढा प्रसाद घेऊ शकतो. प्रसाद देण्यासाठी दुसरा कोणी नसतो. त्यावरून आपल्यासमोर असलेल्या वस्तू वा पदार्थांतून आपण वाटेल तेवढे आणि वाटेल तसे घेणे यावरून ही म्हण रूढ झाली आहे. वस्तू वा पदार्थांची विपुलता येथे सूचित केली जाते. दुसऱ्याच्या मदतीची अपेक्षा न करता आपले काम आपण स्वत:च करून टाकणे.

घरात एकटा असलेला माणूस 'आपला हात जगन्नाथ' या न्यायाने स्वत:ला लागणारे जेवण स्वत: करून मोकळा होतो.

४०. आपली गाय परायाचा वेल खाय

दुसऱ्याच्या श्रमाचा फायदा आपल्याला मिळणे. दुसऱ्याच्या वस्तूचा आपणास फायदा देणे; दुसऱ्याचे नुकसान आपला फायदा यावेळी ही म्हण वापरली जाते.

भीमरावाने स्वत:साठी विहीर खणली, श्रम केले, पण त्या पाण्याचा खरा उपयोग श्यामरावाच्या घराला होतो आहे. श्यामरावाची गाय भीमरावाची वेल खाऊन पुष्ट झाली आहे.

४१. आपले ते गोजिरवाणे, लोकाचे ते लाजिरवाणे

प्रत्येक मनुष्यास आपले स्वत:चे मूल गोजिरवाणे दिसते. आणि इतरांचे घाणेरडे वाटते. स्वत:च्या मुलाबद्दल प्रेम आणि दुसऱ्याच्या मुलाबद्दल तिरस्कार, हा प्रकार सर्वत्र दिसून येतो. खरेतर आपले मूल तसे मनात भरणारे, रूपाने छान, भरपूर केस, बाळसेदार असतेच असे नाही. तरी ते आवडीचे असते. अशी पाहण्याची दृष्टी ही तशी पक्षपातीच म्हणावी लागेल. Every man thinks his geese swans ही म्हण याच अर्थाची. भुलाबाईचं पोर माकडाच्या पिलासारखं असलं तरी 'आपले ते गोजिरवाणे, लोकाचे ते लाजिरवाणे' असे तिला वाटते.

४२. आपल्याकडे नाही दात कोरायला, लोकाकडे जाई भरीत करायला

एखाद्या माणसाची परिस्थिती अतिशय बिकट असते. ती इतकी की, दात कोरायला हवी असणारी काडीदेखील मिळणे दुरापास्त. असे सारे असताना एखादा माणूस इतराकडे मात्र भरीत करायला जाण्याचा देखावा करत असेल तर ते ढोंग आहे, फसवणूक आहे; स्वत:ची व समाजाचीही. भरीत करणे म्हणजे मध्यम आकाराची वांगी निखाऱ्याला भाजून त्याची केलेली भाजी. या म्हणीचा आणखी एक अर्थ असा की, आपल्याजवळ दात कोरायलाही काडी नाही आणि दुसऱ्याकडे मात्र भरीत भाजण्यासाठी चांगले साधन घेऊन जात असेल तर ही म्हण वापरली जाते. या पहिल्या अर्थानेच ही म्हण जास्त करून वापरली जात असे.

४३. आपल्याच्यानं होईना, दुसऱ्याचंही साहिना

काही माणसे जात्याच मत्सरी, क्षुद्र मनोवृत्तीची आणि अकारण द्वेष करणारी अशा स्वभावाची असतात. त्यांना दुसऱ्याची प्रगती सहन होत नाही. वाढता लौकिक, प्रतिष्ठा व श्रीमंती त्यांना खूप सलते, छळते. त्यांनी अपार कष्ट घेऊन हे यश संपादन केलेले असते. तेवढे कष्ट यांना नकोसे असतात अन् शक्यही नसतात. म्हणून केवळ ती अकारण जळतात.

रामरावांनी अहोरात्र कष्ट करून शेती बागायती केली. प्रचंड उत्पन्न काढले. बंगला

बांधला. पोरांना छान शिकवले आणि उदार हस्ते गावाच्या सुधारणेसाठी खर्च केला. पण श्यामरावांना मात्र आळसामुळे आणि व्यसनामुळे काही करता आले नाही. उलट कर्जापोटी चार एकर जमीन विकावी लागली. त्यामुळेच ते रामरावावर सतत आग पाखडतात, शिव्या देतात. 'आपल्याच्यानं होईना, दुसऱ्याचंही साहीना' (सहन होईना) अशी त्यांची गत झाली. दुसरं काय?

४४. आभाळ कडकडता न भ्याला, सूप फडफडता भिईल काय?

मोठमोठ्या मेघगर्जनेला जो घाबरत नाही, तो सुपाच्या किरकोळ आवाजाने घाबरेल काय? जराही घाबरणार नाही. याचा भावार्थ असा की, जो मोठ्या संकटाला घाबरत नाही तो साध्या अडचणीला काय घाबरणार? जो मोठ्या शूर आणि बलदंड वीराला घाबरत नाही तो नरम सैनिकाला घाबरेल काय? बाब मोठी असो वा छोटी, सामान्य असो वा असामान्य कशालाच न घाबरणाऱ्या माणसासाठी ही म्हण वापरतात.

मराठी सैन्याने मोगलांना माती चारली, ते संस्थानिकाच्या बंडाला घाबरतील काय? कडकडत्या आभाळाला ते घाबरले (भ्याले) नाहीत, फडफडत्या सुपाला काय घाबरतील?

४५. आबल्याची म्हैस अन् काबल्याला उठबैस

काम एकाचे आणि त्रास दुसऱ्याला या अर्थाने ही म्हण वापरली जाते. आबाजी आपल्यासाठी म्हैस विकत घेतात. आपल्या फायद्यासाठी; पण त्या म्हशीची सारी उस्तवारी आबाजी करीत नसतो. काबाजीला निष्कारण चारापाणी, साफसफाई करावी लागते. दूध आबाजी पिणार. कामाने काबाजी मरणार. आबाजीला आनंद तर काबाजीला मनस्ताप. काबाजीचा काही संबंध नसताना दुसऱ्याला मदत करावी लागते. दुसऱ्यासाठी मनस्ताप सहन करताना ही म्हण वापरली जाते.

शंभूरावाने आपल्या घराच्या संरक्षणासाठी कुत्रे पाळले. पण ते पिलू इतके हरामी की रात्रभर जांबुरावाच्या दारात कोकलते अन् त्यांच्याकडेच भाकरी खाते.

४६. आम्ही खावे–आम्ही प्यावे, जमाखर्च तुमच्या नावे

काही माणसे खूप मतलबी आणि अप्पलपोटी असतात. त्यांना आपला खर्च स्वपैशाने करावासा वाटत नाही. आपली वस्तू शाबूत ठेवून दुसऱ्याची वापरून टाकावी अशी भावना. म्हणून मतलबी, व्यवहारी आणि स्वार्थी माणसासाठी ही म्हण वापरली जाते.

'आम्ही तुम्ही भाऊ-भाऊ, आमच्या गाठोड्यास हात नका लावू' ही म्हण याच अर्थाची आहे. आपल्या खिशास जराही तोशीस लागू न देता वरच्यावर जगणारा, दुसऱ्याच्या वस्तूवर ताव मारणारा माणूस.

४७. आयती घोड्यावर अन् कडबा उरावर

स्वत:ला शहाणी समजणारी काही माणसे अनेकदा व्यवहारशून्य आणि मुर्खासारखी वागतात. आता हेच बघा ना, रावबहादूर घोड्यावर बसून प्रवासाला निघाले आहेत. पण घोड्याची कणव येऊन त्यांना असे वाटते की, त्याचा बोजा-भार कमी करावा आणि त्यासाठी घोड्याच्या पाठीवरची वैरण ते स्वत:च्या खांद्यावर घेतात. पाठीवरची वैरण खांद्यावर घेतली तरी घोड्यावरील ओझे थोडेच कमी होणार होते? पण रावबहादुरांना मात्र तसे वाटते. नेहमीच्या व्यवहारातही माणसे अनेकदा अशीच वागतात.

खिशासाठी लागणाऱ्या कापडाचा पैसा वाचवावा म्हणून दुसरा एखादा रावसाहेब सदऱ्याचा छातीवरचा खिसा रद्द करतो नि दोन्ही बाजूला खिसे करायला सांगतो. विवाहातल्या भोजनाचा खर्च वाचावा म्हणून तिसरा रावसाहेब मठ्ठा 'कॅन्सल' करतो अन् त्याऐवजी ताक ठेवतो. तंबाखूची पुडी जास्त दिवस टिकावी म्हणूनच पाच वेळा खाण्याऐवजी चार वेळा तंबाखू खातो पण प्रत्येक खाण्याला मोठी चिमूट घेऊन दिवसभरात पुडी संपवतो. ही सारी उदाहरणे म्हणजे 'आयती घोड्यावर अन् कडबा उरावर' घेणाऱ्या रावसाहेबांचे नातेवाईक होत.

४८. आला चेव तर केला देव, नाही तर हरहर महादेव

विसरभोळ्या, गबाळ्या आणि आळशी स्वभावाच्या माणसाबद्दल विशेषत: स्त्री-स्वभावाला उद्देशून ही म्हण वापरली जाते. काही स्त्रिया आठवण झाल्यावर, वेळ मिळाल्यावर, मनात असेल तर घरातल्या देवांची पूजा करणाऱ्या. ती पूजाही फार भक्तिभावाने केलेली असते असे नाही. या पूजेचाही कंटाळा आलेला असेल तर अगदी कशीबशी-घाईत-वरवरची आंघोळ करून मोकळ्या होणाऱ्या अशा असतात. 'हर हर महोदव' म्हणून चार तांबे अंगावर ओतून घेणाऱ्या अशा त्या असतात. पाणी कमी म्हणून नव्हे, आळस हे कारण.

चेव म्हणजे उत्साह आला तर सावित्रीबाई साऱ्या देवांची पूजा दोन तास करतील. समंत्र विधी करतील. नाहीतर दोन मिनिटांत साऱ्या देवांना तांब्याभर पाण्यात बुचकळून टाकतील. खरंच आहे 'आला चेव तर केला देव, नाही तर हरहर महादेव'.

४९. आला-पाला खाल्ला आणि गोसावी धाला

आला-पाला म्हणजे कंदमुळे किंवा जाडेभरडे अन्न, कसेतरी देह निर्वाह होण्यासाठी घेतलेले अन्न. धाला याचा अर्थ तृप्त झाला, समाधान पावला. जाडेभरडे किंवा अगदी साधे अन्न खाऊन जो मनुष्य तृप्त होतो, संतुष्ट होतो त्याला ही म्हण वापरतात.

सोन्याच्या ताटात अमृताचा घास खाणारे मगनलाल आमच्या घरी भोजनाला आले आणि आला-पाला खाऊन अगदी तृप्त झाले. आमच्याकडचे अगदी रोजचे, भाजी-भाकरीचे जेवण त्यांना आवडले.

५०. आली उचकी अन् गेली पुचकी

पुचकी म्हणजे मृत्यू येणे.

आपल्या आयुष्याची क्षणभंगुरता आणि अशाश्वतता यावर प्रकाश टाकणारी ही म्हण आहे. उचकी येणे म्हणजे शेवटचा श्वास घेणे, मृत्यू येणे असा अर्थ यासाठी अभिप्रेत आहे. मृत्यू कसा व केव्हा येईल हे सांगता येत नाही. मृत्यू हा कोणालाही सांगून येत नाही. माणसाचे जीवन क्षणभंगूर आहे. एका क्षणात होत्याचे नव्हते होते. एक साधी उचकी आली, एवढे छोटेसे कारण मरणाला पुरेसे होते. तरीही माणूस सत्ता, संपत्ती, शक्ती अशा गोष्टींचा अहंकार बाळगतो. माणसाने माणसाशी माणुसकीने वागावे, हेच महत्त्वाचे आहे. हे ज्यांना कळते, त्यांना जीवनाचा अर्थ समजला असे म्हटले पाहिजे. पण सर्वसाधारण माणूस मृत्यूचा विचार न करता क्षणिक स्वार्थाच्या मागे लागून जीवनाचे नुकसान करून घेतो. म्हणून उचकीचे स्मरण ठेवावे. मरणाचे स्मरण करावे.

५१. आले सातारे, झाले म्हातारे

आपल्या जगण्याच्या अनुभवातून आलेले सार या म्हणीत सामावलेले आहे. काही वेळा आपण पाहतो की, एखाद्या बाळाचा जन्म सातव्या महिन्यातच होतो. जन्मतः ते बाळसेदार नसते. परिपुष्ट वाटत नाही. पण हेच बाळ पुढे सशक्त आणि निरोगी होते. एवढेच नव्हे तर दीर्घकाळ जगते. पिकलेले म्हातारपण पाहते, अनुभवते. या उलट नवव्या महिन्यात जन्मलेले बाळ व पुढे मोठा झालेला माणूस त्याच्या तुलनेने दीर्घायुषी नसतो. हा अनुभवच 'आले सातारे आणि झाले म्हातारे' या म्हणीत ग्रथित केलेला आहे. 'सातारे' म्हणजे सातव्या महिन्यात जन्मलेले मूल.

५२. आळशानं कुंपण केलं, अन् वाऱ्यानं उडून गेलं

महाभारतात असे म्हटले आहे की, 'माणसाचा सर्वात मोठा शत्रू आळस हा आहे.' आळशी

माणूस कामाचा विचका करतो. वेळेचा नाश करतो. इतरांना त्रास देतो आणि आयुष्याचा विनाश करून घेतो. त्याला कोणतेही काम सांगितले तरी लगेच करणार नाही. केले तरी नीट करणार नाही. केलेले टिकावू असणार नाही. साधे त्याला कुंपण करायला सांगितले तरी ते असे करेल की, वाऱ्याच्या छोट्याशा झुळकीने पार मोडून पडेल. उगीच करायचे म्हणून केलेले; म्हणून ताप आणि त्रास वाचवायचा असेल तर आळशाला कोणतेच काम सांगू नये, हा भावार्थ सांगण्यासाठी ही म्हण वापरली जाते. कुंपणच काय साधे साफसफाईचे काम सांगितले तरी तो नीट करणार नाही. अंगणात केर तसाच ठेवून झाडत राहील.

५३. आळसाचे धारण तेच दारिद्र्यास कारण

दिवस दिवस आळसात घालवला तर पुढे दारिद्र्य येण्यास ते कारणीभूत ठरते. दारिद्र्य माणसाला नेहमी फाटके कपडे नेसवते.

श्यामरावाने वडिलोपार्जित गडगंज संपत्ती केवळ चैनमौज करण्यात आणि आळसात घालवली. आळसाचे हे धारण त्याच्या दारिद्र्याचे कारण ठरले. आता त्यांना पोटभर अन्नही मिळवता येत नाही. कारण त्यांचा जन्मजात आळस आडवा येतो.

५४. आषाढी आणि सण हाकारी

आपल्या हिंदू धर्मामध्ये आषाढ हा असा महिना आहे की, त्या महिन्यापासून आपल्याकडे सणाला सातत्य लाभते. सारखे दरमहा सण सुरू होतात. आषाढी एकादशीसुद्धा आता सणासारखी झाली आहे. शिवाय बैलपोळा, नागपंचमी, रक्षाबंधन, नारळी पौर्णिमा, गणेश चतुर्थी, गौरी, दसरा यासारखे सण अगदी दिवाळीच्या तोंडापर्यंत आलेले आहेत. श्रावणातली व्रत-वैकल्ये आणि उपास वेगळेच. यात भर पडते काही ग्रामदेवतांच्या उत्सवाची, थोरामोठ्यांच्या जयंतीची, म्हणून आषाढ महिना जणू साऱ्या सणांना हाकारीतच येत असतो.

५५. आसं कधी होईल, आढ्याचं पाणी वळचणीला जाईल

एखादी अशक्यप्राय गोष्ट – म्हणजे जी कल्पनेतही शक्य होणे कठीण – ती जर वास्तवात साकार झाली म्हणजे ही म्हण वापरली जाते. कितीही मोठा पाऊस झाला तरी कोसळणारे आढ्याचे पाणी वळचणीला जात नाही. म्हणजे जमिनीवरचे पाणी वरच्या छताला कधीच पोचत नसते. ते वाहूनच जाईल, फार तर गुडघा, कमरेइतके साचेल. तशी अशक्यप्राय गोष्ट शक्यतेत कधीच येत नसते; या श्रद्धेला तडा गेला की, ही म्हण वापरली जाते.

रावसाहेबांचा बाळू चौथीच्या परीक्षेवेळीच दोन-तीनदा गटांगळ्या खाऊन वर आलेला, पण बारावीवेळी मात्र तो पहिल्या झटक्यात प्रथम श्रेणीत पास झाला. आजोबा म्हणाले, ''आढ्याचं पाणी वळचणीला पोचले रे बाबा.''

५६. इथली नाही तरी तिथली, पुतळ्यांची माळ घातली

माहेर किंवा सासर कुठून का होईना पण आपला मूळ हेतू साध्य करून घेणे आणि आपली दागिन्यांची हौस भागवणे या अर्थाने ही म्हण वापरली जाते. पुतळ्यांची माळ गळ्यात घालणे ही कोल्हापूर-सांगली आणि खानदेशात मोठी प्रतिष्ठेची बाब मानली जाते. पूर्वी स्त्रियांना आर्थिक स्वातंत्र्य नव्हते. हातात पैसा म्हणून दिसायचा नाही. त्यामुळे माहेर-सासरकडून जे थोडेफार पैसे मिळत; त्यातून त्या आपली दागिन्यांची हौस पुरी करून घेत. पण ही माळ माहेरावरून आणली असे सासरी सांगत आणि माहेरी सासरवरून आणली असे त्या सांगत. तिचे परावलंबित्व यातून सूचित होते आणि तिचे दागिन्याचे प्रेमही प्रकट होते. माळ कुणी केली याला तिच्या दृष्टीने महत्त्व नसते; ती घालायला मिळाली हे तिच्या दृष्टीने महत्त्वाचे. मिरवायला मिळाले हे खरे महत्त्वाचे!

५७. ईळ गेला ईळाचा – माथा धुते तिळाचा

ईळभर म्हणजे दिवसभर – खूप वेळ.

एखादे नगण्य आणि निरुपयोगी काम करण्यासाठी दिवसभर काम तर करायचेच; पण त्यासाठी रात्रीही जागरण करणे, म्हणजे व्यर्थ वेळ घालवताना ही म्हण वापरली जाते. सोनाबाईने घरासमोरच्या अंगणातले टोचणारे खडे वेचण्यासाठी अखखा दिवस घालवला तेव्हा शेजारची म्हणाली, ''किती कामाची ही बाई, 'ईळ गेला ईळाचा अन् माथा धुते तिळाचा' यातली गत झाली.'' तिळाचा माथा धुण्यासाठी संपूर्ण दिवस लागत नसतोच.

५८. ईश्वर अन्न पाठवतो, दुष्ट त्याचा नाश करतो

पंचमहाभुतांना आपण जर ईश्वर मानले तर ही महाभुतेच आपल्याला अन्न, पाणी, फळे, प्रकाश देत असतात. या ईश्वरी देणगीवरच मनुष्यप्राणी जगतो, वाढतो, सुखासमाधानाने राहतो. पण मानवाचा स्वार्थ, लालसा, दुष्ट बुद्धी यामुळे ही देणगी आपण नीट वापरत नाही. फळांची दारू करतो, अन्नाची माती करतो, फुलांचा नाश करतो, झाडांना कापून टाकतो त्यातून आपला तात्पुरता फायदा होत असला तरी अंतिमतः आपला तोटा होतो. त्या ईश्वरी देणगीचा आपण नीट वापर करत नाही. त्यासाठीच 'दुष्ट त्याचा नाश करतो' असे म्हटले आहे. 'दैव देते, कर्म नेते' ही म्हण याच अर्थाची आहे. ईश्वर मध देतो, माणूस त्याचे मद्य करतो हा भावार्थ.

५९. उंच घरापेक्षा लौकिक थोर आहे

मनुष्याचा संपत्तीपेक्षा त्याचा नावलौकिक, त्याची सामाजिक प्रतिष्ठा, त्याचे लोकसेवेचे कार्य, त्याचे चारित्र्य याची महती अधिक आहे. उंच व मोठे घर कोणीही बांधू शकतो, पण समाजातली प्रतिष्ठा, लोकप्रियता, आदरभाव कुणालाही प्राप्त होत नाही. म्हणून श्रीमंतीपेक्षा समजातली प्रतिष्ठा हिला जनता खूप मानते. बाबा आमटे, गाडगेबाबा यांच्या बाबतीत उंच घरापेक्षा 'लौकिक थोर' असाच अनुभव आपल्याला येतो. त्यांच्याकडे कसली श्रीमंती होती? तसे काहीच नव्हते. A high name is better than a high house. हेच खरे.

६०. उंदराला सापडली चिंधी, म्हणतो बाजाराला जायचे कधी?

समाजात काही माणसे कमालीची उथळ आणि उतावीळ स्वभावाची असतात. त्यांना सत्ता, संपत्ती व पद पचवता येत नाही. त्यामुळे अशा माणसांना थोडे जरी मिळाले, तरी ते हुरळून जातात. आपल्या वागण्याचा अतिरेक करतात. एखाद्या उंदराला चिंधीचा तुकडा सापडावा अन् त्याला मोठे घबाड मिळाले असे वाटावे, असा उतावीळ माणसांचा स्वभाव असतो. ती चिंधी दाखवण्यासाठी किंवा ती शिवून वापरण्यासाठी बाजारची तयारी करतात, त्यासाठी जाण्याची घाई करतात. क्षुद्र वस्तूच्या प्राप्तीमुळे ती स्वत:ला श्रीमंत आणि मोठे झाल्याचे समजतात. त्यातून त्यांच्या वागण्याचा क्षुद्रपणाच पाहावयास मिळतो. खरी श्रीमंत माणसे उथळ वागत नसतात. ती विनयाने व संयमाने बोलतात-वागतात. उंदराला चिंधी सापडणे व त्याने बाजाराची चौकशी करणे ही कृतीच हास्यास्पद आहे. उथळ माणसाच्या कृतीला उद्देशून ही म्हण वापरली जाते.

६१. उंबर पिकले अन् अस्वलाचे डोळे आले

नानाविध अपेक्षांचे भले मोठे गाठोडे म्हणजे माणसांचे आयुष्य! जीवनामध्ये या सर्वच अपेक्षा पूर्ण होतात असे नाही. काही मनाविरुद्ध घडते. काही अडचणीही अचानक उद्‌भवतात. त्यामुळे अपेक्षित लाभ पदरात पडत नाही. त्यात पुन्हा योगायोगाचा भाग असतो. उंबर पिकणे म्हणजे अपेक्षांची पूर्ती होण्याचा क्षण येणे; आणि अस्वलाचे डोळे येणे म्हणजे पिकलेल्या उंबरांचा त्याला आस्वाद घेता न येणे हा भावार्थ. अस्वलास पिकलेली उंबरे खूप आवडतात. तशी ती पिकायला अन् याचे डोळे यायला एकच गाठ पडल्याने चालत आलेल्या संधीचा त्याला फायदा घेता येत नाही; अशी स्थिती उद्‌भवली म्हणजे ही म्हण वापरली जाते. नशिबाची साथ, योगायोगाची संधी आणि सतर्कता यांचा मेळ जुळला तरच पिकलेली उंबरे खाण्याचे भाग्य लाभणार, यात शंका नाही.

६२. उंबर फोडून केंबरे काढणे

थोड्याशा लाभाकरता दुसऱ्याचे किंवा स्वत:चे मोठे नुकसान करणाऱ्या कृतीस ही म्हण वापरली जाते. उंबराच्या झाडाला जी फळे येतात, ती पिकल्यावर खेड्यातील मंडळी कौतुकाने खातात. पिकलेले उंबर मधोमध फोडले म्हणजे त्यातून केंबरे म्हणजे पंख असलेले छोटे छोटे कृमी उडून जातात. यासाठी प्रत्येक उंबर फोडावे लागते, म्हणजे नाश करावा लागतो. ही केंबरे बाजूला काढल्याशिवाय उंबर खाता येत नाही.

मक्याची कणसे भाजण्यासाठी मनोहराने जी आग पेटवली होती, तिच्यातील एक ठिणगी शेजारच्या झोपडीवर गेल्याने मोहनरावाचा गोठाच्या गोठा जळून खाक झाला. उंबर फोडून केंबरे काढण्यासारखा हा उद्योग झाला.

६३. उघड्या डोळ्यांनी करावे आणि डोळे मिटून मरावे

उघड्या डोळ्यांनी म्हणजे जाणूनबुजून.

जीवन जगताना प्रत्येक गोष्टीचा संपूर्ण विचार करावा व मग जाणूनबुजून ती करावी. आले मनात आणि टाकले करून असे नको. त्या गोष्टीपासून फायदा व्हावा आपला आणि समाजाचाही, तरच समाधानाने मरण येते. शांतपणे मृत्यूला आलिंगन देता येते.

आपल्या देशात जी थोर माणसे होऊन गेली, त्यांनी आपापल्या क्षेत्रात काम केले उघड्या डोळ्यांनी. त्यामुळेच कसलीही अशांती मनात न राहता त्यांनी शांतपणे डोळे मिटले. जगाचा समाधानाने निरोप घेतला.

६४. उठणेवाल्याचे उठते, कोठीवाल्याचे पोट दुखते

उठणेवाला म्हणजे खर्चिक माणूस.

एखाद्या सोहळ्यात खर्च करणारा आनंदाने, मोठ्या उत्साहाने आणि तितक्याच औदार्याने खर्च करत असतो. हौस आणि आनंद यासाठी तो खर्च असतो, पण त्याच्याशी जराही संबंध नसलेल्या माणसालाच त्याचे खूप वाईट वाटते. त्याला तो नाहक खर्च वाटतो. उधळपट्टी वाटते.

रतनलाल शेटजीने आपल्या लग्नाचा पन्नासावा वाढदिवस म्हणून खूप थाटमाट केला, पण कोठीवाल्याचे नाहक पोट दुखावे तसे दामाजीपंतानी त्यांची दहा ठिकाणी निंदा केली. खर्चावर टीका केली. म्हणतात ना उठणेवाल्याचे उठते नि कोठीवाल्याचे पोट दुखते.

६५. उत्पन्न भक्षी, मध्यान्ह दरिद्री

रोजच्या रोज मिळवून खाणारा, म्हणजे आलेल्या उत्पन्नातील काहीच शिल्लक न टाकणारा

माणूस सदैव दरिद्रीच राहतो. त्याला प्रसंगी उपासमार घडते, हा अर्थ सांगण्यासाठी ही म्हण वापरली जाते. पर्यायाने अकुशल, असमर्थ आणि गरीब माणूस असा याचा भावार्थ.

दुसऱ्याच्या शेतावर राबणारे अनेक मजूर पावसाळ्यात उत्पन्न भक्षी आणि मध्यान्ह दरिद्री या अवस्थेतच दिवस काढत असतात. एकवेळ चूल पेटवण्याइतकेही अन्न त्यांच्याकडे नसते.

६६. उदीम करता सोळाबारा, शेत करता डोईवर भारा

व्यापारात कधी फायदा होतो कधी तोटा होतो, पण शेती करणाऱ्या माणसाच्या डोक्यावरचा भार म्हणजे कर्जाचा बोजा कधीच उतरत नाही. शेतकरी कायमच कर्जबाजारी असतो, अशावेळी ही म्हण वापरली जाते. तो जन्मतो कर्ज घेऊन, मरतो डोक्यावर कर्ज ठेवून.

धनपाल शेठजीने चार वर्षात दलालीतून माडी बांधली, तर धनाजीने चार वर्षांत झोपडी गहाण टाकली. धनाजीच्या डोईवर भारा तर धनपालने केले सोळा बारा.

६७. उधारीचे पोते सव्वा हात रिते

कोणतीही वस्तू, जिन्नस उधारीवर घेतला की, त्यात मनुष्य फसतो, हा अर्थ सांगण्यासाठी ही म्हण वापरली जाते. उधारीवर माल घेतला की, माल हलका, वजन कमी आणि किंमत भरपूर हे या व्यवहाराचे सूत्र असते.

बाबुरावाने शेंगदाणे उधारीवर घेतले खरे, पण त्यात किडके, खवट खूप. शिवाय वजनात खोट. बरोबरच आहे; 'उधारीचे पोते सव्वा हात रिते' असणारच. भांडणार कुणाबरोबर?

६८. उपट सूळ की घे खांद्यावर

दुसऱ्या एखाद्यासाठी रोवलेला सूळ म्हणजे वधस्तंभ तिसरा कुणी तरी तिथे येतो आणि कौतुकाने खांद्यावर घेऊन मिरवतो; याचा लक्षणार्थ असा की, नसते लचांड मागे लावून घेणे. नसती भानगड अंगावर ओढून घेणे. पर्यायाने निरर्थक लुडबुड करणारा, उगीचच ढवळाढवळ करणारा उचापती माणूस.

नानासाहेबांच्या मुलीसाठी लग्नाची बोलणी सुरू होती. जवळ जवळ जमत आले होते. तेवढ्यात भाऊराव टपकले आणि त्यांनी 'आम्ही नवऱ्याला दोन तोळ्यांची चेन घालतो' असे जाहीर केले. 'उपटला सूळ आणि घेतला खांद्यावर'. बोलायला त्यांचे काय जाते?

६९. उरी केस नि माथा टक्कल

अनेकदा आपल्या जीवनात किंवा आपण करत असलेल्या उलाढालीत बदल होतात. प्रसंगी

एकीकडे लाभ होतो तर दुसरीकडे तोटा होतो. त्यातही जिथे – ज्या व्यवहारात लाभ होईल असे वाटत होते, त्यामध्येच अनपेक्षितपणे तोटा होतो. जिथे हमखास केस असतात त्या माथ्यावरच ते नसतात. त्याचे पार वाळवंट होते आणि उरावर, छातीवर मात्र भरपूर केस आलेले असतात. ज्याला आपण फार महत्त्व देत नाही.

लिंबाजी पाटलांनी आपल्या फळबागेत आंतरपीक म्हणून टरबुजे केली. त्याचा त्यांना भरपूर फायदा झाला अन् फळबागेत मात्र नुकसान सोसावे लागले. 'उरी केस आणि माथा टक्कल' असा त्यांना अनुभव आला खरे!

७०. एक गोरी बाहात्तर खोड्या चोरी

एखादी स्त्री लख्ख गोरीपान असेल तर तिच्या गोरेपणाखाली तिचे दोष, वाईट प्रवृत्ती आपोआप झाकल्या जातात. त्याकडे दुर्लक्ष केले जाते. तिच्यामध्ये काही व्यंग असले तरी म्हणजे तिरळा डोळा, मोठे दात यांनाही बघणारा माणूस महत्त्व देत नाही.

श्यामरावांची शालन अंगाने जाड, उंचीने कमी, नाक अपरे असूनही तिला पाहुण्यांनी सून म्हणून ताबडतोब पसंत केली. खरंच, 'एक गोरी बाहात्तर खोड्या चोरी.'

७१. एक दिवसाचे सुख, त्याचे दुणे होय दुःख

आपल्या इंद्रियांद्वारे मिळणारे सुख, हे क्षणिक असते, वरवरचे असते, शबलित झालेले असते; मग ते मोठी किंमत देऊन मिळवलेले असो. असे हे सुख उपभोगल्यास मागाहून आपल्याला दुप्पट दुःख होते. एकदा चांगले दिवस जर थोडा काळ पाहावयास मिळाले, तर विपत्काली त्यापासून अधिकच वाईट वाटू लागते. One day of pleasure is worth two of sorrow ही म्हणदेखील याच अर्थाची आहे.

आबासाहेबांची शेकडो एकर जमीन कूळकायद्यात कुळांना गेली. त्यामुळे त्यांना पूर्वीचे वैभव आठवून दुःख होते. 'एका दिवसाचे सुख त्याचे दुणे होय दुःख' हा अनुभव ते सध्या घेत आहेत.

७२. एक धोत्री आणि महाक्षेत्री

एक धोत्री म्हणजे एकच धोतर असलेला.

एकच धोतर असलेला म्हणजे वस्त्राचे दारिद्र्य असलेला गरीब पण लबाड माणूस. या एका धोतराच्या भांडवलावर म्हणजे गरिबीच्या भांडवलावर तो महाक्षेत्रातही प्रवेश मिळवतो. त्याला पुष्कळ गोष्टी साध्य होतात.

अंगावर केवळ उपरणे असलेला आणि दाढी वाढलेला भगवान कुणीतरी नि:संग महायोगी असावा अशी समजूत करून पंतांनी त्याला धार्मिक समारंभात सहभागी करून घेतले. त्याच्या हस्ते सर्वांना प्रसाद दिला. 'एक धोत्री आणि महाक्षेत्री' याच्या इतका दुसरा चांगला नमुना कुठे पाहावयास मिळेल?

७३. एक नाही धड, सारी कासाराची मोड

कासार म्हणजे तांबट. जुनी, फुटलेली भांडी विकत घेणारा.

कुठलाही संसार नेटका आणि देखणा होतो, तो गृहिणीच्या कर्तृत्वावर, कौशल्यावर आणि तिच्या नीटनेटकेपणावर! ती जितकी सुगृहिणी, जितकी संसारप्रेमी, कष्टाळू आणि व्यवस्थित तितका तिचा संसार देखणा होतो. समाधान देणारा ठरतो. पण साऱ्याच स्त्रिया अशा मनापासून संसारात रमणाऱ्या आणि राबणाऱ्या नसतात. त्यामुळे तिचा संसारही असाच गबाळग्रंथी असतो. अस्ताव्यस्त असतो. तिला एक वस्तू नीट सांभाळता येत नाही. एक भांडे नीट हाताळता येत नाही. तिची भांडी अशी असतात की, सारीच्या सारी मोड म्हणून तांबटाला विकून टाकावीत. ती असतात चेपलेली, चिरलेली, चुलीवरच्या धगीने पार काळीकुट्ट झालेली. भांडी धड नसतील तर तिचा संसार धड कसा असणार? (आजकाल काचेच्या बांगड्या भरण्याचा व्यवसाय करणाऱ्या माणसालाही कासार असे म्हणतात.)

७४. एक पाहुणा म्हणजे सारे घरदार पाहुणे

आपल्या घरी आलेल्या एखाद्या पाव्हण्यासाठी काही मिष्टान्न केले, तर ते केवळ त्यालाच वाढून चालत नाही. घरातील साऱ्या मंडळींना वाढावे लागते. पाहुण्याच्या नावावर तेही आपल्या जिभेची हौस भागवतात. म्हणून एकाच्या नावावर इतरांनी केलेली हौस असा याचा अर्थ. शिवाय त्यातून वाढणारा घरखर्च वेगळाच. 'दिराला केला शिरा, खाल्ला साऱ्या घरादारा'.

७५. एक पुती रडे आणि सात पुतीही रडे

जिला एक मुलगा आहे तीही रडते, असमाधानी असते आणि सात मुले असणारीही रडते. तीही असमाधानी असते. कोणत्याही चांगल्या-वाईट स्थितीत समाधान नसणे या अर्थाने ही म्हण वापरली जाते. सासुबाईने मुलगा स्वतंत्र राहतो म्हणून तक्रार केली, तर मुक्ताबाईने एकही पोरगा सांभाळत नाही म्हणून खंत व्यक्त केली. एक पुती काय आणि सात पुती काय दोघीही समाधानी नव्हत्या. रडत होत्या. एखाद्या स्त्रीच्या पोटी सात पुत्र असले तरी तिचे हाल कमी होत नाहीत, असाही अर्थ या म्हणीला आहे.

७६. एक भय दोहो जागी

दोन पक्ष अथवा दोन प्रतिस्पर्धी तितकेच तुल्यबळ असतील आणि ते विजयासाठी एकमेकांच्या समोर स्पर्धक म्हणून उभे ठाकले असतील, तर त्या दोन्ही पक्षांना आतून परस्परांविषयी भीती वाटत असते.

एखाद्या निवडणुकीस दोन उमेदवार परस्परांच्या विरोधात उभे आहेत. काठावर मतदान होणारी परिस्थिती असेल तर प्रत्येकाच्या मनात त्याच्या कारस्थानामुळे पराभवाची भीती दाटलेली असते. उघडपणे जरी ते मीच विजयी होणार असे म्हणत असले, तरी ते काही खरे नसते. दोघेही दोघांची ताकद आणि तयारी जाणून असतात. लढत एकतर्फी होणार नाही अशी त्यांना भीती असते.

७७. एकच गुढी, दहा वेळा बांधी-सोडी

कोणतेही काम मन लावून, कौशल्याने आणि काळजीपूर्वक केले तर चांगले होते, व्यवस्थित होते. त्यामुळे वेळ वाचतो, श्रम वाचतात, त्रास वाचतो. मात्र त्यासाठी व्यवस्थित नियोजन करावयाला हवे. शिस्तीने करावयास हवे. समजा, एखाद्याला पाडव्याच्या सणानिमित्ताने गुढी उभारण्यास सांगितले तर त्याने ती घाईगडबडीने उभी केली तर पार विस्कटून जाईल. त्याला गुंडाळलेले वस्त्र व इतर सामान लोंबत राहील. त्यामुळे त्याला नीट उभी करण्यासाठी दहा वेळा बांध-सोड करावी लागेल. ते बरोबर नाही. कामात शिस्त हवी, अवधान हवे, कौशल्य हवे. हे नसेल तर चुका होणार, कामाचा विस्कोट होणार, विचका होणार अन् आपल्याला मनस्तापही होणार. म्हणून गुढीच काय कोणतेही काम वेंधळेपणाने करू नये. शिस्त व नियोजनाशिवाय करू नये. तसे न केले तर एकच गुढी दहा वेळा बांधावी लागेल. दहा वेळा सोडावी लागेल.

७८. एका लबाडीच्या योगे, बहु येती तिच्या मागे

माणूस आपली चूक किंवा लबाडी शक्यतो झाकण्याचा प्रयत्न करतो. कारण ती उघड केली तर शिक्षा होण्याची भीती असते. म्हणून ती केलेली झाकण्यासाठी किंवा पचवण्यासाठी दुसरी लबाडी करतो. ती लपविण्यासाठी तिसरी लबाडी करतो. त्यामुळे तो अधिकच गोत्यात येतो. उलट उघडा पडतो. खोटारडा ठरतो.

रमाकांतने एकदा चोरून दारू घेतली. ती लपवण्यासाठी पान खाल्ले. तर पानातली तंबाखू बाधल्याने त्याला चक्कर आली. चक्कर का आली सांगताना ऊन लागले असे सांगितले, वडील त्यावर म्हणाले, "अरे दिवसभर तू घरात असताना तुला कशाचे ऊन लागले म्हणावे? एक लबाडी झाकण्यासाठी दुसरी लबाडी सांगतो ना?"

७९. एका चिंधीला चार चार गाठी, माझ्या बापाची इस्टेट मोठी

अनेकदा सासरची माणसे, विशेषत: 'प्रेमळ' सासू आणि नणंद सुनेला माहेरच्या गरिबीवरून हेटाळणीच्या भाषेत बोलतात. माहेरची उणीदुणी काढून सुनेला अपमानित करतात. तिच्या आई-वडिलांचाही अपमान करतात. सासरी नांदणारी स्त्री आपल्या माहेरची गरिबी फारशी सांगत नसते. ती माहेरची अस्मिताच जपण्याचा प्रयत्न करत असते. तरीही सासरची बाई तिला टोमणा मारताना म्हणते, 'तुझ्या माहेरी किती श्रीमंती म्हणावी? फाटलेल्या चिंधीला चार चार गाठी अन् तरीही तोरा असा की, माझ्या बापाची इस्टेट मोठी.' फाटलेल्या चोळीसाठी दोरा मिळत नाही अन् मिळाला तरी तीन तीन ठिगळे शिवून ल्यावी लागते. सासरी नांदणाऱ्या सुनेला कसलाही जाच व ताप दिला की ती खपवून घेते, गप्पपणे सोसते पण माहेराविषयी मारलेले टोमणे तिला कमालीचे दु:खी करतात. जिव्हारी घाव घालण्यासाठी अशा म्हणीचा वापर केला जातो.

८०. एरंडाचे गुऱ्हाळ

अनेकदा एखादा माणूस समोरच्याला वैताग येईल इतका निरर्थक बडबडत असतो. त्याला सूत्र नसते. विचार नसतो. सुसंगती नसते. फुटलेला नळ सतत गळावा, तसा तो शब्द ओकत असतो. त्याचप्रमाणे काही मंडळी निरर्थक आणि कंटाळवाणे भाषणे देतात. ऊस चरकात घातला तर गोड रस तरी मिळतो. पण एरंडापासून चोथ्याशिवाय काय मिळणार?

कालच्या कार्यक्रमातील प्रमुख पाहुण्यांचे भाषण म्हणजे एरंडाचे गुऱ्हाळच होते. निष्फळ उद्योग नुसता!

८१. ऐलावणीचे आले डोळे, पलंग टाकून खाली लोळे

अनेकदा ओसंडून वाहणारी श्रीमंती, त्याबराबेर येणारे सुखोपभोग, त्यासाठी घरात राबणारा नोकरा-चाकरांचा वर्ग आणि जात्याच असणारा गर्विष्ठपणा माणसाला अधिकच लहरी व चंचल बनवतो. एवढेच नव्हे तर असा माणूस अगदी किरकोळ गोष्टीचा-त्रासाचाही-बराच बाऊ करतो. त्यातच लाडाकोडाची आणि रूप-लावण्याची बाई असेल तर मग बोलायची बातच नाही. अशा बाईचे जर डोळे आले असतील तर तिच्या वागण्याला, लहरीपणाला धरबंद नसतो. ती मग सुखोपभोगाचे प्रतीक असलेल्या पलंगावर न झोपता, खाली जमिनीवर लोळायला कमी करीत नाही. जमिनीवर लोळण्यामुळे खरे तर डोळ्यांचा त्रास कमी होणारा नसतो. पण लहरीपणा आणि त्रासाचे केलेले प्रदर्शन याचे ते प्रतीक असते. म्हणून ऐलावणीचे म्हणजे लाडावलेल्या श्रीमंत स्त्रीचे हे वागणे कौतुकाचे वाटते, नवलाईचेही वाटते.

८२. ओढून चंद्रबळ आणणे

एखादी गोष्ट मनातून आणि मनापासून हवी असतानाही वरपांगी तिच्याविषयी अनिच्छा दाखवणे, आढेवेढे घेणे. हव्या असलेल्या गोष्टीला लगेच मान्यता दिली तर अनेकदा ती मिळण्याची शक्यता दुरावते किंवा दुसरीच गळ्यात पडते. नकार दिला की आग्रह वाढतो. आग्रह वाढला की अनिश्चितता संपते. "कशाला कशाला! मला नको." म्हटले तरच ती विनासायास पदरात पडते.

आजीने माझ्यासाठी तयार केलेल्या खाऊला मी ओढून चंद्रबळ आणत ऊं ऊं केले. नको नको म्हणत राहिलो आणि त्यामुळेच अख्खा केक तिने खाऊ म्हणून समोर ठेवला.

८३. ओली माती अन् हजार गती

माणसाचे शरीर नश्वर आहे हे माहीत असूनही माणसाला आपल्या शरीराचा अहंकार असतो. गर्व असतो. ते सजवण्यासाठी तो आरशासमोर तासन्तास उभा राहील. पण ते हजारो रोगांचे माहेरघर आहे. केव्हा व कोणता आजार त्याला जडेल, हे सांगता येणार नाही. आजारी पडू नये म्हणून आपण कितीही काळजी घेतली तरी व्याधीची कल्पना देता येत नाही. हे शरीर म्हणजे ओली माती आहे. या ओल्या मातीत कोणतेही बी उगवू शकते, तरारू शकते. अनेकदा उपचार करूनही रोग हटत नाही. ओल्या मातीतील तण कमी होत नाही. म्हणून शरीराचा व्यर्थ गर्व करू नये. प्रत्येकाला मृत्यू हा येणारच आहे. हे लक्षात ठेवून चांगले वागावे, हा विचार सांगण्यासाठी ही म्हण वापरली जाते.

८४. ओहोळ आटून राऊत होणे

ओहोळ म्हणजे छोटासा ओढा, नाला. राऊत म्हणजे घोडेस्वार. हा वाक्प्रचार पूर्वी दोन अर्थांनी वापरला जात होता. यापैकी एक अर्थ असा की, संकट पार पडल्यावर मग धाडशी बनण्याचा आव आणणे. ओहोळ पाण्याने काठोकाठ भरून वाहात असताना घोडेस्वारास (राऊत) पलीकडे जाण्याची भीती वाटते, पण तो कोरडा झाल्यावर मात्र मोठ्या रुबाबात पार केल्याची बढाई मारणारा माणूस. याचा दुसरा अर्थ असा की, आपल्या हितकाऱ्यांकडून आपले काम झाले म्हणजे मग त्याच्यावर उलटणे. त्यांच्याशी कृतघ्नपणाने वागणे.

८५. औट हात तुझी जागा । येर सिणशी बा वाऊगा ।।

मनुष्य मेल्यावर त्याला अग्निसंस्कार करावयास किंवा त्याचे दफन करावयास फक्त साडेतीन हात लांबीची जागा लागते, तेवढीच त्याची गरज असते, पण तो जन्मभर अधिकाधिक

जमीनजुमला, धनसंपदा, सोने-नाणे मिळवण्याची व्यर्थ खटपट करत असतो. 'येसी उघडा अन् जासी उघडा' हे सत्य त्याला उमगत नाही.

अलेक्झांडर बादशहाने प्रचंड साम्राज्य मिळवले. सुखोपभोगांची साधने मिळवली. जाताना ती नेता येत नाहीत म्हणून त्यांना कवटाळून तो रडला. एक साधू त्याला म्हणाला, ''औट हात तुझी जागा । येर सिणशी बा वाऊगा ॥'' येर म्हणजे व्यर्थ.

८६. कडव्या झाडास बहू बाज

बाज म्हणजे फळ, किंवा उत्पन्न.

ज्या फळाला कडवट चव असते, त्या झाडाला भरपूर फळ येते. एकतर कडवट असल्याने त्यावर रोगराई पडत नाही. तोडातोडी होत नाही. चोरून कोणी नेत नाही. त्यामुळे कडुलिंबाच्या लिंबोड्या भरपूर येतात, पण आंबा, अंजिरासारखे फळ कमी येते. सारांश असा की, बिनकामाच्या व उपयोगी न पडणाऱ्या अशा माणसांचीच गर्दी खूप असते.

आमच्या ग्रामदेवतेच्या यात्रेत मानाच्या जडशीळ उंच, सावरण्यास अवघड अशा कावडी नाचत नेण्यासाठी कोणी भेटत नाही. 'कडव्या झाडास बहु बाज (फळ)' या न्यायाने बिनकामाची गर्दी मात्र भरपूर असते. नुसती जत्रा जमते.

८७. कपाळभर कुंकू व हातभर बांगड्या

कुंकू, मंगळसूत्र, जोडवी आणि बांगड्या या गोष्टी म्हणजे विवाहितेच्या सौभाग्याची ओळख. सुवासिनीची भूषणे होत. तिच्या सौभाग्याची लक्षणे. विवाहित स्त्री रोजच्या जीवनात या गोष्टींचा वापर करतेच करते. मात्र केवळ कुंकवाचा धनी म्हणूनच जी स्त्री आपल्या नवऱ्याकडे पाहते किंवा मानते अशा स्त्रीच्या बाबतीत ही म्हण वापरली जाते.

भामाबाई रोजच्या रोज आपल्या पतीवर कारण-अकारण खेकसते. त्याचा पदोपदी पाणउतारा करते. पती म्हणून त्याला जराही मान देत नाही. मात्र हळदीकुंकवावेळी कपाळभर कुंकू आणि हातभर बांगड्या घालायला विसरत नाही.

८८. कपाळाला गंध, चुला-चक्की बंद

माणसाला जगण्यासाठी आयुष्यभर धडपड करावी लागते. कष्ट करावे लागतात. त्यामुळेच त्याला भाकरी मिळते. ती मिळाली की झोप लागते. समाधानही मिळते. मात्र, काही माणसे चरितार्थासाठी लागणारे कष्ट न करता फक्त देव-देव करतात, व्रतवैकल्ये, कर्मकांडात अडकतात. अशा कर्मकांडामुळे त्यांना सुरक्षित वाटते आणि पुण्यप्राप्तीचे समाधानही मिळते.

माणसाने श्रद्धा – भक्ती जरूर ठेवावी, पण त्यांच्या आहारी जाऊ नये. संसारी माणसाला नुसताच गंध-टिळा लावून फिरता येत नाही. कुटुंबासाठी त्याने राबले पाहिजे. घरातली चूल पेटती ठेवली पाहिजे. दळणाची चक्की सुरू ठेवली पाहिजे. केवळ कपाळाला गंध लावून किंवा तीर्थक्षेत्री जाऊन देव भेटत नसतो. देव आपल्या कामात आहे, कष्टात आहे. घरातल्या माणसांच्या भुकेला दिलेल्या उत्तरात आहे, हे विसरू नये.

८९. कफोणीचा गूळ चाटायचे खूळ

कफोणी म्हणजे हाताचा कोपर.

एखादी वस्तू मिळण्यास सुलभ आहे असे प्रथम वाटावे आणि प्रत्यक्षात ती घेण्याचा प्रयत्न केल्यास अप्राप्य असते अशी स्थिती.

हाताच्या कोपराला लागलेला गूळ सहज चाटता येईल असे वाटते; पण ते सहजसाध्य नसते. तरीही आपण प्रयत्न करत असतोच. अरुंद तोंडाच्या बरणीच्या तळाशी असलेले तूप बोटाने घेण्याचा नागेशने खूप प्रयत्न केला, पण कफोणीचा गूळ चाटण्यासारखी त्याची स्थिती झाली.

९०. करी गुळाचा गणपती । माश्या येऊनिया खाती ॥

कुणी एखाद्याने गुळाचा गणपती तयार केला, तर न सांगता-बोलवता माश्या या बसणारच. एखाद्याच्याकडे पैसा असल्यास त्याच्याभोवती गोंडा घोळणाऱ्या माणसांचा काय तोटा? त्याच्या पैशावर चैन करणारे स्तुतिपाठक गोळा होणारच. इंग्रजीमध्येही याच अर्थाची म्हण आहे. 'तुम्ही अंगाला मध लावून बसला तर माश्या तुम्हास भेटण्यास येणारच.' 'शिते तिथे भूते' ही म्हणसुद्धा हाच भावार्थ सांगणारी आहे.

दौलतरावांना सासुरवाडीची मोठी धनदौलत मिळाल्याचे समजताच त्यांचे पांगलेले मित्र गोळा झाले. त्यांना समोर गुळाचा गणपती दिसत होता, माश्या गोळा होणारच ना?

९१. कलावंतिणीचे भाग्य आणि तेरड्याचे राज्य तीन दिवस

कलावंतिणीचे भाग्य तिचे तारुण्य असेपर्यंतच उजळते. तीच गोष्ट वारांगनेची. तिचे लावण्य भुरळ घालते, तोपर्यंतच कामांध लोक तिची पायरी चढणार. त्याचप्रमाणे तेरड्याचे रंग विरेपर्यंत म्हणजे तीन दिवस त्याचे वैभव असते, त्याचे सौंदर्य असते. 'तेरड्याचा रंग तीन दिवस' अशी म्हण आहे ती या अर्थानेच.

चित्रपटातील नटनट्यांची लोकप्रियता ही तेरड्याचे राज्य तीन दिवस या न्यायानुसार

त्यांचे रूपसौंदर्य असेपर्यंतच असते. लावण्य ओसरले की त्यांना कोणी विचारत नाही. स्मरत नाही. त्यांना बघायला गर्दी करीत नाहीत.

९२. कळेना-वळेना, भाजीभाकरी मिळेना

निरक्षर असणाऱ्या किंवा मठ्ठ नि निर्बुद्ध असलेल्या माणसासाठी ही म्हण वापरली जाते. ज्याला विद्या नाही, कौशल्य नाही आणि म्हणून नोकरी नाही, असा माणूस उपाशी मरतो अथवा गरिबीत जगतो हा याचा भावार्थ आहे.

शेजारचा गणेश लाडामुळे शिकला नाही, धडपडला नाही. मजूर म्हणून राबतो तरी त्याला भाजीभाकरी मिळेना झाली. का तर कळेना-वळेना स्थितीमुळे!

९३. काकडीची केली चोरी, गळ्याला फासाची दोरी

अनेकदा एखाद्या गुन्ह्याला दिली जाणारी शिक्षा न्यायनिष्ठ व विवेकपूर्ण वाटत नाही. पूर्वी गावपातळीवर गावातल्या विवाद्य गोष्टीवर जेव्हा न्यायनिवाडा व्हायचा, तेव्हा न्यायाच्या नावाखाली अन्याय केला जायचा. गुन्हा असतो चोरीचा, खून खराब्याचा नव्हे. चोरी असते अतिशय क्षुद्र व नगण्य वस्तूची. म्हणजे काकडीसारख्या फळाची; अन् या अशा काकडीच्या चोरीसाठी शिक्षा केली जाते फाशीची. एकदम टोकाची. असा टोकाचा निर्णय जेव्हा व्यवहारात घेतला जातो, त्यावेळेला ही म्हण वापरली जाते. अत्यंत छोट्याशा चुकीसाठी कठोरपणे केली जाणारी शिक्षा हा या म्हणीचा भावार्थ.

अमेयने आपल्या शाळेतील दारात पडलेला रंगीत खडूचा तुकडा घेतला व तो दप्तरात ठेवला. ही त्याची चोरी समजून शाळाप्रमुखांनी त्याला दोन तास अनवाणी पायाने भर उन्हात, कान पकडून उभे राहण्याची शिक्षा करताच, शाळेतील एक गुरुजी कळवळ्याने म्हणाले, ‘‘काकडीची केली चोरी, गळ्याला फासाची दोरी. हा काय न्याय आहे?’’

९४. काखेत घेतलं चिटुकलं, अन् सारं गाव इचकलं

‘काखेत कळसा आणि गावाला वळसा’ याच अर्थाची ही विदर्भात रूढ असलेली म्हण आहे. स्त्रीचा विसरभोळेपणा सांगण्यासाठी ही म्हण वापरली जाते. काखेत कळसा घेऊन गावामध्ये कळसा/कळशी शोधणाऱ्या विसरभोळ्या स्त्रीपेक्षा आपलेच मूल आपल्या कडेवर घेऊन सारा गाव त्याला शोधण्यासाठी फिरणाऱ्या बाईचे चित्रण अधिक समर्पक वाटते. ‘चिटुकलं’ म्हणजे प्रकृतीनं साधारण असे वर्षभराचं अपत्य.

गोजराबाईनं घराच्या कुलपाची किल्ली हरवली म्हणून, गल्ली शोधली, वाटा-पायवाटा

शोधल्या. वैतागून पायरीवर बसताना त्यांनी तपकिरीच्या पिशवीत बोट घालताच किल्ली सापडली. शेजारीण म्हणाली, " 'काखेत घेतलं चिटुकलं अन् सारं गाव इचकलं' असंच झालं तुझं. किती ग विसरभोळी तू?"

९५. कानपूर ओस करून बसणे

कानपूर म्हणजे आपले दोन्ही कान.

कानपूर ओस करून बसणे याचा अर्थ बहिऱ्याचे सोंग घेऊन बसणे. स्वत:ला जराही ऐकू येत नाही असा आविर्भाव करणे. एखादी गोष्ट आपल्याला मान्य नसेल किंवा ती टाळायची असेल तर मुद्दाम आपल्याला ती ऐकूच आली नाही अशी सबब सांगणे.

तात्यांनी भाऊला एका कामासाठी दहा हजार रुपये उसने मागितले. एरवी अस्पष्ट उच्चारदेखील नीट ऐकणारे भाऊ तात्याच्या जवळ जाऊन व कानाजवळ हात नेऊन म्हणाले, "सध्या आमचे कानपूर चांगलेच ओस पडले आहे. काय करणार? ऐकायला आले नाही."

९६. कानात बुगडी नि गावात फुगडी

गावामध्ये एखादी रिकामटेकडी बाई अशी असते की, ती दिवसभर वेड्याप्रमाणे (वेडी नसताना) भटकत असते. नुसती वर तोंड करून फिरत असते. वेळ जात नाही म्हणून निरर्थक भटकणाऱ्या स्त्रीला उद्देशून ही म्हण वापरली जाते. लक्षणेने मिळणारा आणखी एक अर्थ असा की, तिने घातलेली कानातली बुगडी समस्त गावाने बघावी, तिचे कौतुक करावे. अर्थात या मागे मिरवण्याची हौस असते.

रमाबाईंना नवऱ्याने नुकतीच अंगठी घेतली. त्या इतक्या खूष झाल्या की, कानात बुगडी नि गावात फुगडी घातल्याप्रमाणे बोट वर करून अंगठी दाखवत सुटल्या. दिवसभर अंगठी घातलेले बोट वर होते.

९७. काम ना काजणं, नि मुसळ घेऊन धावणं

समाजात दोन प्रकारची माणसं असतात. स्थिर बुद्धीने, विचारपूर्वक काम करणारी आणि अस्थिर बुद्धीने, चंचल मनाने निरर्थक कामात वेळ घालवणारी. दुसऱ्या प्रकारची माणसे आडदांड असतात. धसमुसळी असतात. बेशिस्तीची असतात. त्यांच्या कामामुळे मनस्तापच अधिक होतो. काहीच काम नाही, आपण निवांत कसे बसायचे म्हणून ही माणसे कोपऱ्यातले मुसळ खांद्यावर घेऊन उगीचच येरझाऱ्या घालतील, पळापळ करतील. कामाचे प्रदर्शन करतील.

आपण खूप काम करतो, कामाची खूप हौस आहे अशी समजूत असलेले सर्जेराव

दोऱ्याच्या गाठी मारत बसतात. त्या झाल्या की, मारलेल्या गाठी सोडवत बसतात. त्यांचा सारा दिवस अशा या मौलिक कामात जातो.

९८. कामाच्या वेळेला पोट दुखे, खाण्याच्या वेळी धोतर फिटे

काही माणसांना मुळातच कष्ट करावेसे वाटत नाही. मात्र, दुसऱ्याच्या कष्टावर मौजमजा करायची त्यांना सवय असते. त्यातूनही कुणी एखादे काम सांगितले, तर त्यावेळी त्यांच्या पोटात दुखायला सुरुवात होते. त्यांना ताप येऊ लागतो. काम टाळण्यासाठी कुठलेही कारण त्यांना चालते. ऐतखाऊ वृत्तीची ती गुलाम बनतात. कामात मागे असलेली ही माणसे मात्र खाण्यावेळी सर्वांपुढे असतात. त्यावेळी त्यांचे काही दुखत नसते. शिवाय नुसती पुढे नसतात, तर कमरेचे धोतर फिटेपर्यंत ती खातात. त्या खाण्याला काही धरबंदच नसतो. अशा आळशी, ऐतखाऊ, खादाड आणि ढोंगी माणसांच्या स्वभावासाठी ही म्हण वापरली जाते.

९९. काय केली विटंबना । मोती नासिकावाचून ॥

संत तुकारामांची ही रचना म्हणीप्रमाणे वापरली जाते. नथीची नाकाशिवाय (नासिका म्हणजे नाक) काय शोभा? नथ घातली तर नाकाला शोभा येते, त्याप्रमाणे चांगल्या शरीरावाचून अलंकारांचा काय उपयोग? हाडांचा सांगाडा आहे आणि त्यावर दागिने घातले तर ते शोभादायक नाही. मुळामध्ये एखादी गोष्ट चांगली नसते. तेथे वरवरच्या उपचारांचा काही उपयोग नाही.

तुमच्या पोटात दुखत असेल तर ओठाला औषध लावून काय उपयोग? डोक्यावर केसच नसतील तर प्रसाधन करण्याचा काय फायदा? हा भावार्थ.

१००. काय ग बाई काय करते, खालचं मडकं वर करते

निरर्थक काम करणाऱ्या बाईला उद्देशून ही म्हण वापरली जाते. समाजात काही स्त्रिया अशा असतात की, वेळ जावा म्हणून, आपण काहीतरी काम करतो हे लोकांना दाखवण्यासाठी अगदी फालतू आणि निरर्थक उठाठेवी करत बसतात. अंगणातली माती शेतात टाकायची, अन् शेतातली माती पुन्हा अंगणात टाकायची. गोठ्यातल्या शेणाच्या आधी गोवऱ्या थापायच्या आणि त्या थापून झाल्यावर पुन्हा त्यांचा शेणगोळा करायचा, असला हा उद्योग असतो.

द्रौपदीची सासू आधी एकावर एक मडके रचून उतरंड बनवते; आणि पुन्हा ती उतरवून एखादं मडकं बदलून काम केल्याचा देखावा करते. 'काय ग बाई काय करते, खालचं मडकं वर करते.'

१०१. काल मेला, आज पितर झाला

कोकणात देवीच्या पुजाऱ्याला काही पैसे देऊन भूते असलेले घोडे मुद्दाम आणतात आणि त्यांच्याकडून दुसऱ्याला त्रास दिला जातो. यालाच पितर घालणे असेही म्हणतात. त्यावरून एखादा माणूस मेलेला असला तरी त्याचा त्रास थांबलेला नाही, अशा वेळी ही म्हण वापरली जाते.

पांडोबाने अनेकांचे कर्ज काढले. वाद खेळले. तो मरून गेला तरी मागे आम्हास पितर होऊन त्याचा छळ सुरूच आहे.

१०२. काळ आणि ओहोटी-भरती, नाही कोणाचे हाती

ज्याप्रमाणे समुद्राला भरती ओहोटी येणे हे कोणाही माणसाच्या हाती नाही, त्याप्रमाणे कोणत्या वेळेस काय होईल हे सांगणे, हेही मनुष्याच्या हातात नाही. भावार्थ असा की, निसर्गाची सारी सूत्रे माणसाच्या हातात असतातच, असे नाही. निसर्ग हा मानवी नियंत्रणाच्या पलीकडे असतो. तोच माणसाला नियंत्रित करत असतो. इंग्रजीमध्ये याच अर्थाची एक म्हण आहे. Time and tide wait for no man. (माणसासाठी वेळ आणि लाट थांबत नाही.) मराठीमध्येही 'सारखा काळ चालिला पुढे । कोणाचे कोणावाचून अडे ।' अशी एक म्हण आहेच.

१०३. कासपात्राला नादच मोठा

काशाच्या भांड्याला जरासा धक्का लागला तरी त्याचा आवाज होतो. तो चांगलाच घणघणतो. त्याप्रमाणे काही लोकांचा स्वभावच असा असतो की, त्याच्या कानावर एखादी गोष्ट गेली किंवा त्यांचा संबंध ज्या गोष्टीशी आला तिचा सर्वत्र बोभाटा होतो. तो माणूस उद्योग सोडून दहा लोकांना सांगत सुटतो. या म्हणीला आणखी एक अर्थ संभवतो. काशाच्या भांड्याला हळूच टोकले तरी त्याचा जसा आवाज होतो, तसे काही माणसे आपली अगदी छोटीशी वा नगण्य गोष्ट असली तरी ती मोठी करून इतरांना प्रौढीने सांगत असतात. त्यातून त्यांना स्वतःचा (नसलेला) मोठेपणा लोकांसमोर ठेवायचा असतो. आपला मोठेपणा दाखवायचा असतो.

१०४. काही नसो, पण दादला पाटील असो

थोरामोठ्यांची बायको किंवा सून आहे असे सांगण्यात बायकांना फुशारकी वाटते. मग घरात खाण्यासाठी काही नसले तरी चालते. आपला नवरा मजुरी करणारा असला तरी त्याला पाटीलकी असावी, लोकात त्याला मानसन्मान असावा, अशी बायकांची धारणा असते. पूर्वी

गावचा पाटील हा प्रमुख होता. तो कारभारी होता. जनता आणि सरकार यांच्यातील मध्यस्थ म्हणून त्याला मान होता. आदर होता. सारा वसुली आणि गावातली भांडणे सोडवण्यासाठी तोच पुढे असायचा. थोडक्यात तो गावचा मुखिया होता. गावचा शासक मानला जायचा. असला मान व मोठेपणा कोणत्या बाईला नको असेल?

१०५. की कोल्हेया चांदणी, आवडी नुपजे?

कोल्ह्यास चांदणे आवडत नाही, म्हणून ते चांदण्यारात्री ओरडू लागते. देहालाच सारसर्वस्व मानणाऱ्या माणसाला उज्ज्वल बुद्धियोग, उच्चतम अनासक्त जीवन फारसे आवडत नाही. त्याच्या दृष्टीने माणसाचा हात फक्त खाण्यासाठी असतो. तो देण्यासाठी, नमस्कार करण्यासाठी अथवा एखाद्याला प्रेमाने कवटाळण्यासाठी नसतो. हे या ओळीतून प्रकट झालेले आहे. दुधासारखे लख्ख शीतल चांदणे अंगावर सांडत असताना त्याविषयी रुची नसावी. नाराजी व्यक्त करण्यासाठी कोल्ह्याने ओरडावे हे अविचारी मनाचे निदर्शक वाटते. खरे सुख कोणते याचा विसर पडलेल्या आसक्त मनाचे हे प्रतीक आहे.

१०६. कीर्ती म्हणजे सत्कृत्यांचा सुगंध होय

माणसाला कीर्तीपेक्षा अपकीर्ती लवकर मिळते आणि त्यासाठी एकही सत्कृत्य करावे लागत नाही. पण कीर्ती संपादन करणे सर्वात कठीण. त्यातही तात्पुरती मिळते ती लोकप्रियता अन् कायम टिकते ती कीर्ती. अशी चिरकाल टिकणारी कीर्ती विकत मिळत नसते, उसनी मिळत नसते, वारशाने मिळत नसते. कुठल्या शेतातही पिकत नसते. त्यासाठी माणसाला सत्कृत्येच करावी लागतात; आणि तीही निरपेक्ष भावनेने आणि दीर्घकाल करावी लागतात. प्रेम, वात्सल्य, दया, त्याग, सेवा, औदार्य ही या कीर्तीची साधने असतात. मरणानंतर उरते ती फक्त कीर्ती.

१०७. कुंकू पुसून शेण लावू नये, धुतल्या साडीला वंगण लावू नये

एखादी स्त्री दुर्दैवाने विधवा झाली की, समाज तिच्यावर अनेक पाशवी निर्बंध लादत असे. तिचे केशवपन केले जाई. दागिने घालणे, उंची वस्त्रे परिधान करणे, मंगळसूत्र घालणे, कुंकू लावणे यावर बंदी असायची. काही भागात तर तिचे कुंकू पुसून कपाळाला शेण घासायचे. या साऱ्या गोष्टी म्हणजे जिवंतपणी मरणच. तिच्या चारित्र्यावर घेतला जाणारा संशयच जणू! म्हणून धुतल्या साडीला वंगण लावणे जितके पापमय, तितकेच तिचे आयुष्य नासून टाकणे पापमय होय. शेवटी ती माणूस आहे. तिलाही छानपैकी जगण्याचा हक्क आहे, हा भावार्थ

सांगण्यासाठी ही म्हण वापरली जाई. तिच्या कपाळावर शेण फासणे म्हणजे अत्यंत नीच कृत्य करणे होय. नेसत्या साडीला डाग लावू नये. जिवंत माणसाला डाग देऊ नये. यातच धर्म सामावला आहे. माणुसकी सामावली आहे.

१०८. कुंभाराची घागर फुटली, हत्तीवरून साखर वाटली

दुसऱ्याचे अल्पसे किंवा किरकोळ नुकसान झालेले पाहून एखाद्याला दुःख होण्याऐवजी त्याचा खूपसा आनंद व्हावा, अगदी हत्तीवरून साखर वाटण्याइतका अत्यानंद व्हावा; या प्रवृत्तीच्या माणसाला उद्देशून ही म्हण वापरली जाते. जो घागर स्वतः तयार करतो, त्याची घागर फुटली तर त्यात काय असे नुकसान होणार? पण तेवढेही नुकसान एखाद्याला खूप आनंद देते. म्हणजेच विघ्नसंतोषी वृत्तीचा माणूस. दुसऱ्याचे भले झालेले पाहवत नसणारा माणूस. किडलेल्या मनाचा माणूस.

१०९. कुडीला पुडी गरजेची

पुडी म्हणजे जेवण – अन्न. विशेषतः संन्याशाचे जेवण.

आपली कुडी म्हणजे आपला देह. तो कार्यक्षम, निरोगी आणि सशक्त राहावयाचा असेल तर त्याला अन्नाची नितांत गरज आहे आणि तेही रोजच्या रोज घेण्याची. निदान जिवंत राहण्यापुरते तरी अन्न शरीराला हवेच हवे. सर्वसाधारण माणसाला लागते, त्यापेक्षा संन्याशाला फार थोडे अन्न लागते. कारण तो जगण्यासाठी खातो. खाण्यासाठी जगत नाही. तेव्हा या म्हणीचा भावार्थ असा की, माणूस जगतो तो अन्नावर. जगतो अन्नासाठी. अन्नाला तसा कोणताच पर्याय नाही.

११०. कुढे सदा रडे, दोन्ही हातांनी डोके फोडे

आपल्या जीवनात सर्वच गोष्टी आपल्या मनासारख्या होत नसतात. आपल्याला हे मिळावे, ते मिळावे, असे वाटत असते. पण ते मिळत नाही. त्यामुळे माणूस कुढत बसतो. खंतावत असतो. नशिबाला दोष देत बसतो. मनातल्या मनात कुढत बसणे, त्याच त्या गोष्टी उगाळत बसणे असा एक मानसिक रोगच जडतो. त्यामुळे माणूस जोमाने जगण्याऐवजी अधिकच खचतो. कुढत बसण्याने अशा माणसाचे आयुष्यही कमी होते. त्याचा जगण्यातला आनंद संपतो. उत्साह संपतो आणि वैतागाने आपल्याच डोक्यावर काठ्या मारत बसतो. स्वतःला शिक्षा करतो. म्हणजे दोन्ही हातांनी डोके फोडण्याची वेळ येते. अशी आत्मघातकी कृती करणारी माणसे जेव्हा अवतीभवती भेटतात, दिसतात; तेव्हा ही म्हण वापरली जाते. सदैव

कुढणे, सदैव रडगाणे गाणे आणि त्यातूनच डोके फोडणे म्हणजे आपणच आपल्याला अकारण शिक्षा करणे होय.

१११. कूपमंडूक होणे

विहिरीतील बेडकाला जग विहिरीएवढेच वाटते. तिच्याबाहेर जग केवढे मोठे आहे, अथांग आहे, याची त्याला मुळीच कल्पना नसते. त्याप्रमाणे जो मनुष्य आपला गाव सोडून किंवा आपला देश सोडून कधीच बाहेर गेला नाही; त्याला आपला गावच चांगला व मोठा वाटतो. त्यामुळे इतर गावांना आणि देशांना तो तुच्छ लेखतो, असे प्रतिपादन करणे म्हणजे कूपमंडूक वृत्ती न्यायाने अज्ञान प्रकट करणे होय. कूप म्हणजे विहीर. मंडूक म्हणजे बेडूक.

११२. केरसुणी पाहून जातं अन् दिवा पाहून येतं

अतिशय अर्थपूर्ण अशी ही लोकोक्ती आहे. या लोकोक्तीचा भावार्थ असा की, अंगणात पडलेली केरसुणी किती झडली आहे, म्हणजे तिच्या रूपाने किती स्वच्छता केली आहे आणि घरातला दिवा रात्री किती वेळेपर्यंत तेवत असतो, म्हणजे घरातला माणूस रात्री किती वाजेपर्यंत काम करतो (किती कष्ट करतो) यावरच माणसाचे भाग्य अवलंबून असते. त्याचे नशीब त्यावर ठरते. केरसुणी फारशी झडली नसेल तर माणूस आळशी ठरतो अन् दिवा लवकर मालवला असेल तर माणूस आळशी व ऐदी ठरतो. त्यांना कष्ट नको असतात. म्हणून कष्टातूनच माणसाला समृद्धी लाभते. कष्टातूनच भाग्य उजळते हा खरा या म्हणीचा अर्थ आहे.

११३. कैलास कंटाळे तो गाणे, कान फाटेस्तोवर लेणे

एखादा असा गातो की, ते ऐकणाराला शिक्षा वाटावी. कर्कश, बेताल, बेसूर व तारस्वरातल्या गाण्यामुळे कैलासासही वैताग यावा. गानप्रेमी माणसालाही नकोसे वाटणे आणि नटण्यासाठी कानात एवढे अलंकार घालायचे की, कानास ओझे व्हावे. ते अशोभनीय वाटावे. याचा लक्षणार्थ असा की, भपकेबाज पोशाख घालणारा/री, कोणतीही गोष्ट टोकाला जाऊन करणारा/री व्यक्ती आणि त्यातून स्वतःचे हसे करून घेणारा. कोणतीही गोष्ट मर्यादित व शोभादायक असेल तरच आनंद देणारी ठरते.

११४. केले नाही तोवर जड; खाल्ले नाही तोवर गोड

जोपर्यंत एखाद्या कामाला आपण हात लावत नाही, तोपर्यंत ते अशक्य वाटते. ते आपल्याला जमणार नाही, असे वाटते, किंवा ते अपूर्ण राहील असे वाटते. पण कामाला प्रारंभ केला की, तेच

काम सोपे वाटते. तसेच ते आवडतेही, तसेच नावडता पदार्थ आधी गोड लागत नाही. नकोसा वाटतो पण खाऊ लागल्यावर गोड वाटतो. सवयीने आवड निर्माण होते, आत्मविश्वास अणि सातत्यामुळे कामात गोडी वाटते. मनावर घेतले तर सर्व काही मनासारखे वाटते असा भावार्थ.

११५. केस उपटल्याने मढे हलके होत नाही

या म्हणीचा व्यवहारातील अर्थ असा की, क्षुल्लक गोष्टीची काटकसर करण्यात अर्थ नसतो. टाळूचे चार केस उपटल्याने, कापल्याने मृत माणसाचे वजन कमी होत नाही त्याप्रमाणे.

तात्यासाहेबांनी मुलीच्या लग्नात भरपूर खर्च केला, पण मान्यवरांच्या जेवणासाठी ताटाऐवजी पत्रावळी खरेदी केल्या. केस उपटल्याने मढे हलके होत नाही, हे त्यांना कळलेच नाही.

११६. कैंची चिका दूधचवी । जरी दावे पांढरे ॥

संत तुकोबारायांच्या अभंगातील या चरणाला म्हणीचे आणि चिरंतन सत्याचे स्वरूप प्राप्त झाले आहे.

चीक आणि दूध ही दोन्ही जरी पांढरी असली तरी चिकाला दुधाची चव कधी येत नाही. पौष्टिकताही येत नाही. या दोन्ही वस्तू वरून जरी सारख्या दिसत असल्या तरी त्यांची योग्यता, त्यावरून सारखीच असते, असे नाही. दूध आणि चुन्याची निवळी, दूध आणि पाण्यात कालवलेले पीठ सारखेच दिसत असले तरी ते चवीला एक नाही. गुणवत्तेत एक नाही. 'जे चकाकते ते सारे सोने नसते' ही म्हणसुद्धा याच अर्थाची म्हणावी लागेल. पितळ आणि सोने यातही असाच भेद असतो.

११७. कोणाचं कायी अन् आपलीच तुकाबाई

वेळेचं, प्रसंगाचं औचित्य किंवा भान नसलेली काही बावळट आणि अर्धवट माणसं आपण अनेकदा पाहतो. अतिशय गुंतागुंतीचा, विवंचना असलेला, मनस्ताप देणारा असा एखादा प्रसंग किंवा प्रश्न कसा सोडवावा, याची गंभीरपणे चर्चा चाललेली असताना हा अर्धवट व बावळट माणूस त्या प्रश्नाचा विचार न करता आपलीच किरकोळ अडचण, किरकीर त्यांच्यासमोर मांडतो अन् ती सोडवण्यासाठी आग्रह धरतो. तेव्हा या म्हणीचा वापर केला जातो.

सरपंच व सारे गावकरी या दुष्काळात गावाला पिण्यासाठी पाणी कसे उपलब्ध करून द्यावे याची चर्चा करीत असतानाच पिराजी घामाघूम होऊन तेथे येऊन साऱ्यांना म्हणतो, "मंडळी, गेल्या दोन दिवसांपासून माझी म्हैस धार काढताना लाथ झाडते, त्यासाठी मला काही

तरी उपाय सांगा. दोन दिवसांपासून रतिबाचे पैसे मला मिळत नाहीत, बघा.'' म्हणतात ना, 'कोणाचं कायी अन् आपलीच तुकाबाई'.

११८. कोणाच्या म्हशी आणि कोणाला उठाबशी

उठाबशी म्हणजे दगदग, नसता खटाटोप, मेहनत.

आपल्या स्वत:च्या गोष्टीसाठी धावपळ झाली तर ती उपयोगाची तरी असते, पण स्वत:च्या नसलेल्या गोष्टीसाठी निष्कारण दगदग झाली, निष्कारण श्रम झाले किंवा अनिच्छेने आपल्या अंगावर जबाबदारी पडली तर ही म्हण वापरली जाते. म्हशी दुसऱ्याच्या आणि त्यासाठी उठाठेव आपल्याला करावी लागायची. दुसऱ्याचे काम आपल्या अंगावर पडणे हा भावार्थ.

बंगल्याचे बांधकाम रावसाहेबाचे. पण कामाचा खटाटोप रामजीला. वैतागलेला रामजी म्हणून जातो, ''कोणाच्या म्हशी आणि कोणाला उठाबशी बघा ना?''

११९. कोणालाही जात कळते, मन थोडंच कळतं?

आपल्याकडे माणसाची पारख किंवा योग्यता जातीवरून, संपत्तीवरून, सत्तेच्या पदावरून अथवा दिसण्यावरून करण्याची प्रथा आहे. ती चांगलीच मान्यताही पावली आहे. परंतु या साऱ्या कसोट्या अपुऱ्या असतात, निर्णयाला दिशा दाखवत नसतात. खरे तर त्याचे मन किती सुसंसकृत आहे, स्वच्छ आहे, उन्नत आहे व त्याचे वागणे किती मानवतावादी आहे, याची ओळख करून त्याची योग्यता ठरवायला हवी. एखादा निम्नजातीत जन्मूनही विभुतिपदाला जाणारा असतो. तर एखादा श्रेष्ठ जातीत जन्मूनही अधम पातळीवर जात असतो. अशावेळी ही म्हण वापरली जाते.

१२०. खडकावर पेरले, व्यर्थ गेले

कठोर अंत:करणाचा माणूस किंवा पाषाणहृदयी माणसाची कितीही सेवा केली तरी, ती वायाच जाते. त्या सेवेचा त्या दुष्ट माणसावर काहीच परिणाम होत नसतो. त्याच्या सेवेचा थोडाही फायदा त्याला होत नसतो. खडकावर एखाद्याने अगदी जातिवंत बियाणे पेरले तरी त्या बियांना ना पाणी, ना ओल, ना कसदार माती. उगवण्यासाठी काहीच अनुकूल नसल्याने स्वाभाविकच बी आणि कष्ट वाया गेले. वेळ आणि पैसा वाया गेला. सत्तेने उन्मत्त झालेला माणूस त्याच्या पायावर आयुष्य वाहिलेल्या माणसाची दखल घेईलच याची खात्री नसते.

१२१. खडिणा गाय दुभती, वैरी तिचे मित्र होती

खडिणा म्हणजे नाठाळ, खट्याळ, खोडकर.

आधीच पदरात पडली नाठाळ गाय. त्यातच तिला साऱ्या अनुकूल गोष्टी झाल्यावर तिचे दूध कसे मिळणार?... काही जनावरे दूध काढताना शांत उभी राहात नाहीत, सारखे नाचतील तरी, लाथ तरी मारतील. दूध काढणाऱ्या माणसाला ढुशी मारून त्याच्या हातातले भांडे सांडतील. त्यातच तिला अनुकूल गोष्टी मिळाल्यावर दूध मिळण्याचे नावच नको.

पाटलाची मैना आधीच खेळकर आणि चंचल. अभ्यास म्हणून करत नाही. बळजबरीने बसवले तर गृहपाठ हरवला, पेन नाही, भूक लागली अशी कारणे सांगते. ''कमाल आहे, आधीच खडिणा गाय, त्यात वैरी तिचे मित्र,'' आई म्हणाली.

१२२. खऱ्याचं खोटं अन् लबाडाचं तोंड मोठं

सत्याने वागणारा माणूस अनेकदा खोटा ठरतो. त्याच्या सत्यनिष्ठ बोलण्यावर विश्वास ठेवला जात नाही. मात्र खोटे बोलणारा – लबाडी करणारा माणूस भाव मारून जातो. तो लबाड माणूस अशी काही भाषा वापरतो की, त्यावर लोक विश्वास ठेवतात. तेच माणसाला खरे वाटते. खोटे दागिने अधिक चमकावेत तशी ही स्थिती असते. आज घडीला पाकिस्तानसारखा देश प्रत्येक बाबतीत लबाडीने वागतो. सत्य दडवून ठेवतो. तरीही काही राष्ट्रे मात्र त्याच्यावर विश्वास ठेवतात. कारण काय तर 'खऱ्याचं खोटं अन् लबाडाचं तोंड मोठं' हे सत्य ते जाणत नाहीत.

१२३. खांद्यावर भाला आणि जेवायला घाला

कोणताही पराक्रम न करता किंवा कोणतीही समाज हितकारी गोष्ट न करता आपल्याला मानसन्मान द्यावा अशी अपेक्षा करणे. स्वतःकडून डोळे दिपवून टाकणारी कामगिरी करायची नाही, पण तरीही समाजाने मला डोक्यावर घेऊन नाचावे अशी स्वप्ने पाहणाऱ्या वृत्तीसाठी ही म्हण वापरली जाते.

बाबुरावाने आयुष्यभर केवळ खर्डेघाशी केली आणि त्याचबरोबर स्वतःच्या प्रपंचापलीकडे त्यांनी काही पाहिले नाही. तरीही त्यांना 'नगरभूषण' असा सन्मान लाभावा यासाठी त्यांनी सर्वांकडे खेटे घातले, विनंत्या केल्या. पराक्रम न करताच सन्मान मागणाऱ्या सैनिकाप्रमाणे.

१२४. खांबाला आला डिंक, शेराशेराने विक

खांबाला कधी डिंक येत नाही आणि म्हणून त्यापासून द्रव्यप्राप्ती कधी होणे शक्य नाही.

म्हणून या म्हणीचा भावार्थ असा की, कमालीच्या कंजूष व कद्रू माणसाकडून द्रव्याची अपेक्षा करणे साफ चुकीचे. त्याच्याकडून द्रव्य मिळणे म्हणजे खांबाला डिंक येण्यासारखे. म्हणजेच अशक्य कोटीतील गोष्ट घडणे. जसे गारगोटीपासून दुधाची अपेक्षा करणे गैर.

धनपाल शेटजीच्या मागे एक भिकारी भिक्षेसाठी धावाधाव करीत होता. मात्र त्यांनी त्याला चार पैसे देण्याऐवजी चार शिव्या हासडल्या. भिकाऱ्याच्या मनात आले, खांबाला कधीच डिंक येत नाही.

१२५. खाऊन पिऊन देव केला, गाल फुगवून निवद नेला

देव प्रसन्न व्हावा म्हणून ग्रामीण माणूस भजन, पूजन, नवस, पूजा, नैवेद्य इ. चा आश्रय घेत असतो. काही माणसे कमालीच्या सश्रद्ध आणि धार्मिक भावनेने या साऱ्या गोष्टी करतात. व्रते पाळतात, उपास करतात. काही त्यातला मधला मार्ग पत्करतात. म्हणजे आपल्या शरीराचे हाल न करता देवाचे विधी करतात. ते अगदी यथासांग, परिपूर्ण आणि समंत्र, सशास्त्र झाले पाहिजेत असे त्यांना वाटत नाही. ते एखाद्या देवाचा उपवास धरतील, पण सकाळी स्नान-पूजा करण्याआधी कपभर चहा पितील. त्यांच्या दृष्टीने हे अधर्माचे नाही. तर तिसऱ्या प्रकारची माणसे अशी असतात की, ती खाऊन-पिऊन देव करतील. आधी आपण खायचे – पोटभर खायचे, कसलेही पाप केले नाही असे मानून खायचे आणि मग आपले पोट भरल्यावर देवाच्या पोटाचा विचार करायचा. त्याच्यासाठी नैवेद्य घेऊन जायचे. तेही परम श्रद्धेने नव्हे तर गाल फुगवून. आळस अन् नाराजी प्रकट करीत. कारण या माणसांची 'देवानं माणूस निर्माण केला नाही. तर माणसानं देव निर्माण केला' यावर पुरेपूर श्रद्धा असते.

१२६. खाडास वेगळे आणि बोडास वेगळे कोण देते?

खाडास म्हणजे दाढी-मिशा करण्यास आणि बोडास म्हणजे डोके बोडण्यास. केस कापण्यासाठी एकदा एक रक्कम ठरलेली असल्यास डोक्याचे केस काढण्यासाठी वेगळे आणि दाढीचे केस काढण्यासाठी वेगळे पैसे कोण देईल? याचा व्यवहारातील अर्थ असा की, लहानसहान गोष्टीत सहसा भेद केला जात नाही आणि तसा तो करूही नये.

मोहनरावाने हॉटेलमधील जेवणाचे बील दिल्यावर मॅनेजरने बडिशेपचे दोन रुपये मागितले तेव्हा मोहनराव म्हणाले, ''अरे, 'खाडास वेगळा आणि बोडास वेगळा' दाम कसा मागतोस? जेवणाच्या बिलातच मुखशुद्धीचे बील असते.''

१२७. खाणं घेणं सुरू अन् धंदा नको करू

माणसाला कधी खाण्याचा कंटाळा येत नाही. दुसऱ्याकडून फुकटात घेण्याचा कंटाळा तर कधीच येत नाही. नकोसे वाटते लोकांना खाऊ घालणे, लोकांना देणे; आणि कष्ट करण्याचा कंटाळा येतो. अशा स्वभावाची माणसे आयुष्यभर खाण्याघेण्यासाठीच धडपडत असतात; पण आपल्या खाण्यासाठी थोडे श्रम करावेत, काहीतरी उद्योगधंदा करावा असा विचार त्यांच्या मनात येत नाही. अशा वेळी ही म्हण वापरली जाते.

बापूसाहेबाचे आयुष्यभराचे काम एकच. दोन-तीन वेळा चापून खायचं. लोकांकडून पान, तंबाखू, पैसा-अडका घ्यायचा आणि गच्च भरल्या पोटानं – गच्च भरल्या तोंडानं देवळात पसरायचं. भूक लागल्यावर उठायचं. त्यांचा हा दिनक्रम पाहून एक पाहुणा त्यांना म्हणाला, "तुमचं बाकी छान आहे. 'खाणं घेणं सुरू अन् धंदा नको करू' ही गोष्ट तुमच्यावरूनच रूढ झाली असावी बघा."

१२८. खाणं म्हशीचं, वान घुशीचं

मानवी स्वभावाचं मार्मिक दर्शन घडवणारी ही म्हण आहे. समाजात अनेकदा अशी माणसं आपण पाहतो की, त्यांचा आहार विलक्षण असतो. एखाद्या खादाड जाफराबादी म्हशीनं दिवसभर खात बसावं, एवढा. ही माणसं आवडनिवड न पाहता सर्व काही खातात. खाणं यालाच सर्वस्व मानतात. मात्र खाण्यासाठी जन्मलेली ही माणसं मनानं, गुणानं अतिशय छोटी असतात. नगण्य/क्षुद्र असतात. घुशीसारखी उपद्रवीदेखील असतात. त्यांचं जठर मोठं असतं. अन् मन छोटं असतं.

आमचे गोपाळशेट कारभारी पोटाचा नगारा झाला तरी दिवसभर खात असतात आणि त्याच्या जोडीला समोरच्याला भुंकत असतात. "हा कारभारी म्हणजे 'खाणं म्हशीचं आणि वान घुशीचं' असा गडी आहे." असे गावकरी आपआपसात म्हणतात.

१२९. खाण्यापिण्याची तंगचाई, अन् नमोनारायणाची ढस्मर

तंगचाई म्हणजे टंचाई, कमतरता. ढस्मर म्हणजे उधळपट्टी करणे किंवा सढळ खर्च करणे.

एकीकडे घरात खाण्यासाठी अन्न नाही, उपासमार घडते आहे, उसनेपासने मागावे लागते आहे आणि त्याची तमा न बाळगता घरातल्या कर्त्या माणसाने मात्र निरर्थक गोष्टींवर भरपूर खर्च करणे, पैशाची उधळपट्टी करणे, डामडौल करणे या प्रवृत्तीसाठी ही म्हण वापरली जाते. आधी महत्त्वाची गरज कोणती, आवश्यक गोष्ट कोणती याचा विवेक न बाळगता सढळ हाताने खर्च करणारा माणूस.

घरी भुकेने तान्ही पोरे तडफडत असताना त्याकडे लक्ष न देता बाळासाहेबांनी नवी

मोटारसायकल खरेदी केली, उसने पैसे घेऊन. त्यांचे हे वागणे म्हणजे 'नमोनारायणाची ढस्मर' याच प्रकारचे आहे.

१३०. खायला आजी अन् करायला शेजी

खाण्याच्या वेळी आजीचे नाते लावायचे, पण कामाचे वेळी मात्र शेजारणी म्हणून लांब पळायचे, अंग झटकून मोकळे व्हायचे. याचा भावार्थ असा की, फायदा असताना जवळीक दाखवून त्याचा फायदा घ्यायचा, त्यात हिस्सेदार व्हायचे, पण कष्ट उपसताना मात्र अंगचुकारपणा करायचा, संबंध टाळायचा, अशी स्वार्थी वृत्ती.

मित्राने हापूसची पेटी पाठवून दिल्याचे समजताच शेजारच्या हिराबाई आल्या खायला, कसले तरी निमित्त सांगून. शेवया करायला बोलावले तर मात्र पाठ दुखते म्हणून घराकडे फिरकल्या नाहीत. 'खायला आजी, करायला शेजी' असा त्यांचा स्वभावच आहे.

१३१. खायला आधी, निजायला मधी अन् कामाला कधीमधी

मतलबी, व्यवहारी आणि कामचुकार माणसासाठी वापरली जाणारी ही म्हण. आपल्यात काही मंडळी कमालीची अप्पलपोटी असतात. झोपायला मध्यभागी. कारण पांघरूण मिळते, विंचू काटा चावायची काळजी नाही. मात्र एखादे काम असेल तर टाळाटाळ सुरू. मनात असेल तर थोडेसे करणार. थोडक्यात, स्वार्थ, सुरक्षा आणि कर्तव्यच्युती यांचा एकत्रित संगम असलेला बेजबाबदार माणूस. कमी कष्टात, कमी काळजीत जास्तीत जास्त चैनमौज करणारा गुलहौशी गडी म्हणजे ही म्हण.

१३२. खायाचं नवऱ्याचं, गायचं भावाचं

एखादी विवाहिता उठसूट आपल्या माहेरचा मोठेपणा सांगत असेल तर तिला उद्देशून ही म्हण वापरली जाते. काही स्त्रियांना आपल्या माहेरचा मोठेपणा सांगण्यात धन्यता वाटते. त्यातून नकळत सासर आणि सासरची माणसे यांचा खुजेपणा, यांचे दोषही प्रकट करता येतात. त्यातून तिलाही मोठेपणा हवा असतो.

पाटलाच्या प्रमिलेस नात्यातल्या शिक्षकाला दिली. विवाहानंतर माहेरचं पुराण सुरू करताच सासरेबुवा म्हणाले, ''पोरी, 'खायाचं नवऱ्याचं आन् गायचं भावाचं' हे आता विसरलं पाहिजे.''

१३३. खिरीत सराटा

सराटा म्हणजे एका रानवेलीच्या काटेरी बिया. काट्यामुळे त्याला हाताळणे खूप क्लेशदायी ठरते. त्या वेलीवर चुकून पाय पडला तरी त्याची टोके पायात घुसतात. यावरून खिरीत सराटा म्हणजे चांगल्या माणसांच्या बैठकीतील वाईट माणूस. समाजातील त्रासदायक माणूस. चांगल्या कामात घाण करणारा, बिघाड आणणारा माणूस. एखादी गोष्ट चांगली चालली असेल तर त्यात बिघाड आणणारा.

आमच्या गावचा नागूराया ही अशी वल्ली आहे की, खिरीत सराटा पडावा तसा चांगल्या गोष्टीची नासाडी करतो. रुचकर असलेली खीर आपण खात असताना तिच्या घासात हा विलक्षण काटेरी सराटा अचानक मुखात आल्यावर जशी आपली अवस्था होते तशी नागूरायामुळे होते.

१३४. खुंटाला सोडून दाव्याला हिसके

खुंट म्हणजे या म्हणीपुरती प्रमुख व्यक्ती असा अर्थ.

अनेकदा एखाद्या घटनेचा – कारणाचा सूत्रधार बाजूला राहतो. पण शिक्षा मात्र इतरांना होते. दारूचा गुत्ता चालवणारा उजळ माथ्याने फिरतो; अन् गुत्त्यावरच्या नोकराला तुरुंगवास भोगावा लागतो. खरे तर मूळ कारण शोधून त्यावर उपाय केला पाहिजे. परिस्थितीचे गांभीर्य पाहून निर्णय घेतला पाहिजे. पण काही माणसे इतर – किरकोळ, अवांतर गोष्टीकडे विनाकारण लक्ष देतात. त्यामुळे मुख्य कारण, मुख्य सूत्रधार कुणाच्या लक्षात येत नाही. खुंट्याला हिसके मारायच्या ऐवजी ही माणसे दाव्यालाच हिसके मारतात. दाव्याला हिसके मारून खुंट कधीच उपटला जात नाही, हे ओळखले पाहिजे. फारतर दावे तुटले जाईल. खुंट तुटणार नाही.

१३५. खुळी सांगे भोळीला, दोन्ही पाय चुलीला

एक खुळी आणि दुसरी भोळी अशा दोन्ही बायका एकत्र आल्यावर काय पराक्रम करतील हे सांगता येणार नाही. खुळी काय सुचेल ते सांगणार अन् भोळी सांगण्याप्रमाणे वागणार, तिच्या तालावर नाचणार. या दोघींचे वागणे म्हणजे चुलीला पाय लावून तोऱ्यात बसण्यासारखे. आपल्या संस्कृतीत चूल ही अन्नदेवता मानली जाते. तिच्या कृपेमुळे भूक भागते. अशा देवतास्वरूप असलेल्या चुलीला पाय लावणे म्हणजे तिची विटंबना करण्यासारखेच होय. उद्धटपणा अन् वेडेपणा याशिवाय दुसरे नाव याला नाही. अशा अविचारी, विक्षिप्त कृतीला उद्देशून ही म्हण वापरली जाते.

१३६. खोकला गेला अन् पडसा आला

एक संकट निवारता निवारता नकळत दुसरे संकट निर्माण झाले म्हणजे या म्हणीचा वापर केला जातो. आजारी माणूस आलेला खोकला कमी व्हावा म्हणून जो उपाय करतो, औषधोपचार करतो, त्यातूनच त्याला पडसे व्हावे अशातला हा प्रकार. एका गोष्टीचा परिणाम कालांतराने दुसऱ्या अनिष्ट गोष्टीत होणे, असाही याला अर्थ आहे. रामभाऊंनी आपल्या मधुमेहावर औषधोपचार केल्यावर तो थोडासा आटोक्यात आला खरा, पण त्यामुळे त्यांचे वजन वाढले आणि दृष्टी कमी झाली. म्हणतात ना खोकला गेला नि पडसा आला; तसे घडले.

१३७. गंगा आली आळशावरी। आळशी देखुनि पळे दूरी॥

गंगेचे स्नान घडणे हे पुण्य समजतात. त्यासाठी पैसा, प्रवास आणि वेळ खर्च करण्याऐवजी स्वत: गंगाच एखाद्याकडे चालून आली; तरी त्या पुण्यापासून दूर पळण्याची मूर्ख कृती करणाऱ्या प्रवृत्तीलाच दोष देताना तुकारामांची ही रचना वापरली जाते. माणसाला आपले शाश्वत सुख समजत नाही. या चरणाचा दुसरा अर्थ असा की, एखाद्या अपात्र माणसास घरी बसून एखादा मान, एखादा अधिकार काही श्रम न करता प्राप्त होणे. नालायक मनुष्यास सहजगत्या मोठा लाभ होणे. 'आळशावर गंगा लोटली' असा एक वाक्प्रचार याच अर्थाचा आहे.

१३८. गंध उगाळितां कष्टी। आवडीने भांग घोटी॥

संत तुकारामाने मानवी स्वभावाचे एक सनातन सत्य या चरणात सांगितले आहे. एखाद्या माणसाला देवपूजा करण्यासाठी गंध उगाळणे हे कंटाळवाणे वाटते. त्याला ती शिक्षा वाटते. पण भांग घोटणे मात्र तो आवडीने करतो. काही लोकांची प्रवृत्ती सत्कृत्यापेक्षा दुष्कृत्याकडेच अधिक असते.

भाऊसाहेबांनी आजारी आईच्या शेजारी बसण्याचे टाळले अन् गुपचूप रात्री लावणीच्या फडात रंगबाजीसाठी पळ काढला. 'गंध उगाळितां कष्टी। आवडीने भांग घोटी॥' या मानवी वृत्तीचे दर्शन त्यांनी घडवले.

१३९. गप्पा आणि लबाडी जाते तोंडातोंडी

एखादी गोष्ट खोटी असली तरी ती एखाद्याला सांगितली की, आपोआप सांगोवांगी पसरत जाते. विशेषत: ती चटकदार असेल आणि भानगडीची असेल तर साऱ्या गावभर लवकर होते. तसेच एखाद्याची लबाडी उघडकीस आली म्हणजे, त्याबद्दलही सर्वत्र बोभाटा होतो. इंग्रजीमध्ये याच

अर्थाची एक म्हण आहे. 'Gossiping and lying go hand in hand.'

परशाला चोरी करताना घरात कोंडून खोताच्या बायकांनी बेदम बदडून काढले. तो कुणाशी बोलला नाही तरी 'गप्पा आणि लबाडी जाते तोंडातोंडी' या न्यायाने गावकरी कुजबुजत होतेच.

१४०. गरिबीची लाज नको, श्रीमंतीचा माज नको

आयुष्यात येणारी गरिबी आणि श्रीमंती हा ऊनसावलीचा खेळ आहे. गरिबी माणसाला खूप काही शिकवते. त्यातून तो अनुभवाने श्रीमंत होतो. जगण्यासाठी लागणारे शहाणपण मिळवतो. गरिबी माणसाने कसे वागावे, बोलावे आणि संपत्तीचा कसा विनियोग करावा हे शिकवते. म्हणून गरिबीची कुणाला लाज वाटता कामा नये. तो शाप नव्हे तर वरदान मानावे. तसेच श्रीमंती आली तरी त्याचा उन्माद चढता कामा नये. तिची मस्ती येता कामा नये. तसे झाले तर माणूस माणसापासून तुटतो. त्याचे जगणे भोगप्रवण बनते. नाना व्यसनांमुळे तो जर्जर होतो आणि जगण्याचा आनंदही तो हरवून बसतो. म्हणून श्रीमंतीसुद्धा पचवता आली पाहिजे. गरिबी धीराने स्वीकारली पाहिजे आणि श्रीमंती संयमाने भोगली पाहिजे. जगण्यासाठी एक सुंदर विचार या म्हणीतून आपल्याला प्राप्त होतो.

१४१. गाईपासून उत्पन्न होते, ते सर्व लोणी नसते

एखादी गोष्टी कितीही चांगली असली तरी ती पूर्णतः चांगलीच असू शकते असे नाही. तीत काहीतरी वाईट भाग असतोच. त्यात उणीव असतेच.

तातोबाने विश्वासाने दुधासाठी म्हैस घेतली. तिचे दूध बऱ्यापैकी निघत असले तरी तिला अमोणे म्हणून फक्त ज्वारीचे पीठच लागते, याला आता काय म्हणावे? गाईपासून उत्पन्न होते ते सर्व लोणी नसते याचाच त्यांना अनुभव घ्यावा लागला.

अशाच अर्थाची इंग्रजी म्हण आहे - All is not butter that comes from cow.

१४२. गाजराची तुला आणि विमानाची वाट

एखाद्या मान्यवराची आपण साठ वर्षे किंवा पंच्याहत्तर वर्षे पूर्ण झाल्याबद्दल तुला करतो. त्यावेळी त्याच्या वजनाइतके पदार्थ दुसऱ्या पारड्यात घातले जातात आणि त्यांचे दान केले जाते. 'गाजराची तुला आणि विमानाची वाट' म्हणजे एखाद्या क्षुल्लक गोष्टीबद्दल किंवा थोड्याशा प्रयत्नाबद्दल मोठे बक्षीस मिळणे; किंवा मोठ्या फळाची अपेक्षा करणे. तुला

करण्यासाठी किंमत व महत्त्व नसलेली गाजरे घ्यायची आणि विमानाने प्रवास करण्याचे बक्षीस मिळावे अशी अपेक्षा बाळगणे. गुळाचा खडा तोंडात घालायचा आणि साखरेचे पोते घ्यायचे असा हा व्यवहार.

१४३. गाडी ना घोडं, आन् चालले तडतडं

लहरी, विचारपूर्वक निर्णय न घेणाऱ्या व मनात आलेल्या गोष्टीची लगेच कार्यवाही करणाऱ्या चंचल स्वभावाच्या माणसाला उद्देशून ही म्हण वापरली जाते. अशी माणसे सोय-गैरसोय पाहात नसतात, अडचणींचा विचार करत नसतात. जवळच्या साधनसामग्रीचा हिशेब करत नसतात.

गावाला - यात्रेला, भेटायला जायचे असा विचार येताक्षणीच आमचे रावसाहेब निघाले खांद्यावर धोतर टाकून. 'गाडी ना घोडं निघाले तडतडं' असा त्यांचा स्वभाव. त्यामुळेच त्यांना अनेकदा संकटांना सामोरे जावे लागते. पण त्याचे त्यांना काहीच वाटत नसते.

१४४. गाडीची वाट फेसाटीने मोडावी

खेडेगावच्या पायवाटा काय किंवा गाडीवाटा काय या धुळीने माखलेल्या असतात. त्यावरून माणूस गेला तरी त्याची पावले उमटतात, बैलगाडी गेली तरी तिची चाकोरी धुळीत उमटते. आपले प्रस्थान इतरांना कळू नये अशी भावना असणाऱ्याला ही म्हण सांगते की, गाडीची धुळीत उमटलेली वाट (चाकोरी) पुसून टाकण्यासाठी जवळच्या झुडपाची काटेरी फेसाटी (फांद्या) घ्याव्यात. याचा लक्षणेने अर्थ असा की, हातात असलेल्या साधनांनीच एखादी गोष्ट पार पाडावी, त्यासाठी इतर खर्चिक व कष्टाचे उपाय शोधू नयेत.

आंघोळीला गेलेल्या श्रीपतरावास टॉवेल विसरल्याचे लक्षात आले, तेव्हा पांडोबा म्हणाले, "अरे, तुझ्या धोतरानंच अंग पुसून घे. 'गाडीची वाट फेसाटीनं मोडावी' त्यासाठी घरातली फळी कशाला?"

१४५. गाढवाची लाथ गाढवाला गोड, अन् सज्जनाची तोंडफोड

लाथा झाडणे हा गाढवाचा स्थायीभाव आहे. ते प्रेमानेही लाथा झाडते, प्रतिकार म्हणूनही लाथा झाडते. खेळताना लाथा झाडते, लढतानाही लाथा झाडते. त्याचा हा स्वभाव कधी व्यक्त होईल सांगता येत नाही. समाजजीवनातही हा न्याय काही माणसांना लागू पडतो. चार मूर्ख माणसे एकत्र आली तर त्यांचे सूत जमते. ती गळ्यात गळा घालतात. एकमेकांना लाथाही झाडतात. निर्लज्जपणेही वागतात. त्याचे त्यांना काहीच वाटत नाही, पण या माणसांशी सज्जनांची मैत्री जुळत नाही. दोघांचा स्वभाव, आचारविचार आणि जगणे भिन्न असते. कोणी

तसा प्रयत्न केला तर सज्जनाला त्रास होतो. मूर्खांच्या लाथा याला सोसवत नाहीत. सज्जनाला असा विपरीत अनुभव आला म्हणजे ही म्हण वापरली जाते.

१४६. गाढवाला टोणपा नि तेजीस इशारा

टोणपा म्हणजे टोला, रट्टा.

एखादे काम करून घेताना गाढवाला मधून मधून मारावे लागते, त्याशिवाय भागत नाही. पण जातिवंत अरबी घोडा असेल तर त्याला नुसता इशारा पुरेसा होतो. चाबकाचा वापर करण्याची गरजच पडत नाही. त्याप्रमाणे जो शहाणा, हुशार, चलाख माणूस असेल तर त्याला केवळ सांगून भागते. पण मठ्ठ अणि आळशी माणसाला कधी-कधी टाळूवर चापट मारावी लागते. मारण्याचा धाक तरी दाखवावा लागतो. 'शहाण्याला शब्दाचा मार' ही म्हण याच अर्थाची आहे.

गाढवाला टोणपा द्यावा तसे उनाड प्रकाशला मारावे लागते. त्याशिवाय तो अभ्यास करायला बसत नाही. बेबीला मात्र इशारा पुरेसा असतो.

तेजीस म्हणजे घोड्यास. (वेगाने धावणाऱ्या)

१४७. गाय व्याली आणि चाटायला विसरली

गाय व्याली म्हणजे ती नवजात वासराला चाटून स्वच्छ करते. दुर्लक्ष न करता काळजी घेते. तसे ज्या आईने मुलाला नीट वळण लावलेले नाही; तिला उद्देशून ही म्हण वापरतात. काही प्रसंगी अर्धवट काम करणाऱ्या माणसासही ती वापरतात.

लहानपणी रमेशच्या बारीक मोठ्या खोड्यांकडे आईने दुर्लक्ष केल्याने तो आता सराईत गुन्हेगार झाला. गाय व्याली आणि चाटायला विसरली यातला हा प्रकार. लहानपणीच त्याला वळण लावायचे ती विसरली.

१४८. गाव जळाला, हनुमंत निराळा

आपल्या रामायण महाकाव्यात हनुमंताने लंका जाळली आणि लांब जाऊन तो ती पाहात बसला, असा एक प्रसंग आहे. त्यावरून तयार झालेली ही म्हण. कळ लावून, भांडणे लावून स्वत: नामानिराळा राहणाऱ्या माणसाला उद्देशून ही म्हण वापरली जाते. एखादा बनेल आणि बेरकी माणूस कळ लावून दोघात भांडण लावतो. त्या भांडणाची मजा घेतो. स्वत:वर ठपका येणार नाही याची काळजी घेतो आणि ते मिटविण्यासाठीही स्वत:च पुढाकार घेतो. अशा वेळी 'गाव जळाला आणि हनुमंत निराळा' ही म्हण वापरली जाते.

१४९. गावचा गावबळी अन् शेजेगावची गाढवं वळी

रोजच्या व्यवहारात आपल्याला जसे जाणवते की, एखाद्या गावामध्ये एखाद्या व्यक्तीला खूप मान असतो. सारा गाव त्याचा शब्द झेलतो. त्याने घेतलेला निर्णय, त्याने दिलेल्या न्यायास मान्यता देतो. एका परीने तो गावचा नेता असतो, गावाचा राजाच असतो. अशा राजाला शेजारच्या गावी मात्र शून्य किंमत असते. त्याच्या नेतेपदाची – मोठेपणाची कोणीच दखल घेत नाही. त्याला गाढवं चारणाऱ्या नोकराइतकीही किंमत दिली जात नाही.

सदाशिवभाऊला नुकतेच चेअरमनपद मिळाले. गावाने सत्कार केला, पण कुठल्याशा कामासाठी ते जातेगावला गेले; तर तेथे त्यांना कोणीच ओळखले नाही. मानसन्मान केला नाही. खरंच आहे, 'गावचा गावबळी आणि शेजेगावची गाढवं वळी'. गाढवं वळणाऱ्या माणसाइतकी त्याला किंमत दिली गेली.

१५०. गावाचं मढं आन् पाटलाला कोडं

पाटील हा गावाचा प्रमुख. सर्वार्थाने अधिकारी माणूस. गावातली कोणतीही भलीबुरी बाब त्याच्या मार्गदर्शनाने होई. गावामध्ये कोणी बेवारस माणूस मरण पावला तर त्याच्या अंत्यसंस्काराची सारी उठाठेव पाटलावर येऊन पडते. त्यासाठी लागणारा पैसा, त्यासाठी लागणारी माणसे, त्यासाठी करावी लागणारी तयारी अन् शोक व्यक्त करण्यासाठी लागणाऱ्या बायका आता कशा आणायच्या, या सर्वांची जुळवाजुळव कशी करायची याची पडणारी जबाबदारी या म्हणीत व्यक्त झालेली आहे. कसलाही संबंध नसताना अचानक आलेल्या आपत्तीमुळे झालेला कोंडमारा असा या म्हणीचा भावार्थ आहे.

१५१. गावामागे वसते, त्याला कोण पुसते

समाजापासून तसेच नातेवाईक, भावकी यांच्यापासून फटकून राहणाऱ्या माणसाची उपेक्षा होते, यासाठी ही म्हण वापरली जाते. एखाद्या माणसाचे घर जर गावापासून दूर असेल तर त्यांची ये-जा कमी होते. देवाणघेवाण कमी होती. त्यामुळे आस्था आणि जिव्हाळाही कमी होतो. सुखदुःखाच्या प्रसंगी जाण्याचे कारणही पडत नाही. स्वाभाविकच गाव व तो यात अंतर पडते. कोणीच कुणाची दखल घेत नाही. घेण्याचे कारण पडत नाही. गाव त्याला विचारीत नाही.

शिवरामाला गावात कोणी विचारत नाही. यामागे 'गावामागे वसते व त्याला कोण पुसते' ही त्याची मनोवृत्ती कारणीभूत असावी.

१५२. गुरविणीची शिते प्रसादावारी गेली

देवाची सेवा करणाऱ्या गुरविणीला सेवेपोटी काय मिळणार? भक्ताने देवापुढे ठेवलेला नैवेद्य आणि दक्षिणेचे चार पैसे, पण तीदेखील देवदर्शनासाठी आलेल्या भक्तांना देवाचा प्रसाद म्हणून तिला त्यांच्या तळहातावर ठेवावा लागतो. शेवटी ती निष्कांचन बनते. नैवेद्य संपल्याने उपाशी राहते. अनेकदा सेवेतून मिळालेली प्राप्तीदेखील सेवेसाठी वापरावी लागते. सेवेसाठी सेवा एवढेच बाकी उरते.

देशमुखाकडील कुलदेवतेच्या उत्सवात मालनबाईला मिळालेली बिदागी देशमुखांच्या नातवांना तिने वाटून टाकली. शेवटी झाले असे की, गुरुविणीची शिते प्रसादावारी संपून गेली.

१५३. गुरूची विद्या गुरूला फळली (भोवली)

दुसऱ्यास फसवण्याची किंवा वाईट करण्याची शिकवण ज्याने दिली, त्याच्यावरच त्या शिकवणीचा प्रयोग होणे. ज्याला शिकवले तोच वाईटावर.

वेड्याचे सोंग घेऊन गुन्ह्यातून सुटका करून घेतलेल्या बारीकरावाने आपल्या वकिलाची फी देतानाही वेड्याचे सोंग घेऊन वकिलासमोर गुरूची विद्या गुरूला भोवली याचा वस्तुपाठ घालून दिला. फी न देता त्यालाही फसवले.

१५४. गोपाळपूरच्या गाई । विष्णुपदावर दान ॥

तीर्थक्षेत्र पंढरपूर आणि गोपाळपूर यांच्यामध्ये विष्णुपद मंदिर आहे. या मंदिरासमोर उभ्या असलेल्या गायींना पुण्यप्राप्तीसाठी चारा दान दिला जातो. गोपाळपूरचे पुजारी आपल्या गायी देवळासमोर आणतात. बरोबर गायीसाठी दान म्हणून द्यावयाचा चाराही स्वतःच घेऊन येतात आणि भाविकांकडून चाऱ्याचे पैसे घेऊन आपलाच चारा आपल्या गाईला देण्यास सांगतात. दुसऱ्याची वस्तू परस्पर तिसऱ्याला देणे या अर्थानेही ही म्हण वापरली जाते. आपल्याच गायी दुसऱ्याच्या पैशाने पोसण्याचा हा प्रकार. पैसापरी पैसा अन् पुण्यापरी पुण्य या पुजाऱ्यांना लाभते. 'हलवायाच्या घरावर तुळशीपत्र' या म्हणीचा अर्थही असाच आहे.

१५५. गोरं कातडं, काम गिदाडं

एखादी स्त्री रंगाने गोरीपान असते. केवळ गोरीच नव्हे तर बांधा सौष्ठवपूर्ण, चेहरा तेजस्वी, डोळे बोलके आणि निळेशार, केस लांबसडक व नाक सरळ-टोकदार असे सारे मोहक, आकर्षक, अव्यंग अन् देखणे असते. त्यामुळे अपेक्षा अशी निर्माण होते की, तिचे कामही असेच देखणे, निर्दोष, चांगले असणार. पण येणारा अनुभव पूर्णतः उलटा असतो. अपेक्षाभंग

करणारा असतो. तिचे रूप गोरे असले तरी काम गोरे नसते, चांगले नसते. ते अगदी गिदाड असते. म्हणजे अव्यवस्थित. रदाळे, मनाला आनंद न देणारे.

आईने सांगितले म्हणून राजश्रीने भांडी घासली, पण ती सारी होती अस्वच्छ, नीट न धुतलेली, खरकटे काठाला लागलेली. त्यावर आई रागाने म्हणाली, "'काय तुझं काम. गोरं कातडं नि काम गिदाडं' म्हणावं तसं. रूपाप्रमाणे आपले कामही देखणे असावे. लख्ख असावे."

१५६. गोरे हात इजा करीत नाहीत

या म्हणीचे व्यवहारात दोन अर्थ सांगितले जातात. 'गोरे हात' म्हणजे स्त्रिया. स्त्रिया या जात्याच नाजूक, सुंदर, गोऱ्यापान आणि भावनाशील असतात हा एक अर्थ आणि दुसरा अर्थ असा की, त्या कधीच मारामारी करत नाहीत. या म्हणीतून एकापरीने स्त्रियांची खुबीने खुशामत केलेली आहे.

जगामध्ये स्त्रियांवरून युद्धे झालेली आहेत, पण स्त्रियांनी केलेल्या युद्धाचे उदाहरण मिळणार नाही - कारण गोरे हात इजा करत नाहीत.

१५७. गोळेगावला वेढा घालणे

या वाक्प्रचाराचा लक्षणार्थ आहे जेवायला बसणे. जेवणावर तुटून पडणे. गोळा म्हणजे अन्नाचा घास किंवा गोड घास. अन्नाचा गोल गोळा करून तो मुखात सोडण्याच्या स्वभावावरून 'गोळेगावला वेढा घालणे' हा प्रयोग रूढ झाला. एखादा खादाड, ऐदी माणूस दुसऱ्याकडे जेवायला गेल्यावर हावरटाप्रमाणे, अधाशीपणाने अन्नाचे गोल घासावर घास घेतो. जणू त्याच्यावर तुटून पडतो. शत्रूला वेढा घालून त्याच्यावर तुटून पडावे तसे. अन्नाबरोबर लढाई करावी याप्रमाणे. अन्नछत्रात जेवणारे अनेक बुभुक्षित गोळेगावाला वेढा घालण्यासाठीच टपून बसलेले असतात.

१५८. घघाची विद्या, ददाची बाराखडी

'घ'च्या बाराखडीतील 'घेणे' या क्रियापदापासून निर्माण झालेला विशिष्ट वाक्प्रचार. याचा लक्षणार्थ असा की, सतत दुसऱ्याचे घेत जाणे; पण दुसऱ्याला न देण्याची वृत्ती. दुसऱ्याचे घेण्याचे, लाटण्याचे लक्षण म्हणजे मोह, हावरटपणा, स्वार्थवृत्ती यांचे दर्शन घडवण्यासाठी हा शब्दप्रयोग केला जातो. याच्या उलट 'ददाची बाराखडी' म्हणजे दुसऱ्याला देण्याचा स्वभाव. त्यातून औदार्य, दातृत्व आणि सहकार्य या गुणांचे दर्शन घडते.

रमाकांत या माझ्या मित्राला 'घघाची विद्या' चांगली ठाऊक आहे, पण 'ददाची बाराखडी' त्याला फारशी जमत नाही.

१५९. घटोत्कचाचा बाजार

कुंतीपुत्र भीमाला हिडिंबानामक स्त्रीपासून झालेला हा मुलगा. हा अत्यंत शूर आणि मायावी विद्येत कुशल होता.

'घटोत्कचाचा बाजार' या वाक्प्रचाराचा अर्थ माया किंवा मायाबाजार. अभिमन्यू आणि वत्सला यांच्या विवाहावेळी त्याने एक मायावी (जादूमय) बाजार तयार केला होता. त्यात अनेकजण फसले. त्या कथेवरून फसवणूक, भुरळ पाडणे, कपटयुक्ती करणे या अर्थाने हा वाक्प्रचार वापरला जातो.

आमची तरुण पिढी आजच्या घटोत्कचाच्या बाजारात पूर्णतः सापडल्यासारखी दिसते.

१६०. घडीत बुडवून घडणावळीचा तगादा

एका नुकसानीत दुसऱ्या नुकसानीची भर पडणे यासाठी ही म्हण वापरली जाते. करावयास सांगितलेले काम न करता दुसरेच काम करून ते बिघडवून टाकणे आणि शिवाय वरती मजुरी मागणे. घडित म्हणजे घडवलेल्या (केलेल्या) कामाची मजुरी.

रामभाऊनी छोट्याला रेडियोचे बटन दुरुस्त करायला सांगितले असताना त्याने तो पार नादुरुस्त केला आणि वरती मजुरी म्हणून दोनशे रुपये मागितले.

१६१. घरचीचे हाल, परकीचे धरतो गाल

छचोर आणि बेजबाबदार नवरा म्हणजे बाईच्या पदरात बांधलेला जणू जळता निखाराच. हा निखारा बाईच्या जीवनाला जाळत असतो. संसाराचीही राखरांगोळी करत असतो. त्यातच दुसऱ्या एखाद्या चवचाल बाईच्या नादी लागला असेल तर याच्या कामलीलांना सुमारच नसतो. अशावेळी तो पूर्णपणे या दुसऱ्या बाईच्या वेडापायी राबणाऱ्या गुणी बायकोचे पार हाल करतो. तो आपल्या संसारात जराही लक्ष घालत नाही, मदत करत नाही. अशा स्थितीवेळी ही म्हण वापरली जाते.

मुळातच रंगेल आणि रंडीबाज असलेल्या हिराबाईचा नवरा आजकाल तर घराकडेही फिरकत नाही. रखेलीच्या घरातच इष्कबाजी करत पडलेला असतो. हिराबाईची कणव करणाऱ्या बायका चिडून म्हणतात, "मुडदा 'घरचीचे करतो हाल अन् परकीचे धरतो गाल'; लाज म्हणून नाही त्याला."

१६२. घरात खावं झरत, बाहेर निघावं रडत

झरत म्हणजे भाजीच्या चमच्यावरून तेल ओघळेपर्यंत. समाजात वावरताना अनेकदा एखादा मुखवटा चढवूनच वावरावे लागते. तो जर चढवला, तर आपण संकटात सापडत नाही, खिशाला तोशीस बसत नाही. अन् आपली होणारी फसवणूकही टळते. त्यातही समाजातली सगळीच माणसे सरळ स्वभावाची नसतात. सज्जन वृत्तीची नसतात. स्वच्छ दृष्टीची नसतात. म्हणून ही म्हण आपल्याला असा संदेश देते की, घरी भोजनात असलेल्या भाजीत जर चमचा घातला तर त्याला लागलेल्या तेलाची धार खाली सांडावी. म्हणजे ते तेल त्या चमच्यावरून ओघळून भाजीत पडावे. भावार्थ असा की, असे चमचमीत, रुचकर, तृप्त करणारे व थाटामाटाचे जेवण जेवावे. मात्र अशा श्रीमंती थाटाच्या जेवणाची बाहेर जराही जाहिरात करू नये. दिमाखात सांगत बसू नये. त्यातून आपत्ती/मागणी येण्याची शक्यता असते. उलट जेवणाविषयी रडावे, म्हणजे तक्रार करावी. अतिशय वाईट, सत्त्वशून्य, तेल न घातलेले कसेतरी गिळावे लागते असे जेवण जेवलो असेच लोकांना सांगावे. म्हणजे बाहेर रडगाणे गावे, अन् घरात अमृतपान करावे.

१६३. घरात घाण, दारात घाण, बायको आहे गोरीपान

समाजात आळशी आणि निरुद्योगी प्रवृत्तीची अनेक माणसे असतात. अशी माणसे नुसते खाऊन-पिऊन दिवस आळसात घालवतात. ती घरातही मनापासून स्वच्छता ठेवत नाहीत. आपल्या मनाचाही उकिरडा करतात. घरात-दारात घाण असेल तर मन तरी कसे प्रसन्न राहणार? आपल्याला आनंद तरी कसा मिळणार? घरातली बाई मनाने स्वच्छ व सुंदर हवी, फक्त रूपाने नव्हे. रूपाने ती गोरीपान आहे, सुंदर आहे, पण तिचे घर असुंदर म्हणजे अस्वच्छ असेल तर त्या रूपाला काय अर्थ? अंगाचा गोरेपणा हा अंगणाला येत नसतो. त्यासाठी साफसफाई हवी. स्वच्छतेची आवड हवी. कामाचा उत्साह हवा. घरावर प्रेमही हवे. तरच गोऱ्यापान बायकोवर प्रेम करावेसे वाटेल. घरही तिच्यावर मूकपणे प्रेम करील.

१६४. घरात न्हाय परात अन् लग्नाआधी वरात

उतावीळ स्वभावाच्या माणसासाठी ही म्हण वापरली जाते. काही माणसे स्वभावत:च अतिशय उतावीळ असतात. विवाहाची कसलीही पूर्वतयारी नाही, खरेदी नाही प्रसंगी वधूचा पत्ता नसतो, तरी या माणसाला वरातीची ओढ लागलेली. वरात निघावी असा उतावीळपणा.

हिंमतरावांनी आता कुठे वधुस्थळे बघायला सुरुवात केली आहे. पण बहादराने लगेच पोराच्या पाळण्यासाठी ऑर्डर देऊन टाकली. 'घरात न्हाय परात अन् लग्नाआधी वरात' याचा हा अस्सल नमुना म्हणावा लागेल.

१६५. घरातल्या चुलीला मिळेना सरपण, रांडेच्या घरी आणतो चंदन

काही छचोर स्वभावाची माणसे घरातल्या राबणाऱ्या पत्नीची जराही दखल घेत नाहीत. तिच्या सुख-सोयीसाठी धडपडत नाहीत. तिचे पोषण, संरक्षण व सहजीवन याकडे पूर्ण दुर्लक्ष करतात. पण परस्त्रीसाठी मात्र वाटेल ते करतील. तिच्यावर जीव टाकतील. तिचा प्रत्येक शब्द झेलतील. तिला अमृताचा घास खाऊ घालतील. तिच्या स्नानासाठी चंदनाची लाकडे आणून स्वत: पाणी तापवून देतील. प्रसंगी तिची वस्त्रेही धुवायला कमी करणार नाहीत. या अशा अनीतीकारक व असंस्कारी वागण्याने ते समाजातली त्यांची किंमत कमी करून घेत असतात आणि मुख्य म्हणजे यामुळे संसाराला सुरुंग लागतो, पति-पत्नीमध्ये भावनिक दरी निर्माण होते. स्त्रीलंपट माणसाच्या या नादानपणाच्या वागण्यासाठी ही म्हण वापरली जाते.

१६६. घरादाराची येपाई - ढेप्या भरतार कपाई

ढेप्या म्हणजे बावळट. कर्तृत्वशून्य. कपाई म्हणजे कपाळी. स्त्रीला जात्याच संसाराची ओढ असते. ती आपला फाटका संसार असला तरी मनापासून सावरते. पण अनेकदा तिच्या दुर्दैवाने तिला साथ देणारा पती मात्र मिळत नाही. तो असतो पार बावळट, कर्तृत्वशून्य, ऐतखाऊ. खांदा आलेला बैल जसा कामाला उपयोगी पडत नाही - नुसता खायला काळ असतो, तसा हा तिचा पती असतो. त्यामुळे तिला मुकाटपणे, कष्ट करत संसार सांभाळावा लागतो. पदोपदी झुंजावे लागते. अशा वेळी ही म्हण वापरली जाते. आमच्या सोनाक्काला नवरा मिळाला ऐतखाऊ, बिनकामाचा. त्यामुळे तिला घरातले, शेतीभातीतले अन् गुराढोरांचे सारे काम एकटीला करावे लागते. संसाराचा गाडा एकटीला ओढावा लागतो. काय करणार? 'घरादाराची येपाई अन् ढेप्या नवरा कपाळी' अशी तिची गत झालेली आहे.

१६७. घरावर कुत्रे चढवणे

गोवा प्रदेशात घरावर कुत्रे चढून बसले की, घर सोडावे अशी पूर्वी लोकमानसाची धारणा होती. त्यामुळे अरिष्ट निवारण होते, असे त्यांना वाटे. त्यावरून सूचित होणारा अर्थ असा की, एखाद्याच्या घरात भांडणे लावून देणे, तंटा उत्पन्न करून, दुष्टावा करून त्या माणसाला अडचणीत आणणे याअर्थाने ही म्हण वापरली जाते.

भाऊरावांना शेजारच्याचे वैभव पाहवेना. दोघा भावांत भांडण लावून त्यांनी त्याच्या घरावर कुत्रेच चढवले.

१६८. घरी कामधेनू । पुढे ताक मागे ॥

या म्हणीचा अर्थ असा की, जवळ संपत्ती असली तरी ती माहीत नसल्यामुळे निकृष्ट स्थितीत जीवन जगणे. स्वत:जवळ असलेला ठेवा न सापडल्याने दारिद्र्यात दिवस काढणे. परमेश्वर आपल्या हृदयात असूनही तो न ओळखता त्याच्या प्राप्तीसाठी अनेक प्रकारचे कष्ट करणे. आत्मज्ञानाची प्राप्ती करून न घेता जप-तप, नवस, उपवास इ.ची खटपट करणे म्हणजे 'घरी कामधेनू - पुढे ताक मागे' चा प्रकार होय. 'देहचि देव असता कारे भ्रमसि व्यर्थ तू रानी' हे मुक्ताबाईचे वचन याच अर्थाचे आहे.

१६९. घरी मिळेना गोड-धड, परक्या जागी दिली झड

झड म्हणजे तुटून पडणे. अधाशासारखे अन्न खाणे.

गरिबीमुळे अनेक माणसांना मनस्वी अभिलाषा असूनही आवडीचे पदार्थ खाता येत नाहीत. मिळाले तरी पोटभर मिळत नाहीत. तर काहींना घरी खर्च नको असतो. त्यामुळे मन मारावे लागते. गोड खाण्याची नुसती स्वप्नंच बघावी लागतात. अशी माणसे आपल्या घरी कुणाला जेवायला बोलवत नाहीत, पण दुसरीकडे मात्र आपल्या जेवणाची हौस, आपली आवड-निवड आणि आपल्या जिभेचे चोचले भरपूर पुरवून घेतात. ही माणसे मग त्या गोडधोड पदार्थांवर तुटून पडतात. लोक काय म्हणतील याचा ते विचार करत नाहीत. अशी माणसे पाहिल्यावर या म्हणीचा वापर केला जातो.

१७०. घासीया घोडा आणि पेटीया चाकर काय कामाचा?

पेटीया म्हणजे पोटावरचा.

चंदी किंवा चारापाणी यासाठी लागणारा पैसा देण्याच्या बोलीवर आपल्या प्रवासासाठी दुसऱ्याकडून जो घोडा घेतलेला असतो, तो फारसा उपयोगी पडणारा नसतो. त्याचप्रमाणे दररोजचा भत्ता किंवा रोजगार घेणारा नोकर, मजूर फारसा कामाचा नसतो; म्हणजेच फारसा उपयोगाचा नसतो. तो मन लावून व खूप वेळ काम करीलच असे नाही. जसा भाड्याने घेतलेला घोडा लवकर, नीटपणे मुक्कामाला नेईलच असे नाही. भाडोत्री घेतलेली किंवा तात्पुरती आणलेली वस्तू आपल्या उपयोगी पडत नसते, हा भावार्थ.

१७१. घोडं काही चालेना, गोंडा काही हालेना

मिरवण्याची, मानसन्मानाची, मोठेपणाची कधी नव्हे ती संधी एखाद्याला मिळते. त्यामुळे आनंद होतोच, शिवाय आयुष्याचे सार्थक झाले असे त्याला वाटते. पण या मानसन्मानाची,

मिरवून घेण्याची सगळी काही तयारी पूर्णत्वाला आलेली असतानाच अचानक बिघाड व्हावा, अशावेळी ही म्हण वापरली जाते. त्याचा पार दारूण अपेक्षाभंग होतो. कमालीचे दु:खही होते. नटूनथटून एखाद्याने सजवलेल्या घोड्यावर बसावे, पण ते जागचे हलू नये, त्याचा गोंडा डुलूच नये; असे झाले तर 'घोडं काही चालेना, गोंडा काही हालेना' असे सर्वांना वाटते. तासन् तास घोडं जमिनीवर अन् हा घोड्यावर.

१७२. घोडं न्हायी कुदत, आन् खोगीरच कुदते

ज्याला खूप कष्ट पडतात, जबाबदाऱ्या पार पाडाव्या लागतात, निवांतपणाही मिळत नाही, असा माणूस तक्रार करत नाही, वैतागत नाही, कुरकुर करत नाही. पण त्याच्या जिवावर जे मजेने जगतात, चैनमौज करतात, आराम करतात, ते मात्र नापसंती व्यक्त करतात, तेव्हा ही म्हण वापरली जाते. पळण्याचा त्रास घोड्याला होतो. त्याच्या पाठीवरच्या खोगिराला पळावे लागत नाही. त्रास सोसावा लागत नाही, तरी, घोड्याऐवजी तेच कुरकुरते. नापसंती दाखवते.

गेल्या दीड-दोन वर्षांपासून सदाभाऊ कारखान्यात रात्रपाळी करतात आणि सकाळीही साऱ्या प्रापंचिक जबाबदाऱ्या पार पाडतात; पण मला दुपारची जराही झोप मिळत नाही, अशी तक्रार सदाभाऊऐवजी त्याची बायकोच करत असते. म्हणतात ना, घोडं नाही कुदत – खोगीरच कुदते.

१७३. घोड्याची टाच, कुत्र्याचा दात विश्वासता डसे – मारी लाथ

अनुभवातून आलेले शहाणपण या म्हणीत आहे.

घोडा केव्हा लाथ मारील आणि कुत्रा केव्हा चावेल याचा नेम नाही. यावर विश्वास ठेवून बिनघोर राहू नये, यासाठी ही म्हण. इंग्रजीमध्येही Trust not a horse heel, nor dog's tooth अशी एक म्हण रूढ आहे.

संभाव्य धोका किंवा संकटाची आधीपासूनच सावधगिरी बाळगावी, हा याचा भावार्थ.

१७४. चंचूप्रवेशे मुसलप्रवेशः

कोणत्याही गोष्टीचे प्रारंभीचे स्वरूप लहान असते. नंतर तिचे स्वरूप व परिणाम मोठे होत जातो. भूमीच्या एखाद्या विवरामध्ये आधी चोचीच्या आकाराची साधी काटकीदेखील आत जात नाही, पण दुर्लक्ष केल्याने अथवा त्यासाठी सातत्याने प्रयत्न केल्याने त्याच विवरात मोठे मुसळ देखील सहज जाऊ शकते. संकटाचा प्रारंभ छोटा असतो. त्याचा परिणामही नगण्य

असतो, पण नंतर त्याचे स्वरूप गंभीर होते.

नखाला झालेली साधी जखम, पण भिकाजीला त्यातून सेप्टिक झाले आणि त्यांची दोन बोटे कापावी लागली. 'चंचूप्रवेशे मुसलप्रवेश:' हा त्यांना अनुभव आला.

१७५. चटका भरला तोंडाला, फाटके धोतर कमरेला (गांडीला)

ज्या माणसाला खायला पोटभर व चमचमीत हवे असते, पण अंगावर फाटके कपडे असले तरी चालतात, अशा माणसाला उद्देशून ही म्हण वापरली जाते. वस्त्रप्रावरणांची चैन करण्याऐवजी जिभेचे चोचले पुरविणारा – जिभेचे लाड करणारा, हा त्याचा अर्थ.

भीमराव कारकुनाला बऱ्यापैकी पगार मिळतो. पण त्यातला निम्म्याहून अधिक पैसा नुसता खाण्यावर जातो. रोज कोंबडी, मटन असे काहीतरी असतेच. त्यामुळेच त्याच्या लेकरांच्या अंगावर जुने कपडे असतात. चटका-मटका तोंडाला असेल तर कमरेला किंवा गांडीला फाटके धोतर असणारच. अर्थात त्याचे त्याला काहीच वाटत नाही म्हणा.

१७६. चबऱ्या माणसाचं बाबर ओठ, न पुसता सांगे गोठ

बाबर म्हणजे अनावर. गोठ म्हणजे गोष्ट, हकिगत.

चंचल, बडबड्या आणि कुठल्याही गोष्टीचा दिमाखाने डांगोरा पिटण्याचा स्वभाव असणाऱ्या माणसाविषयी ही म्हण वापरली जाते. अशी माणसे कुठलीही गोष्ट पोटात ठेवत नाहीत. कुणी त्याला विचारले नसले तरी ती सांगून टाकतात. त्यात त्यांना फुशारकी वाटते. मोठेपणा वाटतो. गुप्त ठेवायची गोष्टही ते सांगून टाकतात. काकाने निष्कारण संशय घेतल्यामुळे रागाच्या भरात काकीने आत्महत्येचा प्रयत्न केला. ती वाचली, पण त्यांचा पुतण्या श्रीहरीने मात्र, 'तुम्हाला कळलं नसेलच' अशी सुरुवात करून साऱ्या गावभर ही गोष्ट सांगितली. चबऱ्या माणसाचं बाबर ओठ दुसरं काय करणार?

१७७. चांगला विचार असावा, तर म्हाताऱ्यास पुसावा

माणूस कोणताही असो, त्याला मार्गदर्शनाची जरुरी असते. विशेषत: एखादा गुंतागुंतीचा प्रसंग/प्रश्न उभा राहिला तर. असा जर आपल्याला चांगला सल्ला पाहिजे असेल तर जे वृद्ध आहेत, अनुभवसंपन्न आहेत, त्यांच्याकडे जावे. अनुभव माणसाला ज्ञानी बनवतो. शहाणपण शिकवतो. आपला वेळ आणि खर्च कमी करतो. अनुभवी वृद्ध हा निर्दोष आणि उत्तम कामाची हमी देणारे ऊर्जाकेंद्रच असते.

जावयाच्या बापाने व्याह्याला विहीरभर तुपाची अट घातली, तेव्हा पांढऱ्या केसाची

म्हातारी म्हणाली, ''आम्ही विहीर भरून तूप देऊ; पण आधी तुम्ही पाणी उपसून विहीर कोरडी करून द्या.'' अनुभवातून येणारे शहाणपण हे असे असते.

१७८. चार खुंटाची जहागिरी

चार खुंट म्हणजे चार दिशांची जहागिरी. म्हणजे जगामध्ये हवे तिकडे, हव्या त्या दिशेला भिक्षा मागण्याची मोकळीक. लक्षणेने भिक्षावृत्तीने जगणे, कष्टाविना जगणे.

भिक्षेच्या झोळीचे चार पदर म्हणजे अंबारीचे चार खुंट. सिंहासनाचे चार पाय जणू. ''मुंबईसारख्या महानगरात चार खुंटाच्या जहागिरीचे हजारो जहागीरदार आपल्याला रस्त्या-रस्त्यावर भेटतात.''

१७९. चारी ठाव जेवण

अनेक खाद्यपदार्थांनी गच्च भरलेले जेवणाचे ताट असलेले भोजन. ताटाच्या चारी बाजू खाद्यांनी भरून म्हणजे चटण्या, कोशिंबीर, तोंडी लावणे, भाज्या, कढी, भजी, पापड, इ.नी भरलेले जेवण. शिवाय दोन-तीन प्रकारचा भात, दही, ताक इत्यादी. थोडक्यात काय ताटाची उजवी आणि डावी बाजू गच्च भरलेले जेवण म्हणजे चारी ठाव जेवण होय. पुण्यामध्ये पेशवाई काळात – श्रावणात जे ब्राह्मणभोजन दिले जात असे, ते अगदी चारी ठाव जेवण असायचे. त्याशिवाय पुण्यप्राप्ती नाही अशी धारणा होती.

१८०. चिमणी साठा करी, कावळा पोट भरी

समाजातल्या दोन प्रवृत्तीचे इथे दर्शन घडते. समाजात साधी-भोळी, प्रामाणिकपणे कष्ट करणारी, भविष्यासाठी बचत किंवा साठा करणारी माणसे जशी असतात; तशीच कष्ट न करता दुसऱ्याचा घास हिरावून घेणारी, दुसऱ्याच्या पैशावर डल्ला मारणारी भामटी, बनेल माणसेही असतात. चिमणी दाणादाणा गोळा करते, पण लबाड व बनेल कावळा तिला फसवून त्यावर डल्ला मारतो, आपले पोट भरतो आणि पुन्हा कावळ्यासारखी ही माणसे समाजात उजळ माथ्याने वावरताना दिसतात.

सदूने आपल्या मजुरीतून पै पै साठवून अडचणीसाठी बाजूला ठेवलेली रक्कम महादूने पळवून नेली आणि यात्रेमध्ये ती चैनीसाठी खर्चून टाकली. शिवाय आपल्याला यातले काहीच ठाऊक नाही, असा देखावा करू लागला. 'चिमणी साठा करी, कावळा पोट भरी' हाच अनुभव येथे प्रत्ययाला आला.

१८१. चुकल्या म्हशी दिल्या आंदण

ज्या गोष्टीवरील आपला हक्क आणि मालकी संपुष्टात आलेली आहे ती गोष्ट (स्वतःजवळ नसताना) दुसऱ्यास दान म्हणून देऊन टाकणे, यासाठी या म्हणीचा वापर. मालकाच्या म्हशी हरवल्या आहेत, खूप शोधाशोध करूनही त्या सापडल्या नाहीत. त्या मिळण्याची शक्यता संपलेली. ती मालकाने भेट म्हणून देण्याचे औदार्य दाखवावे अशी परिस्थिती.

बापूसाहेबांचे पाच रुपयाचे नाणे आंघोळ करताना नदीच्या प्रवाहात पडले. शोधून दमले तरी सापडेना. तेवढ्यात समोर आलेल्या भिकाऱ्यास म्हणाले, ''पाण्यात पडलेले माझे पाच रुपये मी तुला आनंदाने देतो. शोध आणि घेऊन जा. भिक्षेकरी त्यावर म्हणाला, ''काय सायेब, चुकल्या म्हशी मला कशाला आंदण देता? त्या मला तरी मिळणार आहेत का?'' आंदण म्हणजे भेटवस्तू देणे.

१८२. चुन्याचं गाडगं फुटलं, नवऱ्याचं नातं तुटलं

एक काळ असा होता की, पति-पत्नीचे नाते तुटायला कोणतेही क्षुद्र कारण पुरायचे. पुरुषप्रधान संस्कृतीचा फायदा घेत नवरा बायकोला छळायचा, मारायचा, घराबाहेर हाकलूनही द्यायचा. तिची एवढीशी चूक असली तरी घोर शिक्षा करायचा. पान-तंबाखूसाठी लागणाऱ्या चुन्याचं छोटंसं मडकं नकळत तिच्याकडून फुटले तरी, त्याला नातं तोडायला हे कारण पुरायचे. एखाद्या पशूला वागवावे तसे तिला वागवले जाई.

दिवसभर तोंड वाजवणाऱ्या सासूच्या वैतागामुळे अस्वस्थ झालेल्या सीतेने भाजीत कमी मीठ घातले. ती बिनचवीची भाजी खाताना खवळलेल्या पांडोबानी जेवणाचे ताट तर भिरकावलेच, पण तिलाही घराबाहेर हाकलून दिले. तशी तर मोठी चूक झाली नसताना. 'चुन्याचं गाडगं फुटलं, नवऱ्याचं नातं तुटलं' याशिवाय दुसरं कारण कोणतं म्हणायचं!

१८३. चुलत भावाचा उलत भाऊ, चाल कुऱ्या खीर खाऊ

काही माणसे भलतीच मतलबी आणि गळेपडू असतात. आपला स्वार्थ साधण्यासाठी नात्याचा आधार घेतात. गावाचा, आडनावाचा आधार घेतात, ओढूनताणून आपला संबंध जोडून मतलब साध्य करतात. आता खीर तर खायची आहे, पण त्यासाठी लांबचे कुठले तरी नाते सांगितले पाहिजे. म्हणून हा गडी चुलत भावाचा चुलत नव्हे उलत भाऊ हे नाते सांगतो. म्हणजे अस्तित्वात नसलेले नाते सांगून खिरीवर चाल करतो. म्हणजे स्वार्थ साधण्यासाठी कोणतेही व कसलेही निमित्त शोधणाऱ्या माणसासाठी ही म्हण वापरली जाते.

आमच्या गावी चव्हाण नावाची एक असामी आहे. ती पृथ्वीराज चव्हाणापासून

यशवंतराव चव्हाण आणि शंकरराव चव्हाणापासून त्यांच्या वडिलांपर्यंत नसलेले नाते सांगून कार्यभाग साधत असते. चुलतभावाचा उलत भाऊ खिरीसाठी एवढे करणारच ना?

१८४. चुलीपाशी हगावे आणि पूर्वकर्मास रडावे

आज केलेल्या दुष्कृत्यास आपण स्वत: जबाबदार असताना म्हणजे आपला स्वत:चा दोष असताना त्याची जबाबदारी न घेता पूर्वजन्मी केलेल्या कृत्याचा हा परिपाक आहे अशी स्वत:च समजूत करून घेणे. स्वत:ची कृती आणि वर्तमानकाळातली स्थिती ही संकटाला, दु:खाला कारणीभूत असते हा भावार्थ.

भाऊरावांनी चांगले फळ येण्यासाठी आंब्यावर जी औषधफवारणी केली, त्यामुळे साऱ्या कैऱ्या गळून पडल्या, पण इतरांना सांगताना ते पूर्वकर्मास दोष देत होते. स्वत: चुलीजवळ हगून घाण केल्याचे ते सांगत नव्हते. स्वत:चा मूर्खपणा लपवून ठेवत होते.

१८५. चुलीवर ढळढवळणी, शाब्बास ग सुगरणी

काही गृहिणींच्या हाताला चव असल्याने त्यांचा स्वयंपाक – साधा असूनही रूचकर लागतो. तर अशा काही गृहिणी असतात की, त्यांनी केलेला पदार्थ पानचट, बेचव, मीठ-तिखटाचे प्रमाण बिघडलेले असा असतो. त्यांच्या आमटीत आपण वाकून बघितले तर आपला चेहरा दिसावा. या म्हणीचा अर्थ असा की, सुगरण आहे असे म्हणणाऱ्या गृहिणीचा स्वैपाक कसा, तर ढळढवळणी म्हणजे पाण्यात पळी ढवळावी तसा. कोणत्याही पदार्थाला चव नसलेला. पाणीदार नि पातळ. अशा स्त्रीचे न्यूनत्व सांगण्यासाठी ही म्हण उपरोधार्थ वापरली जाते.

उमाकाकूंचा स्वैपाक म्हणजे चुलीवरची ढळढवळणी. तोंडाला असलेली चव पार नष्ट करणारा. तरीही त्या स्वत:ला सुगरण समजतात. कमाल आहे.

१८६. चूक माणसात आहे आणि ईश्वरापाशी क्षमा आहे

जन्मत: असलेल्या षड्विकारांमुळे मनुष्य हा स्खलनशील प्राणी आहे. कुठल्यातरी मोहापोटी तो भ्रष्ट आचरण करतो. पण परमेश्वर त्या चुकीला शासन न करता दया दाखवतो. कारण तो जात्याच दयाळू आहे. दयेचा वर्षाव हेच अपराध्याला केलेले शासन असते.

सत्ता आणि संपत्तीसाठी अनेकांनी नातेवाइकांचे खून पाडले, असा इतिहास आहे. पण परमेश्वर दयाळू असल्याने अपराधी माणसाचा निर्घृण खून झालेला पाहावयास मिळत नाही. कारण माणसात चूक असली तरी ईश्वरापाशी क्षमा आहे.

१८७. चोर तो चोर, घरधन्याहून थोर

या म्हणीचा वापर दोन वेगवेगळ्या अर्थांनी केला जातो. त्यातला एक अर्थ असा की, एखादा चोर चोरी करताना सापडला आणि भरपूर मारपीट केल्यावर तो क्षमा मागण्याऐवजी मी तुमचे काही चोरले नाही, उलट मला मार का दिला, म्हणून भांडायला लागतो. आपल्यालाच गुरकावतो. आपल्यालाच तो दमबाजी करतो; आणि दुसरा अर्थ असा की, एखाद्या मान्यवराकडे नोकरीला असणारा नोकर स्वत: मालक नसतानादेखील घरातील गोष्टीवर मालकी हक्क गाजवू पाहतो. तो मालकाला डोईजड झालेला, शिरजोर आणि हेकेखोर असलेला माणूस बनतो.

१८८. चोराला चावला विंचू, चोर करीना हूं की चूं

एखाद्या माणसाने दुष्कृत्य केले तर त्याचे परिणाम, संकट तो सहन करील, पण केल्या कर्माबद्दल त्याला कुठेही उघड बोलता येत नाही. त्याची घुसमट होईल. असा एखाद्याचा होणारा कोंडमारा व्यक्त करण्यासाठी ही म्हण वापरली जाते. चोरी करताना विंचू चावला तर चोर कुणाला सांगणार? मूकपणे वेदना सोसणार.

छबुरावाला वादावादीमध्ये पाठ सुजेपर्यंत लोकांनी बडवले. पण सांगणार कसे? चोराला चावला विंचू, चोर करीना हूं की चूं. अशी त्याची अवस्था झाली.

१८९. चोराला म्हणते चोरी कर, सावाला म्हणते हुशार राहा

काही माणसे अतिशय धूर्त, चाणाक्ष आणि समोरचा माणूस बघून वागणारी, बोलणारी असतात. रामभाऊ भेटताच त्याला हरभऱ्याच्या झाडावर चढवतील, तर रामभाऊचा शत्रू भेटला तर त्याच रामभाऊला शिव्यांची लाखोली वाहतील. एखादा चोर रात्री भेटला तर त्याला म्हणतील शेजारच्या घरात चोरी कर, घबाड मिळेल आणि दुसऱ्या क्षणी शेजाऱ्याला जाऊन मोठ्या आस्थेने सल्ला देतील. 'गल्लीत चोर फिरतात. तुम्ही सावध राहा. काळजी घ्या.' अशी तोंडदेखले बोलणारी माणसेच आयुष्यात अनेकदा यशस्वी होतात.

निवडणुकीच्या तोंडावर सुंदररावांनी आमदाराला भेटून पुन्हा उभे राहण्याचा आग्रह केला. त्यांची वारेमाप स्तुती केली. आणि रात्री त्यांच्या विरोधकांना आपला पाठिंबा तुम्हालाच, माघार घेऊन नका, विजय तुमचाच आहे, अशी भलावण केली. त्यांचे हे वागणे चोराला चोरी कर म्हणायचे आणि सावाला हुशार राहा सांगायचे या प्रकारचे म्हणावे लागेल.

१९०. चोरीचे चौदा हात

चोरीचा माल चोरूनच विकायचा असल्याने फार स्वस्त विकला जातो. देणाऱ्याला वाईट

वाटत नसते, घेणाऱ्याला घबाड मिळते.

चोरलेले कापड रुपायाला चौदा हात सुद्धा देता येते. या दराने विकायला चोराच्या बापाचे काय जाते.

एका सराईत चोराने चार तोळ्यांची बोरमाळ अवघ्या चार हजाराला सोनाराला विकली. चोरीचे चौदा हात असा व्यवहार करून तो मोकळा झाला. दोघे खूष!

१९१. चौदा इंद्र झाले तरी इंद्राणी एकच

समाजात अवतीभोवती अनेक फेरफार झाले तरी जी एकच वस्तू, एकच चाल किंवा विधी, समारंभ टिकून राहतो, त्याचे वर्णन करताना या म्हणीचा वापर केला जातो.

चौदा इंद्रांचा संदर्भ असा की, ब्रह्मदेवाच्या एका दिवसाच्या काळात पृथ्वीवर चौदा मनू राज्य करून जातात. त्याचप्रमाणे स्वर्गामध्ये त्याच काळात चौदा इंद्र राज्य करून जातात. एवढा कालखंड गेला तरी इंद्राणी ही त्यांची पत्नी मात्र कायम एकच असते, टिकून असते.

१९२. जग भित्र्याला भिवविते आणि भिवविणाऱ्याला भिते

जो जगाला घाबरतो, त्यालाच जग घाबरवून टाकते. त्याच्याच पाठीमागे हात धुऊन लागते. पण जो जगाला विरोध करतो, जगाला घाबरत नाही, त्याच्या बंधनाला झुगारून देतो, त्याला मात्र जग घाबरते. त्याच्या वाट्याला फारसे कोणी जात नाही. समाजाच्या जाचक रूढी-परंपरा यांना झुगारून विवेकबुद्धीने जो वागतो, त्याच्यावर समाज नाराज असला तरी त्याला शिक्षा करत नाही. मऊ असलेली माती कोपराने खणायची आणि खडकाळ मातीला नमस्कार करायचा, हा मानवी स्वभाव येथे व्यक्त केला आहे. जग मांजराला टोला मारते पण वाघाला घाबरून पळते.

१९३. जन तितली वणवण, माखीसनी भणभण

जन म्हणजे अपत्य, मुले. तितली म्हणजे तितकी, माखी म्हणजे माशी. अहिराणी बोलीत वापरली जाणारी ही म्हण आहे.

ही मोठी अर्थगर्भ व मार्मिक अशी म्हण आहे. एखाद्या कुटुंबात जेवढी जास्त मुले, तेवढी जास्त दगदग. तेवढी जास्त वणवण. तेवढा जास्त त्रास आणि वैताग. अधिक अपत्ये असतील तर एकाचेही नीटपणे संगोपन, संवर्धन, शिक्षण होत नाही. दारिद्र्याचे ते एक कारण सांगितले जातेच. पण त्या बरोबरच अशा घरात बरीच अस्वच्छता असते. घरातल्या स्वच्छतेकडे बघायला त्या माऊलीला वेळच मिळत नाही. म्हणून त्या घरात सदोदित माश्यांची भणभण

असते. घरभर पसारा असतो आणि अशा कुटुंबात स्वास्थ्य आणि आनंदही दिसत नाही. लहान कुटुंबाचे महत्त्व आता ग्रामीण स्त्रीला पटलेले आहे, असे या म्हणीवरून वाटते.

१९४. जन्मा आला हेला, पाणी वाहून वाहून मेला

हेला म्हणजे रेडा.

पूर्वी ग्रामीण भागात गावाला पाणी पुरवण्याचे काम परीट करीत असे. तो रेड्याच्या पाठीवर पखाल ठेवून सकाळपासून सायंकाळपर्यंत घरोघरी पाणी घालण्याचे काम करीत असे. त्याच्या रेड्याला अशा प्रकारे सारा जन्म याच कष्टात घालवावा लागे. दिवसभर आणि जन्मभर अशा अघोर कष्टात आयुष्य घालवणाऱ्या माणसाला पाहून ही म्हण वापरली जाते. एखाद्याला आयुष्य किती कष्टमय, दुःखात, उपेक्षित आणि किती परावलंबी पद्धतीने जगावे लागते, याची खंत व्यक्त करण्यासाठी ही म्हण वापरतात. अशा माणसाच्या जगण्याला अर्थ नसतो. आधार नसतो, रंग-रस नसतो आणि त्याच्या जगण्यावर त्याची मालकीसुद्धा नसते. कष्टासाठी जगणे आणि कष्ट करीत मरणे एवढेच जीवन त्याचे. म्हणून 'जन्मा आला हेला, पाणी वाहून मेला.' असे म्हणायचे.

१९५. जन्माचा आरंभ तोच मृत्यूचा प्रारंभ

जो जो प्राणी जन्माला येतो, त्याला कधी ना कधी तरी मृत्यू हा येणारच हे अगदी त्रिवार सत्य आहे. किंबहुना जन्म हा सोबतीला मृत्यू घेऊनच येत असतो. फक्त आपण जगत असताना तो आपल्याला दिसत नाही. जरी तो अवतीभवती वावरत असला तरी. Our first breath is the beginning of death ही म्हण याच अर्थाची आहे. 'बोले-चाले आनंदाने तरी मरण कुणाला चुकले.' अशी एक कवितेची ओळ आहे. मरणाचे माणसाला सदोदित विस्मरण होत असते, त्यामुळे तर वरवरच्या जगण्यात तो रमतो. निरर्थक धडपडतो.

१९६. जळते घर भाड्याने घेणे

एखाद्या प्रसंगी तसेच एखाद्या ठिकाणी धोका आहे, हे प्रत्यक्ष आपल्याला दिसत असताना त्यात भाग घेणे यासाठी ही म्हण वापरली जाते. समोर पेटलेले घर दिसते आहे, तरीही ते भाड्याने घेण्यासाठी मालकाशी वाटाघाटी करणे म्हणजे मरणालाच आमंत्रण दिल्यासारखे नाही का?

उंदराचा पाठलाग करता एक विषारी नाग घरात शिरला. त्याला पकडण्यासाठी रमेश धडपडत असताना घाबरलेली आई त्याला म्हणाली, "बाबा, शांत बस जरा. जळते घर भाड्याने घेण्याचा उद्योग करू नकोस. जिवावर बेतेल तो."

१९७. जायाचे लेणे लाजिरवाणे

'जायाचे लेणे' म्हणजे एखाद्या विशेष समारंभासाठी उसना घेतलेला दागिना-कपडा इ.

अनेकदा खोटा रुबाब किंवा दिमाख दाखवण्यासाठी एखाद्या समारंभात एखादी स्त्री दुसऱ्याचा दागिना घालते. दुसऱ्याची साडी नेसते, त्यासाठी ही म्हण. असला दिमाख लाजिरवाणा असतो. लोक ते ओळखतात. धुणीभांडी करणाऱ्या रकमाबाईच्या गळ्यातील दागिने पाहून सासू म्हणाली, ''बघा हे सोंग, जायाचे लेणे लाजिरवाणे.''

१९८. जावई न्हाला अन् वाफा पाणी पिला (शिंपिला)

सासुरवाडीला गेलेला जावई तसा ऐटीत, रुबाबात अणि मनसोक्त विलास भोगतो, चैन करतो. स्नान करायला तो इतके पाणी वापरतो की, त्या पाण्यात सासऱ्याच्या शेताचा एक वाफा भिजून निघतो. अशा बोलावल्याशिवाय दुसऱ्याच्या घरी जाऊन चैनीत राहणाऱ्या माणसाला उद्देशून ही म्हण वापरली जाते.

बाबुराव न सांगता-बोलवता आमच्या घरी आले आणि असा काही पाहुणचार भोगू लागले की, 'जावई न्हाला आणि वाफा पाणी पिला' याची आम्हाला आठवण करून दिली. त्यात पुन्हा ते काही आमचे खूप जवळचे नातेवाईक नव्हते.

१९९. जावई बेटा अन् करडईचा पेटा

पेटा म्हणजे भारा. इथे करडईचा भारा. करडईच्या पानाला भरपूर काटे असल्याने तो भारा उचलता येत नाही. उचलताना काटे बोचतात. म्हणून तो जपून, काळजीने उचलावा लागतो. त्याप्रमाणे जावई हा आपल्या कामाचा नसतो. त्याला काम सांगता येत नाही. कारण त्याला वेगळी प्रतिष्ठा असते. त्यावरून निरुपयोगी आणि आपल्याच तोऱ्यात असणाऱ्या नातेवाइकास वा मनुष्यास उद्देशून ही म्हण वापरली जाते.

बापूसाहेब जावई आल्यावर त्याची ते इतकी बडदास्त ठेवतात, इतकी काळजी घेतात की विचारू नका. ते म्हणतात, ''जावई म्हणजे करडईचा पेटा ना? टोचणार नाही याची काळजी घ्यावी लागते.''

२००. जावई रंडका ऐकावा, पण लेक रंडकी न ऐकावी

एकेकाळी खेड्यातील स्त्रियांना अनेक दिव्यातून अन् दुःखातून जावे लागायचे. बंधने, दडपण, कष्ट, उपेक्षा आणि जाच या गोष्टी तिला पूर्ण भाजून काढत. त्यातही तिला अकाली वैधव्य आले तर तिच्या हाल आणि दुःखाला सीमा नसायची. अशा वेळी तिची आई म्हणायची, एक

वेळ जावई रंडका झाला तर – म्हणजे आपली लेक मरण पावली तर कमी दुःख, पण लेकीचा नवरा मरण पावला तर साऱ्या जगाचेच दुःख तिला भोगावे लागते. ते सर्वात अधिक वाईट. म्हणजे लेकीच्या साक्षात मरणापेक्षा वैधव्यामुळे जिवंतपणी भोगाव्या लागणाऱ्या मरणकळा अधिकाधिक वाईट. विधवा मुलीच्या करपलेल्या, नासलेल्या आणि तुडवलेल्या आयुष्याचा हा दाहक अनुभव या म्हणीतून व्यक्त झाला आहे.

२०१. जिची सहज लिळा, तिला कशाला पाहिजे भांग-टिळा

भांग म्हणजे मोत्याचा दागिना.

जी स्त्री जात्याच सुंदर आहे, तिला नटण्याची किंवा नखऱ्याची गरज पडत नाही. तिचे अलंकारविना असलेले अंगभूत सौंदर्यच बघणाराला मोहीत करते.

"बाजीराव पेशव्याच्या मस्तानीचे साध्या कपड्यातील वावरणेही लोकांना मोहीत करायचे. म्हणतात ना 'जिच्या सहज लिळा, तिला कशाला भांग-टिळा.'"

२०२. जित्याला रोटी अन् मेलेल्याला माती

जिवंत असलेल्या माणसाला जगण्यासाठी अन्नाची गरज असते. मग ते अन्न कसेही असो नि केवढेही असो. पोटाची पिशवी भरल्याशिवाय प्राण टिकणार नाही. त्याचप्रमाणे मरण पावलेल्या व्यक्तीला स्मशानभूमीत नेऊन अंत्यसंस्कार केल्याशिवाय पर्याय नाही. मग तो चंदनाच्या लाकडात ठेवून केलेला असो वा मातीमध्ये घालून केलेला असो. या दोन गोष्टी देश, काल, परिस्थिती, धर्म, पंथ कोणतेही असले तरी अटळ असतात, हे या म्हणीतून व्यक्त झाले आहे. मृत्यु अटळ आहे, तसे जगण्यासाठी लागणारे अन्न ही अटळ गोष्ट आहे. त्यासाठीच 'जित्याला रोटी आणि मेलेल्याला माती' ही म्हण वापरली जाते.

२०३. जिथे मिळाल्या दोघीतिघी । तिथे निघे उगीदुगी ॥

दोन किंवा तीन बायका एकत्र भेटल्या म्हणजे – विशेषतः सासुरवाशिणी भेटल्या म्हणजे – त्या आपल्या मनातील सुखदुःखे मुक्तपणे परस्परांना सांगतात. तिला होणारा जाच अन्य कुणाला सांगता येत नाही, पण समवयस्क व समदुःखी मैत्रिणीला मात्र मन मोकळे करून सांगते. पूर्वी कपडे धुण्याच्या निमित्ताने नदीकाठी अशा स्त्रिया एकत्र आल्या म्हणजे धुण्याबरोबर त्या आपले मनातले सलणारे दुःखही धुऊन टाकत असत. त्यामुळे घरी जायला उशीर झाला की, पुन्हा सासूचे बोलणे आहेच. पूर्वी पाणवठा म्हणजे मळलेले मन धुण्याची जागा होती.

२०४. जिथे भरतो दरा । तोच गाव बरा ॥

दरा भरणे म्हणजे पोट भरणे, रोजगार मिळणे.

जिथे पोटभर खायला मिळते, पोटापुरता रोजगार मिळतो, आपली उपासमार होत नाही, तोच गाव जगण्यासाठी चांगला. जन्मगावी उपाशी मरण्यापेक्षा तो सोडून या गावी आले तर तोच आपला मानावा. परका, परक्याचा मानू नये, हा भावार्थ.

पोट भरण्यासाठी गावोगावी भटकणारा भैरू कैकाडी आमच्या गावी आला अन् तिथेच वस्ती करून कायमचा राहिला. तो म्हणाला, ''मालक, 'जिथे भरतो दरा, तोच गाव बरा.' कशाला जन्मगावाचे नाव सांगायचे?

२०५. जिला अधिक मुली, तिची मान खाली

आपल्या संस्कृतीत स्त्रीला नेहमीच दुय्यम स्थान दिलेले आहे. ती परक्याचे धन आहे, तिला सासरी जाच होऊ नये यासाठी मुलीच्या आईला सतत पडते घ्यावे लागते. मुलीच्या सासरचा मानसन्मान करावा लागतो. आदरभाव दाखवावा लागतो. त्यातही एखाद्या माऊलीला अधिक मुली असतील, तर प्रत्येकीच्या सासरी तिला झुकावे लागते. कमीपणा घ्यावा लागतो. नमते घ्यावे लागते. तसे केले नाही तर मुलीचे नांदणे संपते. मुलीला जाच होतो. म्हणून प्रत्येक गोष्टीत मुलीच्या आईला पराभूत माणसासारखी भूमिका घ्यावी लागते. मुलींसाठी खाली मान घालून जगावे लागते. समाजाचा स्त्रीकडे व तिच्या माहेराविषयी असणारा चुकीचा दृष्टिकोन येथे अधोरेखित केलेला आहे.

२०६. जीभ जिंकतो, तो जग जिंकतो

सुंदर अणि कृतार्थ जीवनाचे एक चिरंतन सत्य सांगणारी ही म्हण आहे. ही म्हण दोन अर्थांनी वापरली जाते. त्यातील एक अर्थ असा की, जो अन्नपदार्थ खाताना जिभेवर नियंत्रण ठेवतो, तो आरोग्यसंपन्न आणि कर्तृत्वसंपन्न आयुष्य जगतो. सामान्य माणसे अन्नाला हावरट असतात. सतत चरत असतात. आवडीचा पदार्थ असेल तर जीभ अनावर होते. मनाविरुद्ध ती खाते. त्यातून अनेक वाईट गोष्टींचा संदेश जातो. जिभेवर नियंत्रण म्हणजे वासनेवर नियंत्रण, मोहावरील नियंत्रण, खाद्यावरील नियंत्रण, रोगावरील नियंत्रण, मानसिक आरोग्याचे आमंत्रण असते. म्हणून खाताना जिभेला शरण जाता कामा नये.

या म्हणीचा दुसरा अर्थ असा की, बोलताना जिभेचा दुरुपयोग होता कामा नये. शिव्या-शाप, चहाडी, निंदा, अपमान यासाठी जिभेचा म्हणजे वाणीचा उपयोग होता कामा नये. त्यावेळीही नियंत्रण हवे. गोड बोलण्याने माणसे जोडली जातात. काय बोलावे, किती

बोलावे, कसे बोलावे नि केव्हा बोलावे याचा विवेक करून जिभेवर नियंत्रण ठेवले तर त्या माणसाचे आयुष्य गोड होते आणि सुंदरही होते.

२०७. जुगार हा लोभाचा पुत्र आणि दुष्कृत्यांचा पिता असतो

जुगार हा केवळ मनोरंजनाचा एक खेळ नव्हे. तो अनेक दुष्कृत्यांना जन्म देणारा, प्रेरणा देणारा खलपुरुष आहे. तो माणसाला लोभ, ईर्षा, सूड, फसवणूक, विश्वासघात आणि व्यसन ह्या दुर्गुणांकडे खेचून नेतो. त्यात अडकवतो. माणसांना माणुसकीतून उठवतो. तो माणसाला धनाचा गुलाम करतो. यामागे आधी असतो लोभ. लोभ प्रबळ झाल्याशिवाय जुगाराला प्रारंभ होत नाही. म्हणून तो लोभाचा पुत्र आहे आणि हा पुत्रच मग साऱ्या दुष्कृत्यांना जन्मास घालतो. साऱ्या दुष्कृत्यांना खतपाणी घालतो. हाती घेतलेले जुगाराचे पान तुम्हाला आयुष्याच्या पानावरून उठवते, आयुष्यातून उठवते.

२०८. जेथे गाय व्याली, तेथेच खूर खांडावेत

आपल्या जीवनात अचानक एखादे संकट उद्भवले, तर त्यावर विचार करत बसणे चुकीचे असते. त्यावरील उपाय कोणता करावा याची निष्फळ चर्चा करणेही व्यर्थ असते. तो उपाय सावकाशीने करावा ही भूमिकाही चुकीची आहे. त्यापेक्षा संकटाला तिथल्या तिथे तोंड देणे, हे उचित असते. संकटाची तीव्रता कमी होण्याचा हाच मार्ग असतो. गाय जिथे व्यालेली असते, तिथेच शेजारी पडलेल्या वासराच्या कोवळ्या नख्या (खूर) काढून टाकणे गरजेचे असते. त्या काढल्या नाहीत तर वासराला नीट चालता येत नाही.

बाबुरावच्या घरात शिरलेल्या चोराला लगेच पकडले व बदडले नसते तर तो पळून गेला असता. 'गाय व्याल्यानंतर वासराचे खूर तिथेच खांडले' म्हणून पुढचे अरिष्ट टळले.

२०९. जेथे नाही दाणा तेथे लेकरांचा भरणा

समाजामध्ये पदोपदी पाहावयास मिळणारे एक कटु सत्य या म्हणीमध्ये सामावलेले आहे. ज्यांना अन्न, वस्त्र, निवारा या मूलभूत बाबींदेखील नीट-पुरेशा मिळालेल्या नाही, ज्यांना शेती-भाती वा अन्य अशी उत्पन्नाची साधने नाहीत, ज्यांच्याकडे केवळ दोन हातांनी होणारे श्रम एवढेच भांडवल असते अन् कुणाचाही-कसलाही आधार नसतो, अशा गरीब-अतिगरीब घरामध्येच भरपूर मुले जन्मलेली असतात. मुलांचे लेंढार असते. जिथे एकालाही पोटभर अन्न देता येत नाही, जिथे एकाचीही झोपण्याची सोय होत नाही, जिथे एकाच्याही अंगावर सर्व शरीर झाकणारा कपडा नसतो अशा कुटुंबामध्येच पैशांची श्रीमंती नसली तरी पोरांची श्रीमंती

असते. त्यामुळे कुणाचेही शिक्षण, संगोपन, संवर्धन, पोषण नि लालनपालन मनासारखे होत नाही. कोंबडीच्या पुढे-मागे दहा-वीस पिलांनी चिवचिवाट करावा तशी ही पिलावळ असते. असे हे भीषण व भेदक वास्तव या म्हणीतून व्यक्त झाले आहे.

२१०. जेथे प्रीत थोडी, तेथे बहुत खोडी

जी गोष्ट आपल्याला आवडत नाही, तिला आपण अनेक नावे ठेवतो. आपल्या मनाविरुद्ध झालेल्या विवाहात पतीला पत्नीचे अनेक दोष दिसतात त्यावेळी ही म्हण वापरतात.

आपल्या मनाविरुद्ध मामाच्या मुलीशी रमेशला लग्न करावे लागल्याने तिच्यात त्याला एकही गुण दिसत नाही. जेथे प्रीत थोडी, तेथे बहुत खोडी दिसणारच!

२११. जो उसने मागतो तो दु:खी होतो

ज्याला उसने मागण्याची पाळी येते, त्याला दूरचे-लांबचे, शेजारी उसने देत असले तरी एक वेळ अशी येते की, त्याला कोणी दारातसुद्धा उभे करत नाहीत. उसन्यावर जगण्याची खोडच असल्याने त्याचा अपेक्षाभंग होतो. त्याला अपमान सहन करावा लागतो. 'अति तेथे माती' हे ठरलेलेच असते. Borrowing goes a sorrowing. हे काही खोटे नसते.

तुकोजी उठसूठ शेजाऱ्याला दूध मागे, साखर मागे. खूपदा दिल्यावर शेजाऱ्याने त्याचा आधी चांगला अपमान केला आणि मग वाण्याच्या दुकानाचा पत्ता सांगितला. म्हणतात ना, जो उसने मागतो तो दु:खी होतो.

२१२. जो जो रावा पढे, तो तो पिंजऱ्यात पडे

ज्या पोपटाला बोलायला, शीळ घालायला शिकवले जाते, तो तो त्याच्या या हुशारीमुळे पिंजऱ्यात अडकतो, बंदिस्त होतो. म्हणजे हुशार आणि शहाणा माणूस गुलाम बनतो. मूर्ख आणि सुमार बुद्धीचा स्वतंत्रपणे जगतो. त्याला स्वातंत्र्य भोगायला मिळते. 'ॲरिस्टॉटलला विष पाजले जाते म्हणजे 'जो रावा पढे तो पिंजऱ्यात पडे' याचा अनुभव घेण्यासारखेच. अनेकदा माणसाचे सद्‌गुणच त्याच्या नाशाला, गुलामीस कारणीभूत होतात, हा भावार्थ. रावा म्हणजे पोपट.

२१३. ज्याचं नाही कोणी, तो पडे वनी

ज्याला कोणी नातेवाईक, मित्र, हितचिंतक आणि मार्गदर्शक नसतो, त्याचे आयुष्य म्हणजे निर्मनुष्य अशा घनदाट जंगलात घालविण्यासारखे. एकलेपणा, पोरकेपणा आणि जगण्याची विवंचनाही त्याच्या वाटेला येते. आधाराला माणूस नाही, सोबतीला माणूस नाही, सहकार्याला

माणूस नाही, जमेल तसे जगायचे, जमेल तसे भोगायचे; असे त्याचे नशीब.

अनाथाश्रमातून बाहेर पडलेल्या शिवानंदाला या विशाल जगामध्ये कोणीही नसल्यामुळे त्याला माणसात असूनही वनात पडल्यासारखे झाले.

२१४. ज्याचं याड (वेड), त्येला ग्वाड (गोड)

प्रत्येक माणसाला आपली कोणती तरी एक गोष्ट प्रिय असते, कौतुकाची वाटते. त्याने जरी एखादे व्यसन केले तरी त्याचं त्याला कौतुक. त्याने नाद म्हणून याच्या-त्याच्या शेतातली चार मक्याची कणसे भाजून खाल्ली तरी कौतुक अन् चारचौघांना पसंत न पडणारी गोष्ट केली तरी ते त्याला गोडच वाटते. आत्मसंतुष्ट आणि आत्मप्रेमी माणसाच्या स्वभावाचे दर्शन घडवताना ही म्हण वापरली जाते. आपला स्वत:चा दोषही गुण समजण्याच्या मनोवृत्तीला उद्देशून ही म्हण वापरली जाते.

चांगोजीरावाला आयुष्यभर फुकट तंबाखू खाण्याची सवय जडलेली. लोकांनी त्याला यावरून खूप नावे ठेवली. तरीही 'ज्याचं याड त्येला ग्वाड' या नात्याने ते लोकांची बोलणी हसण्यावारी नेतात.

२१५. ज्याची करावी कीव, तोच घेतो जीव

समाजात परस्परांच्या मदतीशिवाय माणसाला जगता येत नाही. काही माणसे मनापासून मदत करतात, काही हात राखून मदत करतात. मदत करणे हा ज्याचा स्वभाव असतो, ती माणसे पैसा, वेळ, श्रम यांचा त्रास झाला तरी शांत बसत नाहीत. मदत घेणाराही मनात कृतज्ञता बाळगतो, पण काही माणसे मदत करणाऱ्या व्यक्तीलाच मनस्ताप होईल अशी वागतात. देणाऱ्यालाच दोष देतात, नावे ठेवतात. त्यातून दात्याला समाधान न होता मनस्ताप होतो, यातना होतात. म्हणजे 'ज्याची करावी कीव, तोच घेतो जीव' अशी स्थिती उद्‌भवते. म्हणजे पैसा व वेळ खर्च करून मनस्ताप विकत घेतल्यासारखे घडते. अशी कृतघ्नपणाची भावना व्यक्त करण्यासाठी ही म्हण वापरली जाते. एखाद्याने ऑपरेशनला हजारांची मदत करावी आणि त्या रोग्याने तुझ्यामुळे मला पंगुत्व आले असा आरोप करावा, असा हा प्रकार.

२१६. ज्याची मोरी, त्यालाच मुतायची चोरी

स्वत:च्या मालकीची, स्वत: कष्ट करून कमावलेली आणि स्वत:च्या सोयीसाठी असलेल्या एखाद्या गोष्टीचा वापर करण्यास तिऱ्हाइताने बंदी घातली किंवा विरोध केला की, ही म्हण वापरली जाते.

बाळासाहेबांनी विमा पॉलिसीमध्ये दरमहा रक्कम गुंतवली. मुदत पूर्ण झाल्यावर त्याची रक्कम त्यांना मिळायला हवी; पण अधिकाऱ्याने नकार देत ओळखीचे दोन पुरावे मागितल्यावर ते म्हणाले, ''कमालच आहे, 'ज्याची मोरी त्यालाच मुतायची चोरी' झाली म्हणायची. माझ्या पैशाला इतरांची ओळख कशासाठी?''

२१७. ज्याचे अंगी मोठेपण । तया यातना कठीण ॥

ज्याला मोठेपणा प्राप्त झालेला असतो, जो मोठे आणि अशक्यप्राय कार्य अंगावर घेतो, त्याला अपार कष्टाला सामोरे जावे लागते. त्याच्यावर खूप मोठ्या जबाबदाऱ्या येऊन पडतात आणि त्याच्या वाट्याला वेदना व दु:खही फार येते. इंद्राचा असूनही ऐरावतासारख्या हत्तीलाही अंकुशाचा मार सोसावा लागतो. म्हणून तुकारामांनी व्याप नको, जबाबदारी नको, लहानात लहान असावे असे त्या अभंगात म्हटले आहे. लहानपण स्वीकारून मुंगी साखर खाते, मोठेपणा स्वीकारून हत्तीला लाकडे फोडावी लागतात. दु:ख देणाऱ्या मोठेपणाला काय करायचे? 'मुंगी साखरेचा रवा' हेच आपले योग्य.

२१८. ज्याने केसाची बाई गिळली, त्याला बोडकीचा काय पाड?

बोडकी : वैधव्यापोटी केस कापून टाकलेली स्त्री.

ज्या माणसाने मोठमोठी संकटे धैर्याने झेलली, त्या संकटांना पराभूत केले. ज्याने प्रचंड मोठी आव्हाने अंगावर घेऊन पार पाडली, अशा शूर, धीराच्या, धीट, आक्रमक माणसाला छोट्या, चिल्लर आणि नगण्य अशा अडचणीचे भय काय? त्याला त्याचे जराही भय वाटणार नाही. तो या किरकोळ गोष्टींना घाबरणार नाही. जो माणूस खवळलेल्या अथांग सागरात पोहतो, त्याला कमरेएवढ्या पाण्यात उतरण्याची भीती वाटणार नाही, असा याचा भावार्थ आहे. एक पोते धान्य पाठीवर घेऊन जाणाऱ्याला एक किलोचे वजन ते काय? सारांश, सर्वार्थाने सशक्त, धैर्यवान, पराक्रमी माणूस.

२१९. ज्याला खूप दया-माया, त्याचा संसार गेला वाया

माणसाने आपले सुखोपभोग आणि आपला संसार यांच्या पलीकडे जाऊन समाजातील, गरीब, गरजू, निराधार व उपेक्षितांसाठीही काहीतरी करायला हवे. ती मानवतेची आणि ईश्वराची भक्तीच असते. समाजऋणाची ती फेडही असते. असे असले तरी उपेक्षित गरिबांसाठी करावयाच्या दानधर्मावेळीही थोडासा व्यवहार बघायला हवा. आपल्यावर अवलंबून असणाऱ्या माणसांची उपेक्षा व उपासमार होणार नाही, तेही परावलंबी अन् निराधार होणार नाहीत याची काळजी घ्यायला

हवी. अतिरेकी स्वरूपाची दया-माया अथवा औदार्य त्या दानशूर माणसाच्या संसाराचाही विनाश करू शकते. चार रुपये मुठीत असतील तर त्यातील दोन गरिबांना द्यावेत आणि उरलेले दोन रुपये आपल्या संसारासाठी ठेवावेत, आपल्या माणसासाठी राखावेत, हा भावार्थ सांगताना ही म्हण वापरली जाते. त्याग असो वा भोग, टोकाला जाऊन करावयाचा नसतो, हेच खरे.

२२०. ज्वारीनं भरलं वावर, अन् कुटून खातो भाकर

शेतकरी हा आयुष्यभर शेतात राबतो. धान्याच्या रूपाने सुवर्णराशी पिकवतो. पण दुष्काळ, कर्ज, शोषण, आजारपण इ. कारणांनी वर्षानुवर्षे तो अर्धपोटीच जगत असतो. काही वेळ भरपूर पिकूनही चारी दिशांनी त्याची लुटालुट झाल्याने त्याला शिळी भाकरी कुटून खावी लागते. म्हणजे अतिदारिद्र्यात जगावे लागते. जो पिकवतो तोच उपाशी राहतो, हे विदारक सत्य आजही पाहावयास मिळते. शेतकऱ्यांच्या होणाऱ्या आत्महत्या हे त्याचेच उदाहरण आहे. कृषीजीवनातील ओढाताण, शासनाची उदासीनता आणि विपरीत परिस्थिती यांचे दर्शन घडवताना ही म्हण वापरली जाते.

सर्जेरावाने पिकवलेली सारी ज्वारी सावकाराने नेल्यामुळे त्याला कण्या भरडून वेळ भागवावी लागते. काय करणार तो. 'ज्वारीनं भरलं वावर अन् कुटून खातो भाकर' अशी त्याची अवस्था झाली.

२२१. झूटे भांडे, अर्धा लाभ

प्रत्यक्ष पदार्थ खावयास मिळाला नाही, परंतु शेवटी उष्टे भांडे हातास लागले तरी त्याचा अर्धा लाभ होतोच. त्या भांड्याला लागलेले अन्नकण थोडेफार तरी मिळतात. सर्व मिळत नसल्यास अर्ध्यावर समाधान मानताना ही म्हण वापरली जाते. संस्कृतमध्ये, 'सर्वनाशे समुत्पन्ने अर्धम् त्यजति पण्डितः' अशी असलेली म्हण याच अर्थाची आहे. सगळेच जाण्यापेक्षा थोडेफार हाती लागले यात समाधान मानायचे.

चोरांनी घर फोडून नेले, पण धान्यात लपवून ठेवलेले दागिने मात्र राहिले. 'झूटे भांडे, अर्धा लाभ' यावर मी समाधान मानतो आहे.

२२२. टिळे पट्टे नायकाचे । घरात हाल बायकांचे ॥

टिळे पट्टे करणे म्हणजे नखरे करणे, चैनमौज करणे.

काही पुरुष घरात खाण्याचे भलतेच नखरे करतात. आपल्या जिभेचे चोचले पुरवत जगतात. ते नुसतेच कपाळी टिळे-पट्टे लावून हिंडत असतात. पण त्यांच्या या नखऱ्यामुळे

घरातल्या बाईला दिवसभर त्याचे खाद्यपदार्थ बनवण्यासाठी राबावे लागते. मर मर मरावे लागते, याची जाण त्यांना कुठे असते? दुसरा एक अर्थ असा, की जे देवाधर्माच्या नावाने टिळेपट्टे लावून देवधर्म करतात त्यांची बायकापोरे त्याच्या ऐदीपणाने उपाशी मरतात.

खाण्यावर प्रेम करणारा बाजीराव दिवसभर कधी गोड, कधी आंबट, तर कधी आंबटगोड पदार्थ खात बसतो. असे टिळे पट्टे ओढत बसल्यामुळेच, त्याच्या बायकोचे घरात खूपच हाल होतात. दिवसभर एकटीला मरावे लागते.

२२३. ठसन पाटलाची, ओवाळणी काचकोराची

ठसन म्हणजे ऐट, रुबाब. काचकोर म्हणजे फुटलेली बांगडी. बोलण्यात आणि वागण्यात फरक पडला म्हणजे ही म्हण वापरली जाते. काही माणसे अशी असतात की, व्यवहारात-माणसात बोलताना मोठा रुबाब गाजवतात. रुबाबात बोलतात. बोलताना ती लाखाचीच भाषा करतात. दातृत्वावेळीही तीच भाषा असते. अमक्याला घर बांधून दिले, अमक्याला विहीर पाडून दिली, समक्याच्या पोरीचे लग्न मी पार पाडले, अशी ती भाषा असते. पण प्रत्यक्षात मात्र त्या लाखाच्या संख्येतील चार शून्ये पुसलेली असतात. त्या माणसाने दिलेले दान किरकोळ असते. काचकोरासारखे क्षुद्र वस्तूचे, टाकावू गोष्टीचे. हे दान देतानाही कदाचित त्याचा जीव वरखाली होत असावा. देताना वेदनाही होत असाव्यात. देणे व बोलणे यातील द्वैत सांगताना ही म्हण वापरली जाते.

२२४. ठाक सिंदळ अन् घाल गोंधळ

सिंदळ म्हणजे छचोर स्त्री. अनीतिकारक वर्तन करणारी.

जात्याच स्वभावानं छचोर-चंचल आणि अशोभनीय वर्तन करणारी स्त्री असेल तर तिला गोंधळ घालण्यापलीकडे दुसरे काय आवडणार? दुसरे काय जमणार? गैरव्यवहार करणे, छिनालकी करणे, गलिच्छ मार्गाने चैनमौज करणे, संपत्ती मिळवणे असेच उद्योग अशा स्त्रीचे असतात. असे उद्योगच तिला आवडतात. तिच्यासाठी ही म्हण वापरली जाते.

जगात अनेक स्त्रिया 'ठाक सिंदळ अन् घाल गोंधळ' अशा स्वभावाच्या असतात. वाईट व्यवसायात गुंतलेल्या असतात आणि या जगण्याचे त्यांना जराही दुःख होत नसते. पापभावनेनं त्यांचे मन खंतावत नाही.

२२५. डोंगराला दुखणे आणि शिंपल्यात औषध

संकटाचे स्वरूप अक्राळविक्राळ असताना त्यासाठी तेवढाच मोठा व प्रभावी उपाय न करता

किरकोळ उपाय करण्याची मनोवृत्ती असेल, तेव्हा या म्हणीचा वापर केला जातो. महाकाय असलेल्या डोंगराचा आजारही असाच असणार. त्यासाठी संपूर्ण डोंगराला लागू होईल अशी उपाययोजना न करता दोन चमचे औषध मावणाऱ्या शिंपल्यात औषध घेऊन त्याला लावण्यात काय फायदा? ते औषध लावले काय न लावले काय सारखेच.

मानसिंगरावाच्या पत्नीस कॅन्सरची व्याधी असताना ते 'डोंगराला दुखणे नि शिंपल्यात औषध' घेण्याप्रमाणे पत्नीला सर्दी व खोकल्याचा काढा देत होते.

२२६. डोक्याला खवडा अन् गुलालाची हौस

खवडा म्हणजे खरूज.

काही माणसांना अनेक गोष्टींची हौस असते. ती हौस भागवण्यासाठी येनकेनप्रकारेण ही माणसे प्रयत्न करत असतात. काही माणसे आपली कुवत, आपली पात्रता, आपली लायकी विचारात न घेता त्यासाठी धडपडत असतात. ती आपल्याला शोभून दिसेल का याचाही ते विचार करत नसतात. एखाद्याचे डोके खरूज झाल्याने पार लदबदलेले असते. अन् तरीही अंगावर गुलाल उधळून हौस करण्याची इच्छा करतात. डोक्याला गुलाल फासणे हे हास्यास्पद असते. पण कोणत्याही गोष्टीचा देखावा करणे काही माणसांचा स्वभावच असतो. नाक नकटं असलं तरी नथ घालायची हौस दांडगी असते. अशा गमतीदार माणसांना पाहून ही म्हण वापरली जाते.

२२७. ढरढर कण्या, खाय रे धन्या

ढरढर म्हणजे जाड्याभरड्या, नीट न दळलेल्या.

खेड्यातील स्त्रीच्या स्वभावावर प्रकाश टाकणारी ही म्हण आहे. काही स्त्रिया पाककलानिपुण असतात. त्यांच्या हातात अन्नपूर्णादेवी वसलेली असते. घरातली शांती ही अन्नाच्या तृप्तीतून लाभत असते, हे तिला ठाऊक असते. म्हणून घरातील प्रत्येकजण तृप्त व्हावा, आनंदित व्हावा यासाठी ती मनापासून स्वयंपाक करते. मनापासून नवऱ्याला खाऊ घालते. या उलट काही स्त्रिया अशा असतात, की त्यांना मुळातच स्वयंपाक करणे आवडत नाही; आणि करायला जमत नाही. त्या नेहमी स्वयंपाकात 'शॉर्टकट' शोधतात. कशातरी कण्या भरडायच्या, कशातरी त्या शिजवायच्या आणि 'खाय रे धन्या' म्हणून नवऱ्यासमोर ठेवायच्या. त्याही जबाबदारी झटकण्याच्या भावनेने. नवऱ्यावरील प्रेमामुळे नव्हे. अशा आळशी व कामाला गाठ घालणाऱ्या स्त्रियांना उद्देशून ही म्हण वापरली जाते.

२२८. ढवळी मुद्रा अन् देवळी निद्रा

या म्हणीचा व्यवहारातील भावार्थ असा की, एखादा माणूस दिसायला अतिशय बावळट असतो, भोळसट वाटतो, पण तो तसा नसून खरोखर चांगला व्यवहारचतुर असतो. चाणाक्ष आणि चलाख असतो. त्याला आपला स्वार्थ कळतो. दुसऱ्याची चालबाजी तो ओळखतो. मुद्रा जरी बावळट असली तरी देवळात झोपण्याचे फायदे त्याला समजतात. थोडक्यात व्यवहारचतुर माणूस.

आपल्या अवतीभवतीचे काही साधू व महाराज 'ढवळी मुद्रा अन् देवळी निद्रा' या स्वरूपाचे असल्यामुळेच ते मठाचे मठाधिपती झालेले आहेत.

२२९. ढालगज भवानी

ढालगज म्हणजे युद्धातील निशाणाचा हत्ती. हा हत्ती सर्व सैन्याच्या पुढे मिरवत असतो. या हत्तीप्रमाणे नटून-थटून पुढे पुढे करणारी जहांबाज स्त्री. तसेच निर्लज्ज, उद्धट, पुढे पुढे करणारी, उलढाली करणारी उपद्व्यापी स्त्री, असा सर्वस्वी भिन्न अर्थ या वाक्प्रचाराचा प्रचारात आहे. पूर्वी शत्रूच्या किल्ल्याचे भक्कम दरवाजे फोडण्यासाठी किंवा तटबंदी तोडण्याचे काम हत्तीकडून करवून घेतले जाई. त्यासाठी हे हत्ती आपल्या गंडस्थळाच्या धडका त्या दरवाज्यावर किंवा तटावर मारून ते उद्ध्वस्त करीत. त्यावेळी त्यांच्या गंडस्थळांना इजा होऊ नये म्हणून ढाल बांधत. अशा हत्तींना ढालगज म्हटले जात असे.

२३०. तळव्याला लोणी आणि नेत्राला थंडी

एखादी प्रतिकूल गोष्ट घडली म्हणजे यासाठी आपण उपाय शोधतो, तो करून टाकतो. मात्र उपाय एकीकडे केलेला असतो नि त्याचे परिणाम दुसरीकडेच झालेले असतात. पायाची आग आग होते म्हणून ती कमी व्हावी यासाठी आपण लोणी लावले खरे, पण त्याचा दुष्परिणाम नेत्राला थंडी होण्यात झाला. गारवा पायाला यायला हवा.

बाबुरावाने ताप कमी व्हावा म्हणून काढा तयार करून घेतला, मात्र त्यामुळे त्यांना मलावरोधाची बाधा सुरू झाली. 'तळव्याला लोणी आणि नेत्राला थंडी' अशी त्यांची गत झाली.

२३१. ताकापिठाला गाठ

लोटाभर ताक आणि दोन-चार मुठी पीठ यांची कशीतरी भेट होणे, यांची कशी तरी जुळणी होणे. एखाद्या माणसाकडे इतकी गरिबी असते की, रात्रीच्या जेवणापुरतेही पीठ नसते. ते विकत घेण्याची ताकद नसते आणि पीठ मिळाले तरी ताकसुद्धा मागून आणावे लागते, अशी

भीषण दारिद्र्यावस्था. भावार्थ असा की, उपासमार आणि काटकसर करून कसा तरी केलेला संसार. कसातरी दिवस पाठीमागे ढकलण्याची धडपड करणे.

बाबुरावाची अवस्था आता इतकी वाईट झाली की, त्यांना कशी तरी ताकापिठाला गाठ घालावी लागते आहे.

२३२. 'ता' म्हणता ताकभात समजणे

पूर्वी भोजनाच्या शेवटी ताकभात खाण्याची प्रथा होती. अशा वेळी वाढप्याने 'ताकभात' शब्द उच्चारण्याच्या अगोदर किंवा त्यातील 'ता' उच्चारल्याबरोबर त्या पुढील शब्दातील अक्षरे तर्काने ओळखणे. यातून लक्षणेने सिद्ध होणारा अर्थ असा की, स्थळ, काळ, वृत्ती आणि वर्तमान याकडे लक्ष ठेवून कोणतीही गोष्ट चटकन (तर्काने) जाणणे. यासाठी रोजच्या जीवनातील व्यवहार, अनुभव व स्वभावाचे सखोल ज्ञान असणे गरजेचे असते. नाहीतर एखादा माणूस 'ता' म्हणताच तारका असा अर्थ घ्यायचा.

२३३. तापल्या पाण्याला चव नसते

मैत्रीचा एकदा भंग झाला की, ती पुन्हा प्रयत्न करूनही सुखकारक होत नाही. पूर्वीचे प्रेम, पूर्वीचा विश्वास आणि पूर्वीची आपुलकी पुन्हा निर्माण होत नाही. बरी झाली तरी जखमेचा व्रण मागे राहावा, तसे या मैत्रीत किंचितसा का होईना दुरावा किंवा कोरडेपणा राहतोच. जसे तापवून गार केलेल्या पाण्याला वेगळी चव असावी तशी.

राजीव आणि संजीव याच्या मैत्रीत पूर्वीचा ओलावा राहिला नाही; तापल्या पाण्याला चव नसावी तशी ती मैत्री झाली.

२३४. तीर्थी गेल्यावाचून मुंडण होत नाही

अनेकदा असा प्रसंग येतो की, गोड शब्दांत, समजावणीच्या सुरात एखादी गोष्ट सांगितली तरी ती केली जात नाही. कोणी ऐकत नाही. ते सांगणे गांभीर्याने घेतले जात नाही. पण कडक शब्दांत सुनावले, तर किंवा तंबी दिली म्हणजे समज पटते – ऐकले जाते. या अनुभवासाठी ही म्हण. पूर्वी कुठेही जाऊन मुंडण केले तर पुण्य लागत नसे, शास्त्रोक्त विधी मानला जात नसे. त्यासाठी तीर्थाच्या ठिकाणी जाऊन मुंडण अणि इतर विधी केले जात. मुंडण करायला तीर्थ लागते तसे, गोष्ट सफल होण्यासाठी कडक शब्दांची गरज भासते.

बाबुरावाला दारूविषयी सर्वांनी सांगून पाहिले. पण त्याला तुरुंगात टाकताच तीर्थी जाऊन मुंडण करावे तसा गुण पडला. त्याचे व्यसन सुटले.

२३५. तीळ खाऊन व्रत मोडणे

अगदी क्षुल्लक कारणासाठी किंवा मामुली फायद्यासाठी व्रत मोडणे. बाणा सोडणे. केलेला उपास किंवा व्रत मोडायचे असेल तर आवडीचा पदार्थ चांगला पोटभर खाल्ला तर वाईट तरी वाटत नाही. व्रतभंगापोटी पोटभर मिष्टान्न तरी खाऊन तृप्ती येते. इथे मात्र तीळ खाऊन व्रत मोडावे लागते. पोटही रिकामे अन् निश्चयही ढेपाळलेला अशी स्थिती. मुलाच्या विवाहात एक पैसाही हुंडा म्हणून घेणार नाही अशी घोषणा केलेल्या मानसिंगरावांनी तीळ खाऊन व्रत मोडावे याप्रमाणे वधुपक्षाकडून प्रवासाचे भाडे मागून घेतले. छोट्याशा स्वार्थासाठी आपले आचरण बदलणे हा या म्हणीचा भावार्थ आहे.

२३६. तुझं घे कडेवर, माझं ठेवतो काठावर

समाजात काही माणसे अतिशय स्वार्थी, व्यवहारी, आपल्यापुरती पाहणारी अशी असतात. आपला संसार आणि नातेवाईक याशिवाय त्यांना दुसरे दिसत नसते, दुसरे सुचत नसते. त्यामुळेच अशी माणसे स्वार्थी, कपटी, फसवी आणि स्वत:ला सुरक्षित ठेवणारी अशी वागताना दिसतात. नदीला भरपूर पाणी असताना ती ओलांडणे धोक्याचे असते. यासाठी बरोबरच्या माणसांना 'आम्ही आमच्या मुलांसह काठावर थांबतो. तुम्ही तुमच्या मुलाला कडेवर घेऊन पलीकडे जा' असा सल्ला ते देतात. ते सुरक्षित पलीकडे पोचले, तर आपल्यालाही जाता येईल, असा त्यांचा सावध विचार असतो.

आरोग्याला चांगले असते म्हणून एका भक्ताने मानाजीरावांना एक लोटाभर पाणी दिले. त्यावर मानाजीराव साळसूदपणे म्हणाले, "आधी तुम्ही ते घेऊन बघा. तुमची प्रकृती सुधारली तर मी नंतर घेतो. मला घाई नाही." त्यावर मित्र म्हणाला, "मानाजीराव खूप हुशार तुम्ही. 'आधी तुझं घे कडेवर व माझं ठेवतो काठावर' असं वागलात बघा."

२३७. तुपसांड्या असावा, पण पाणी सांड्या नसावा

तूप हे महाग, सत्त्वयुक्त, पोषक आणि प्रतिष्ठेचे असले तरी पाणी हे त्यापेक्षा श्रेष्ठ आहे. ते म्हणजे जीवन होय. तुपाशिवाय माणूस जगू शकतो, पण पाण्याशिवाय माणूसच काय अवघी सजीव सृष्टी जगणार नाही. म्हणूनच आपल्या पूर्वजांनी पाण्याला पूजेत अग्रक्रम दिला. जीवनात म्हत्त्वाचे स्थान दिले. आजकाल तर पूर्वीपेक्षाही पाण्याची – पावसाची टंचाई अधिक जाणवते आहे, म्हणून त्याचा काटकसरीने वापर करणे, गरजेपेक्षा अधिक पाणी न वापरणे आवश्यक आहे. त्याचा सांडासांडीसाठी वापर करणे हे चुकीचे आहे. पाणी हे तुपापेक्षाही अधिक मौल्यवान आहे. हे सर्वांना कळायला हवे. त्यासाठी नियोजन, व्यवस्थापन, जलसंधारण,

पुनर्भरण आणि काटकसर यांची खूप आवश्यकता आहे. नाहीतर उद्या पाण्यावरून महायुद्धे होतील. म्हणून एकवेळ तूप सांडणारा चालेल पण पाणी सांडणारा चालणार नाही.

२३८. तुका म्हणे खोडी, देवमणीने देती दडी

या ओळीत संत तुकारामाने मानवीजीवनातील एक सनातन सत्य सांगितले आहे. चांगला गुण असेल तर तो अनेक लहान दुर्गुणांवर पांघरूण घालू शकतो. घोड्याला देवमणी हे शुभचिन्ह असल्यास इतर अनेक अशुभ चिन्हांचे फळ नाहीसे होते. त्याच्या इतर खोड्या झाकल्या जातात. 'एक गोरी बहात्तर खोड्या चोरी' ही म्हण याच अर्थाची आहे किंवा एक देवमणी बहात्तर खोडी लपवितो ही लोकोक्ती याच प्रकारची म्हणावी लागेल. सर्वात प्रभावी व फायदेशीर असलेल्या गुणाला भुलून आपण इतर सारे अवगुण डोळ्याआड करतो, फारसे गांभीर्याने घेत नाही.

२३९. तुपाच्या आशेने उष्टे खाणे

व्यवहारात तीन प्रकारची माणसे असतात. काही अन्नाला ब्रह्म मानतात, काही अन्नाला लाथ मारतात, तर काही उष्ट्या अन्नावरही तुटून पडतात. तुपाच्या आशेने उष्टे खाणारीही असतात. मात्र या वाक्प्रचाराचा लक्षणार्थ असा की, काही तरी लाभ होईल म्हणून स्वार्थापोटी वाईट काम करणारे, काही कामाला (श्रमाला) परमेश्वर मानणारे. काही कसलेच काम न करणारे. तर काही स्वार्थापोटी वाईट काम करणारे.

मारुतीने तुपाच्या आशेने उष्टे खावे तसे तळ्यातल्या माशांना विष घातलेले खाद्य घातले. उद्या त्यातले मासे पोटभर खायला मिळावेत या भावनेने.

२४०. तुम्ही आम्ही एक, कंठाळीला मेख

कंठाळी म्हणजे भिंतीवरची खुंटी.

सार्वजनिक ठिकाणी भिंतीला कपडे अडकवण्यास खुंटी हवी, म्हणून तुम्ही-आम्ही एक असा जवळचा संबंध जोडावयाचा. याच अर्थाची म्हण आहे. 'ताकापुरती आजीबाई'. तात्पर्य, काम साधण्यापुरते जवळीक दाखवणे हा भावार्थ.

कुशाबाला रात्रीपुरता निवारा हवा होता म्हणून त्याने घरमालकाला लांबच्या पै-पाव्हण्याची ओळख सांगत तुम्ही आम्ही एक... च्या नात्याने सोय करून घेतली.

२४१. तुरीची काठी तुरीवर झाडावी

योग्य ठिकाणी जे करावयाचे तेच करावे. शत्रूचा पराभव करताना त्याचीच उपाययोजना त्याच्यासाठी वापरावी. त्याचीच माणसे त्याच्या अंगावर घालावीत. तुरीची काठी तुरीवर झाडली तरच त्यापासून तूर मिळेल. झाडण्यासाठी दुसरा उपाय कशाला वापरायचा? शत्रूचा काटा शत्रूच्या हाताने काढायचा, यासाठी ही म्हण वापरली जाते.

२४२. तुला मला सांगण्यासाठी, भगत आणला घुमण्यासाठी

स्वत:वर विश्वास नसलेली, मनाने दुबळी असलेली, मानसिकदृष्ट्या खचलेली व अंधश्रद्धेवर विश्वास ठेवणारी माणसे सुरक्षिततेसाठी कशाचा तरी आधार शोधतात. त्यासाठी गुपचूप गुपचूप उपायही करतात. अंधश्रद्धेमुळे उपाय म्हणून एखाद्या भगताला आणतात. भगत मात्र त्या माणसाच्या अगतिकतेचा फायदा घेतो. त्याचे वरवरचे उपाय वेगळे, ढोंगीपणा वेगळा आणि आतून कृती मात्र स्वार्थाची, फसवणुकीची असते. मनाने कमकुवत असणाऱ्या माणसाने ढोंगी माणसाचा आधार घेतला असेल तर ही म्हण वापरली जाते.

आठ दिवस पोराला ताप आला म्हणून दाजीने गावातल्या दाढीवाल्या देवर्षीला आणले. त्याने उगीच छा... छू... केले. धार्मिक विधी करण्याच्या नावाखाली दाजीला लुटले अन् पोराला तसेच टाकून तो पळाला. लोकांनी नावे ठेवताना म्हटले, ''दाजीने 'तुला मला सांगण्यासाठी, भगत आणला घुमण्यासाठी' त्याचा काही उपयोग झाला का?''

२४३. तूस कांडून हातास फोड

तूस म्हणजे भुस्सा किंवा धान्यावरचे कवच.

एखाद्याने धान्य सडण्याऐवजी म्हणजे कांडण्याऐवजी त्या धान्याची बाजूस पडलेली आणि म्हणून निरुपयोगी असलेली तूस पुन्हा कांडण्यासाठी घेतली तर काय फायदा? त्यातून काय थोडेच धान्य मिळणार आहे? याचा भावार्थ असा की, फायदा नसलेल्या कामात दु:ख आणि संकटाशिवाय अन्य काही मिळत नाही. निरर्थक केलेले कष्ट वाया जातात.

पुरामुळे गढूळ झालेले पाणी स्वच्छ करण्यासाठी निळोबाने ते पाणी खूपदा गाळले-ढवळले, पण शेवटी गाळाचा अंश राहिलाच, मात्र तूस कांडून हातास फोड यावा तसे त्याचे काम झाले.

२४४. तेल जळे, पीडा टळे

नित्य जीवनात येणाऱ्या अनुभवावर आधारलेली ही म्हण आहे. ज्या घरात रात्री उशिरापर्यंत

दिवा असतो, त्या घरावर फारसे संकट येत नाही. घरात असणारा तेवता दिवा घरातली मंडळी जागी आहेत असा संदेश देतो आणि घरतली माणसे जागी असतील तर चोर त्या घराकडे वळणारच नाहीत. चोर नाहीत, म्हणजे पीडा टळली असे मानणे. चोरी करण्याचे धाडस चोर करीत नाही. शिवाय दिवा असेल तर साप-विंचू आत येण्याची भीती कमी. आत आले तर प्रकाशात त्यांना मारता येते. आपल्याला आपले संरक्षण करता येते. म्हणून 'तेल जळे, पीडा टळे' ही म्हण मार्गदर्शक ठरणारी.

२४५. तेलवण तेराव्या दिवशी, लगीन बाराव्या दिवशी

आपल्या संस्कृतीत प्रत्येक शुभकार्यात परंपरेने चालत आलेल्या काही रूढी, परंपरा आणि निश्चित तिथी यांना विशेष महत्त्व असते. त्यात उगीचच बदल करणे व्यर्थ असते. उद्या कोणी रामनवमी चैत्रातील नवमी ऐवजी पौषातल्या पौर्णिमेला साजरी केली तर ते योग्य होणार नाही. तसेच विवाहावेळच्या विधींच्या बाबतीत रूढ आणि मान्य झालेला क्रम उलटा करणे योग्य नव्हे. पण काही माणसांना इतकी घाई झालेली असते की, आधी लग्न उरकून घेतात आणि मग बाकीचे विधी आपल्या सोयीने करतात. एखादी गोष्ट वेळच्या वेळी न करणे, सामाजिक संकेत न पाळता एखादे काम चुकीचे करणे, समाजमान्य रूढींना डावलणे अशी घटना झाली म्हणजे ही म्हण वापरली जाते. खरे तर विवाह आधी होतो अन् तेलवण विवाहानंतर केले जाते. चुकीच्या वागण्यासाठी ही म्हण वापरली जाते.

२४६. तेहतिशी करीत नाही, अशी बत्तिशी करते

आपण आपल्या धर्मामध्ये तेहतीस कोटी देव आहेत, असे मानतो. त्यावरून तेहतीस कोटी देवांकडून जे होत नाही ते आपल्या बत्तीस दातांनी म्हणजे मुखाने होते, म्हणजे चांगल्या संभाषणाने – बोलण्याने अशक्य कोटीतील गोष्टही साध्य होऊ शकते. ओठात साखर असेल तर पोटात घास जातो. गोड बोलणाऱ्या माणसाचे फारसे नडत नाही. त्याला नकार मिळत नाही.

राधाक्काचा स्वभाव असा की, गोड बोलून कडुलिंबापासूनही दूध काढतील. त्यांच्या बाबतीत त्यांच्या मैत्रिणी म्हणतात, "तेहतिशी करीत नाही ते त्यांची बत्तिशी करते."

२४७. दगडाची नाव आधीच ते जड । ते काय दगड तारू जाणे ॥

संत तुकारामांच्या अभंगातील या ओळीला अर्थपूर्ण म्हणीचे रूप प्राप्त झाले आहे. ते म्हणतात, "पाण्यात पडलेला दगड स्वतः तर बुडतोच, पण आपल्याबरोबर दुसऱ्यालाही बुडवतो. जात्याच दुष्ट असलेला माणूस स्वत:चा अध:पात तर करून घेतोच, पण स्वत:बरोबर

इतरांचाही अध:पात करतो. आपण बुडून इतरासही बुडवतो.

अंतर्गत मतभेद व बंडाळी मोडण्यासाठी इथल्या राजांनी इंग्रजांची मदत घेतली आणि स्वत:बरोबर प्रजेलाही गुलाम बनवले. म्हणतात ना 'दगडाची नाव आधीच जड ती काय दगडाला तारू जाणे.' दोघेही स्वकर्माने नाश पावणार.

२४८. दमडीचा सौदा, येरझाऱ्या चौदा

दमडी म्हणजे पैशाच्या चौथ्या हिश्शाचे नाणे. अत्यंत नगण्य नाणे. ते एकेकाळी व्यवहारात वापरले जाई.

किरकोळ कामासाठी किंवा क्षुल्लक गोष्टीसाठी अधिक वेळ व पैसा खर्च केला जातो तेव्हा या अर्थाची म्हण वापरली जाते. दमडी या नावाचे नाणे अतिशय क्षुल्लक मानले जाते. अशा दमडीचा सौदा खरेदी करण्यासाठी म्हणजे किरकोळ कामासाठी अनेकवेळा येरझारा घालणे हे व्यवहार्य नाही. ते श्रम व वेळ वाया घालवणारे असते. पण काही माणसे क्षुल्लक गोष्टीसाठी नाहक दमतात. चतुर माणसे कशाला किती वेळ द्यावा, त्यासाठी किती कष्ट करावेत याचे महत्त्व जाणतात, तसेच वागतात. मानवी स्वभावावर प्रकाश टाकणाऱ्या कृतीसाठी ही म्हण वापरली जाते.

२४९. दया उधार असते, तर खता रोकडी

खता म्हणजे अपराध किंवा गुन्हा.

एखाद्या माणसाला दया दाखवली तर तिचे फळ आपल्याला खूप उशिरा मिळते. कालांतराने त्याची परतफेड होते. पण अपराध झाला वा घडला, तर त्याची शिक्षा मात्र लगेच होते. एखाद्या माणसाचा आपण जर जाणता-अजाणता कॅमेरा फोडला तर तिथल्या तिथे आपल्याला थोबाडात बसते, पण हरवलेला कॅमेरा आपण परत केला तर त्याविषयीची कृतज्ञता अथवा परतफेड अनेकदा लगेच मिळत नाही – कालांतराने लाभते.

बाळूने कपबशी फोडताच काकीने त्याला झोडपले, पण तिला केलेल्या मदतीबद्दल काही मिळाले नाही. खरेच आहे. दया उधार असते, तर खता रोकडी.

२५०. दरीची माती दरीत आटते

एखाद्या गोष्टीपासून झालेला फायदा त्या वस्तूच्या निगराणीसाठी, जोपासण्यासाठी खर्च करावा लागतो; हा अर्थ.

पांडोबाला म्हशीच्या दुधाच्या रतिबाचे पाचशे रुपये मिळतात खरे, पण तिच्या चारा

आणि खाण्यासाठी तेवढाच तिच्यावर खर्च होतो. दरीची माती दरीत आटणारच. फुटाणे खाऊन हात कोरडाच.

२५१. दळते तिला कळते, रिकामी गोंडा घोळते

एखादी गोष्ट किती कष्टप्रद आहे, किती रक्त आटवणारी आहे, हे ती गोष्ट स्वत: केल्याशिवाय अनेकांना समजत नाही. तसा अनुभवच नसल्याने तिला ते सहजपणे घेतात. जी बाई घरादाराचे दळण मध्यरात्री उठून दळते, दमते, घामाघूम होते, पार थकून जाते, तिलाच त्या कष्टाची वेदना समजणार. जात्याच्या जवळ न जाणाऱ्या, कामचुकार असणाऱ्या व वरवर गोड बोलणाऱ्या बाईला रक्ताचे पाणी करणाऱ्या कष्टाचे – दळणाचे काय समजणार? उलट अशी माणसे गुरासारख्या राबणाऱ्या माणसाचे दोषच सांगण्यात धन्यता मानतात. म्हणून दळते तिला कळते. हाताला येणारे फोड, मांडीला येणारी कळ, कमरेत ठणकणारी वेदना अन् घामाने चिंब झालेला देह!

२५२. दसऱ्याचं सोनं, ना ठेवायच्या कामाचं, ना मोडायच्या

एखाद्या विशिष्ट प्रसंगापुरते महत्त्व असलेलो वस्तू किंवा व्यक्ती ही काही कायमची महत्त्वाची नसते. तिची गरज आणि तिचे महत्त्व ती वेळ साजरी करण्यापुरतीच. पूर्वीच्या विवाहात गुरव आणि परटीण यांना विधीमध्ये एक महत्त्वाची भूमिका असायची. पण याचा अर्थ असा नव्हे की, या दोघांना कायमस्वरूपी डोक्यावर घेऊन नाचावे. जसे दसऱ्याच्या सणापुरतं आपट्याच्या पानांना आपण सोनं म्हणतो – त्यांना सोन्यासारखे महत्त्व देतो. पण कुणी दुसऱ्या दिवशी ही पाने सोनाराला देऊन अंगठी मागू लागला तर त्याला मूर्ख म्हणावे लागेल. ही आपट्याची पानं सणानंतर ना संग्रही ठेवायच्या कामाची, ना मोडून दागिना करायच्या कामाची. व्यवहारात माणसाची स्थिती ही अशीच असते.

छबूरावांना गावात अंत्यसंस्काराची तयारी करणारा व माहिती असणारा म्हणून बरीच मान्यता आहे. पण त्यांनी नंतर साऱ्या गावातील लग्ने मीच लावणार असा हट्ट करताच पाटील म्हणाले, ''छबूराव तू आहे दसऱ्याच्या सोन्यासारखा ना कायम ठेवण्याच्या कामाचा ना मोडायच्या.''

२५३. दारूने बहु बुडाले, समुद्राने थोडे ग्रासले

दारूच्या व्यसनाने जितक्या माणसांचा मृत्यू झाला असेल, त्यापेक्षा खूप कमी लोक समुद्रात बुडून मरण पावले असतील. माणसाच्या मृत्यूला व्यसन जितके कारण असते, तेवढा निसर्ग किंवा निसर्गाचा कोप नसतो. व्यसनामध्येही दारूचे व्यसन सर्वात घातक, अधिक प्राणहानी

करणारे असे असते. याच अर्थाची Wine has drowned more than the sea. अशी एक इंग्रजी म्हण रूढ आहे. दारू ही माणसाला कोणत्याही कारणाने बिलगते. आनंद साजरा करण्यासाठी दारू लागते. दु:ख विसरण्यासाठीही दारू लागते.

२५४. दाष्टास देव धार्जिणा

दाष्टा म्हणजे कठोर व तिखट बोलण्यातून दुसऱ्याला त्रास देणारा/देणारी. काही माणसे जात्याच खाष्ट, दुष्ट, तिखट वाणीची व कठोर शब्द वापरणारी अशी असतात. त्यांच्या जिभेवर अंगार तरी असतो, नाहीतर राख तरी असते.

आधीच खाष्ट, खविस स्वभावाची सासू एवढ्या तेवढ्या कारणाने सुनेला छळत असते. तिची बोलणी ऐकायला नकोत म्हणून ती सून अधिक काळजीने घरकाम करीत असतानाच तिच्या हातून कपबशी फुटली. ते पाहताच सासूची तोफ सुरू झाली. त्यावेळी सून मनात म्हणाली, ''दाष्ट्यालाच देवसुद्धा बरा धार्जिणा असतो.''

२५५. दिवस गेला उटारेटी, मग दिव्यात कापूस रेटी

नसत्या उठाठेवी करण्यात दिवस घालवायचा. दिवसभर आळस करायचा, टिवल्याबावल्या करण्यात काळाचा अपव्यय करायचा आणि अंधार पडल्यावर मग कामासाठी उठायचे. या स्वभावासाठी ही म्हण वापरली जाते.

कुसुमताईंचा रात्रीचा स्वयंपाक रात्री दहाला सुरू होतो. त्या तशा मोकळ्याच असल्यातरी दिवस जातो उटारेटीत अन् मग रात्री अंधार पडल्यावर 'दिव्यात कापूस रेटी' या न्यायाने स्वयंपाकाला प्रारंभ करतात. तोही परिपूर्ण व साग्रसंगीत नसतो. वातीऐवजी दिव्याला नुसताच कापूस ठेवावा तसा, भात-वरणावर स्वयंपाक संपतो.

निरर्थक गोष्टीत आयुष्य संपवणाऱ्या व्यक्तीचा हा अधिक्षेप आहे.

२५६. दिवस गेला गोठीमाठी अन् चांदण्यात कापूस वठी

खेड्यातील काही स्त्रिया मोठ्या मजेशीर स्वभावाच्या असतात. त्या महत्त्वाच्या, आवश्यक अशा गोष्टी वेळेवर न करता दिवसभर नुसत्या भटकत असतात. लोकांची घरे पुजतात. गप्पा गोष्टीत दिवस घालवतात आणि मग वेळीच करावयाची गोष्ट उशिरा आठवल्यावर ती करावयास घेतात. शेतातला कापूस वेचायला घरकामानंतर जायच्या ऐवजी त्या दिवसभर इथं तिथं बसून वेळ घालवणार अन् रात्री चांदण्यात कापूस वेचायला जाणार. कामाचं आणि वेळेचं भान नसलेल्या अन् भलत्यावेळी भलती गोष्ट करणाऱ्या वेंधळ्या बाईला उद्देशून ही म्हण वापरली जाते.

सखुबाई सकाळपासून नुसती बिनकामाची गावभर भटकली. त्यामुळे स्वयंपाक गेला करायचा राहून. मग खूप उशिरा तिला ध्यानात आल्यावर रात्री बारानंतर ती डाळभात करायला चुलीपुढे गेली. शेजारणीने ही म्हण वापरून तिला टोमणा मारला.

२५७. दिवा लावावा घरात, मग देवळात

आधी घरची सोय नीट पाहावी, घरच्या जबाबदाऱ्या व्यवस्थित पार पाडाव्यात, म्हणजे आधी आपले घर सावरावे – सांभाळावे आणि मगच इतरांच्या सोयीकडे किंवा परमार्थाकडे पाहावे. कोणत्याही माणसाने जगाची कामे करण्यापूर्वी आधी आपली कामे पूर्ण करावीत. समाजकार्यासाठी वेळ देताना, आधी घराची आघाडी नीट सांभाळावी हा भावार्थ.

समाजकार्यात उडी घेण्यापूर्वी बाबुराव मुलास म्हणाले, "पोरा, आधी आपल्या घरात दिवा लावावा, मग देवळातल्या दिव्याचा विचार करावा. घरात अंधार नि देवळात उजेड असून चालत नाही.

२५८. दीपाचिया अंगसंगा । कोण सुख आहे पतंगा? ॥

दिवा तेजस्वी आणि दाहक असतो. त्याचा पतंगाने अंगसंग केल्यास म्हणजे दिव्याला पतंगाने मिठी मारल्यास तो जळून भस्मसात होऊन जाईल. तेव्हा एखादी गोष्ट चांगली असली तरी तिचा योग्य उपयोग, योग्य रीतीने आणि योग्य वेळी त्यानेच घेतला पाहिजे. इतरांस तो घातक होण्याचा संभव असतो.

छबुरावाला आधीच पोटाचा आजार. त्यात आग्रहाने नुकतेच भोजन करून बसलेले. पण समोरून बासुंदीचे पातेले जाऊ लागताच त्यांना वाटीभर बासुंदी पिण्याचा मोह झाला अन् सायंकाळी अंथरूण धरले. 'दीपाचिया अंगसंगा कोण सुख आहे पतंगा?' हे त्यांनी लक्षातच घेतले नाही.

२५९. दुःख सोसे लेकरू अन् भूक सोसे वासरू

ज्याला बोलता येत नाही आणि ज्याला वाणीची देणगीच नाही, अशा बाळ आणि वासरू यांचे दुःख व्यक्त न झाल्यामुळे कुणालाच पुरेपूर जाणून घेता येत नाही. ते कमी करता येत नाही. आजारी असलेल्या लेकराला आपले काय दुखते, किती दुखते; केव्हापासून सोसतो आहे, तहानभूक लागली का नाही हे काहीच सांगता येत नाही. बोलणारा माणूस आपला त्रास सांगू तरी शकतो. तसेच दिवसभर गोठ्यात डांबून ठेवलेल्या वासराला भूक लागली तरी ती व्यक्त करता येत नाही. ते केवळ आईसाठी हंबरडा फोडू शकते. पिण्यासाठी आईची वाट बघते.

आपण मात्र थोडासा उशीर झाला तरी 'मी भुकेने मरतोय आता' अशी नापसंती व्यक्त करू शकतो. लेकरू आणि वासरू यांची उपेक्षा नको हा भावार्थ.

२६०. दुधातुपाच्या गुळण्या करणे

एखाद्याच्या घरात खूप श्रीमंती असेल तर त्या श्रीमंतीचा ताठा दाखवणे, यासाठी हा वाक्प्रचार वापरला जातो. या श्रीमंतीमुळे उन्मत्त होऊन ऐट मिरवणे, तोरा दाखवणे. नेहमी आपण पाण्याने गुळण्या करतो; पण श्रीमंतीमुळे एखादा उन्मत्त होऊन दूध आणि तूप घेऊनही मुखाची स्वच्छता करू लागतो.

हिंमतराव देशमुखांना वडिलोपार्जित इस्टेट होतीच, त्यात पुन्हा शेतीचे उत्पन्न, सावकारीतील उत्पन्न आणि सासुरवाडीची संपत्ती मिळाली. त्यामुळे ते खूप उन्मत्त झाले नि व्यवहारात दुधातुपाच्या गुळण्या करत सुटले.

२६१. दुबळ्याच्या घरी दुबळा गेला, छाती फुटून मरण पावला

दुःखाचे निवारण, अडचणीचे निराकरण आणि सहकार्याची अपेक्षा करण्यासाठी माणूस माणसाकडे धावतो. गरीब माणसाला तर अशा मदतीची खूपच आवश्यकता असते, अपेक्षाही असते. पण मदत मागणारा आणि ज्याच्याकडून मदतीची अपेक्षा केली जाते तो सारखाच गरीब असेल तर, दोघेही सारखेच दुःखी असले तर कोण कोणाला मदत करणार? दोघांनाही एकमेकांकडून कसलाच लाभ होणार नाही. दोघांचाही अपेक्षाभंग होतो. एकादशीच्या घरी शिवरात्र जाण्यासारखी ही स्थिती. 'फाटक्याजवळ तुटकं गेलं' अशी दोघांची अवस्था होते. अशा परिस्थितीला उद्देशून ही म्हण वापरली जाते. घराची भिंत पडली म्हणून बालाजी शहाजीकडे गेला खरा, पण त्याचेही घर अर्धवट जळून गेलेले. 'दुबळ्याच्या घरी दुबळा गेला अन् छाती फुटून मरण पावला' यापेक्षा अन्य काय होणार?

२६२. दुभत्या गाईच्या लाथा गोड

एखाद्या शेतकऱ्याची गाय भरपूर दूध देणारी असेल तर, आणि ती दूध काढताना अधूनमधून लाथा मारत असली तरी त्या लाथा गोड मानून तो शेतकरी तिची धार काढतोच. लाथा झाडते म्हणून तो काही दूध काढायचे टाळत नाही. त्यातून तोटा, नुकसान होणार असते. म्हणून भावार्थ असा की, एखाद्या व्यक्तीकडून आपला काही फायदा होत असेल तर त्याचा होणारा त्रास सहन करावा लागतो. गोड मानून घ्यावा लागतो. एखाद्या समितीवर आपल्याला नेमावे या हेतूने आपल्या नेत्याची तिखट बोलणी कार्यकर्ता निमूटपणे ऐकतो. त्याच्या दृष्टीने 'दुभत्या गाईच्या लाथा गोडच' असतात.

२६३. दुसऱ्याच्या बायकोस बांगड्या भरणे

परक्या आणि बिनहक्काच्या वस्तूवर नाहक खर्च करणे. दुसऱ्याच्या बायकोस आपल्या खर्चाने बांगड्या भरल्या तर बांगड्याही गेल्या आणि त्यावरचा खर्चही वाया गेला. माणसाने अशा गोष्टीवर विचार न करता खर्च करणे की, ती गोष्ट परत मिळणार नाही. तो खर्चलेला पैसा परत मिळणार नाही आणि मागताही येणार नाही, हा भावार्थ.

भाऊसाहेबांनी पोळ्याच्या दिवशी शेजारच्या बैलांना भरपूर सजविले. त्यासाठी खूप खर्च केला. हा सारा उद्योग म्हणजे दुसऱ्याच्या बायकोस बांगड्या भरण्यासारखा प्रकार होय.

२६४. देव झाले बहू, धुपारती कुठं ठेवू?

दैव आणि देव यांना शरण जाणारे, कर्तृत्व आणि आत्मविश्वास कमी असलेले लोक मानसिक आधारासाठी अनेक देवांची उपासना करतात. या सकाम उपासनेची निंदा संत ज्ञानेश्वर – तुकोबारायांनी केलेली आहे. दररोज एका देवाला भजणारा – पूजणारा भक्त शेवटी साऱ्या घरभर देव मांडतो. घराचेच देवघर करतो. त्यांची रोज धुपारती करतो. पूजाविधी करतो. तरीही त्याला मन:शांती मिळतेच असे नाही. अशा नाना देवदेवतांनी वेढलेल्या चंचल भक्ताची मर्यादा सांगण्यासाठी – त्याचा उपहास करण्यासाठी ही म्हण वापरली जाते.

महिन्याच्या तीस दिवसांत तीस देवांना भजणारे पंत 'देव झाले बहू, धुपारती कुठे ठेवू' अशा स्थितीमुळे मन:शांती गमावून बसले. चित्ताचे समाधान हरवून बसले.

२६५. देश तसा वेश अन् उलटं लुगडं नेस

या आपल्या भारत देशात प्रांत, धर्म, जाती, परंपरा आणि व्यवसाय यानुसार वेगवेगळे पेहराव घालणारे आपल्याला दिसून येतात. महाराष्ट्रातला शेतकरी जे कपडे घालतो, त्यापेक्षा राजस्थान, गुजरातमधील शेतकरी वेगळे कपडे घालतो. तसेच तिकडील स्त्रिया उलटा पदर घेऊन साडी परिधान करतात. अनेकदा देश तसा वेश परिधान करावा लागतो. तिथले रितीरिवाज स्वीकारावे लागतात. त्या लोकांप्रमाणे राहावे लागते. माणसाचा पेहराव आणि त्याच्या आचारविचारात काही समान सूत्र पाहावयास मिळाले की, ही म्हण वापरली जाते.

व्यापारानिमित्ताने नरसोपंत राजकोट जवळच्या छोट्याशा गावी पाच-सहा वर्षे राहून परतले. तेव्हा त्यांच्या अंगावर घट्ट बंडी, मोठी पगडी, रंगीत राजस्थानी बूट, गळ्यात माळ असा पेहराव दिसला. ते पाहून त्यांचा मित्र म्हणाला, ''छान छान. 'देश तसा वेष अन् उलटं लुगडं नेस' हा मंत्र पत्करला वाटतं तुम्ही.''

२६६. देशमुखाच्या घरी पड झाली असता कसायाने कातडे मागू नये

पड म्हणजे मृत जनावराचे शरीर.

श्रीमंताच्या घरी एखादी दु:खद घटना घडली असेल, तर आश्रिताने आपली इच्छा सांगू नये. आपले मागणे सांगू नये. एखाद्या शेतकऱ्याचे जनावर मेले असेल तर त्या जनावराच्या कातड्यासाठी कसायाने किंवा चामड्याचा व्यापार करणाऱ्या माणसाने लगेच बोलचाली करू नये. त्या जनावराचे दु:ख त्या शेतकऱ्याला झालेले असते, याचे भान ठेवावे.

बाबुरावाचे घर अचानक अग्नीच्या भक्षस्थानी पडले. त्याचे सांत्वन करण्याऐवजी छबूराव न जळलेले दरवाजे विकत घेण्यासाठी त्याच्याकडे धावले. देशमुखाच्या घरी पड झाली असता कसायाने कातडे मागू नये, इतकेही छबुरावांना कळू नये?

२६७. देशमुखी टेक, घरात मळकं एक

टेक म्हणजे रुबाब, थाटमाट.

समाजात खानदानाचा फाजील अभिमान असलेली माणसे पदोपदी आपल्या खानदानाचा, आपल्या जहागिरीचा वा देशमुखीचा रुबाब दाखवतात. त्यावर भाव मारतात. पण एकेकाळची ही वैभवशाली परिस्थिती आता उरलेली नाही याचा त्यांना विसर पडतो. सध्या त्यांच्या घरात इतके दारिद्र्य असते की, कमरेला गुंडाळण्यासाठी असले तर एखादेच वस्त्र असते. तरीही यांचा ताठा जात नाही. असा पोकळ ताठा व रुबाब दाखवणाऱ्या वृत्तीला उद्देशून ही म्हण वापरली जाते.

विक्रमसिंह देशमुख बाहेर आपल्या देशमुखी घराण्याचा पदोपदी डंका वाजवतात; पण घरी आल्यावर त्यांना जेवताना शिळीपाकी भाकरी प्रसंगी हातावर घेऊन खावी लागते.

२६८. धनका धट गया, और दोस्तका दोस्त गया

पैसा हा अत्यंत लबाड असतो. तो जशी माणसे जोडतो, तशी तो माणसे तोडतोही. त्यातही आपण आपल्या नातेवाइकांना किंवा मित्रांना पैसे उसने दिल्यास पुष्कळदा चांगले असलेले संबंध बिघडतात. थोडक्यात काय द्रव्यापरी द्रव्य जाते आणि मैत्रीचाही अंत होतो. अवघे नाते गढूळ होते.

राजारामाने आपल्या जावयाला लाख रुपये दिले खरे, पण त्यातूनच त्यांचे भांडण झाले, मतभेद झाले. राजारामाचा मित्र म्हणाला, ''बघितलेस, धनका धट गया और दोस्तका दोस्त गया. तू नाहक बदनाम झाला.''

२६९. धर्माचे गाई दात का ग नाही?

दान मिळालेल्या गाईचे दात बघू नयेत, म्हणजे तिचे वय बघू नये, तिचे दोष पाहू नयेत. दान हे फुकटचे असते, तेव्हा त्याबद्दल चिकित्सा करणे वाईट हा या म्हणीचा भावार्थ आहे. देणारा यथाशक्ती देत असतो. त्याच्यावर आपल्या इच्छाअपेक्षांचे ओझे टाकू नये.

बाबुरावांना त्यांच्या देशकार्याबद्दल सरकारने जमीन दिली, पण दान मिळालेली जमीन नापिक आहे. माळरान आहे अशा तक्रारी ते करू लागताच मित्राने समजावले की, 'धर्माचे गाई दात का ग नाही?' अशी भूमिका त्यांनी घेऊ नये.

२७०. धान्य तिथे घुशी, निधान तेथे विवशी

विवशी म्हणजे खर्च, लूट आणि निधान म्हणजे कुबेराचा ठेवा.

जिथे धान्याची मोठी रास ठेवलेली असते, तेथे ते धान्य खाण्यासाठी घुशी, उंदीर हे हमखास असणारच. आयत्या धान्यावर कोण नाही तुटून पडणार! त्याप्रमाणे ज्याच्याकडे कुबेराप्रमाणे धनाचा ठेवा आहे; तिथेही नाहक खर्च आणि लूट ही ठरलेलीच. आयती धनसंपत्ती कोणाला लुटाविशी वाटणार नाही? नाश हा दोन्ही ठिकाणी ठरलेला. धनाजीरावाचा सारा भोंगळ कारभार पाहून सासरे म्हणाले, ''धान्य तिथे घुशी व निधान तिथे विवशी अशी तुमची अवस्था झाली आहे. जरा नीट लक्ष असू द्या''.

२७१. धिटाई खातो मिठाई अन् गरीब खाई गचांड्या

व्यवहारात एखादी वस्तू, एखादे पद किंवा एखादी गोष्ट साध्य करून घ्यावयाची असेल तर काही वेळा धिटाई, आक्रमकता, दांडगाई यांचाच आधार घ्यावा लागतो. संयम, शांती, संकोच आणि परहित विचार या बाबी अशावेळी कुचकामाच्या ठरतात. आपण शांत राहिलो, माघार घेतली तर ती गोष्ट आपल्याला (आपण पात्र असलो तरी) मिळत नाही. धसमुसळेपणा, अरेरावी व दांडगाई करूनच ती घ्यावी लागते. त्याशिवाय यश मिळत नाही. स्वभावाने गरीब असणारा माणूस इतरांच्या गचांड्या खातच माघार घेणार.

आमदारपदाचे तिकीट मिळविण्याच्या तीव्र स्पर्धेत नानासाहेबांनी खूप दांडगाई करून ते मिळवले. काय करणार? आजचा जमानाच 'धिटाई खातो मिठाई अन् गरीब खाई गचांड्या' असा आहे. त्याशिवाय भागतच नाही.

२७२. धुडक्याला दिलं फडकं; ना अंथरुण, ना पांघरुण

धुडका म्हणजे अतिदरिद्री माणूस.

गरीब माणसाच्या तीन मूलभूत गरजाही त्याला पूर्ण करता येत नसतात. अन्न, वस्त्र, निवारा यांची विवंचना हा त्याचा जीवनाचा सारांश असतो. त्यामुळे समाज व नातेवाईक त्यांच्याकडे दुर्लक्ष करतात. त्यामुळे त्यांना मदतीसाठी सदा हात पसरावा लागतो. विनवण्या कराव्या लागतात. त्यातही कोणी मदत केली तरी त्याची गरज भागत नाही. पांघरायला दिले तर अंथरूण नसते. मग त्या फडक्याचा कसा वापर करायचा असा त्याला प्रश्न पडतो. बरे ते दिलेले फडकेही पांघरूण म्हणून अपुरे पडते, अंथरुणासाठीही कमी पडते. अतिदरिद्री जीवनाचे अनुभवदर्शन या म्हणीतून आपल्याला घडते. अत्यंत क्षुद्र वस्तूची भेट दिली तर ही म्हण वापरली जाते.

२७३. न दुःखम् पंचभिः सह

आपल्या दुःखात पाच वाटेकरी असले म्हणजे माणसाला ते दुःख सुसह्य होते, हलके वाटते. एखाद्या संकटाच्या प्रसंगी आपल्याबरोबर पुष्कळ लोक असले म्हणजे त्या संकटाची तीव्रता त्या माणसाला जाणवत नाही. 'दहात मरण लग्नासमान' अशी एक उक्ती याच अर्थाने वापरली जाते. आधार देणारा, उपाय सांगणारा, मदत कणारा, फुंकर घालणारा आणि दुःख वाटून घेणारा असे ते पाच वाटेकरी असावेत.

गोदाबाईचा कर्तबगार पुत्र एकाएकी अपघातात मरण पावला; पण सारा गाव त्यांच्या मदतीला आणि सांत्वनास आल्याने त्या लवकर सावरल्या. 'न दुःखम् पंचाभिः सह' हेच औषध त्यांना लागू पडले.

२७४. न खात्या देवाला बोनं

बोनं म्हणजे नैवेद्यासोबत आणलेले अन्य पदार्थ, फळे इ.

कोणत्याही देवाचा भक्त जेव्हा नैवेद्य, बोनं अर्पण करतो, ते दोन हेतू मनात ठेवून – त्याची आपणावर कृपा व्हावी, त्याच्या कृपेने मनःशांती लाभावी आणि आपल्या नवसाची परिपूर्ती व्हावी. बोललेला नवस सफल व्हावा. मग त्यासाठी इतर काही अर्पण करतो. हे सारे त्याच्या नावावर करत असलो तरी, त्याचा नैवेद्य, त्याची भेटवस्तू, त्याला अर्पण केलेले खाद्यपदार्थ आपणच खाणार हे त्याला ठाऊक असते. तो जर खरोखर नैवेद्यासह सर्वकाही खाऊ लागला, तर आपला हात आखडलाच म्हणून समजावे. यातून व्यक्त होणारा आणखी एक भावार्थ असा की, निर्मोही, सत्शील, नीतिमान आणि अनासक्त माणसासमोर आपण ठेवलेले प्रलोभन तो स्वीकारणार नाही, याची आपल्याला खात्री असते. म्हणून मोठे असे प्रलोभन – नैवेद्य ठेवावा तसे आपण ठेवत असतो. जात्याच खादाड व भ्रष्टाचारी असेल त्याला कशाला प्रलोभन लागते?

२७५. नको नको म्हणायचं, गबा गबा हाणायचं

गबा गबा म्हणजे घाईने, हावरटाप्रमाणे खाणे.

काही माणसे जगण्यासाठी खातात, तर काही खाण्यासाठी जगत असतात. ही माणसे मोहाला बळी पडतात. आपल्या चवचाल जिभेला शरण येतात आणि भरपूर खातात. अगदी हावरटासारखी अन्नावर तुटून पडतात. त्यावेळी ते पोटाचा, आरोग्याचा विचार करत नाहीत. त्यातही काहींना दुसऱ्याकडचे फुकटचे अन्न मिळाले, अन् तेही आवडीचे मिळाले तर वरकरणी नको नको म्हणत ते त्यावर अधाशीपणाने हल्ला चढवतात. जणू काय या आधी आयुष्यात खायलाच मिळाले नाही. ही स्वभावातली ढोंगी वृत्ती आणि अनावर खादाडपणा याचा व्यवहारात अनुभव आला की, ही म्हण वापरली जाते.

दुसऱ्याच्या विवाहावेळी आनंदराव जेवायला बसले. वाढताना कशाला कशाला, नको नको म्हणत म्हणत त्यांनी चांगल्या आठ-दहा वाट्या बासुंदी हाणली. 'नको नको म्हणायचे, गबा गबा हाणायचे' याचे हे उत्तम उदाहरण म्हणायचे.

२७६. नखऱ्याला घडाभर तेल जाळी, लेकराला कोरडीच पोळी

नटणं-मुरडणं यालाच जीवनाचं सारसर्वस्व मानणाऱ्या, बाह्यसौंदर्याचे प्रदर्शन करण्यात धन्यता मानणाऱ्या आणि त्यामुळे विहित कर्तव्याचे विस्मरण होणाऱ्या स्त्री-स्वभावासाठी ही म्हण वापरली जाते. अनेक स्त्रिया अशा असतात की, त्या दिवसातील अठरा तास आरशासमोर उभ्या. प्रसाधन करण्यात गर्क झालेल्या, त्यासाठी भरपूर खर्च करणाऱ्या. घडाभर तेल जाळणाऱ्या म्हणजे आजच्या भाषेत पाच-सहा लिटर तेल जाळून चेहरा सजवणाऱ्या, पण या कैफात पोटच्या लेकराची त्या आबाळ करतात, कशीबशी केलेली कोरडीच पोळी त्याला गिळावी लागते. कारण महत्त्वाच्या कामाकडे दुर्लक्ष करून वरवरच्या गोष्टींसाठी वेळ घालवणाऱ्या व्यक्तींना उद्देशून ही म्हण वापरली आहे.

२७७. नमाज पढायला गेलो आणि गळ्यात मशीद आली

मुस्लीम बांधव प्रार्थनेसाठी दर शुक्रवारी मशिदीमध्ये एकत्र येतात. प्रार्थनेपूर्वी ते स्वच्छ होतात नि मग नमाज पढतात. या म्हणीचा भावार्थ असा की, चांगली गोष्ट करायला गेलो, पण अंगावर नकोसे काम कोसळले. नमाजापूर्वी आणि नंतरही मशीद स्वच्छ करण्याचे काम करावे लागले, यासाठी 'गळ्यात मशीद पडली' हा शब्दप्रयोग वापरला आहे.

श्याम मित्राबरोबर त्याच्या आजारी नातेवाइकाला भेटायला गेला खरा, पण त्यानंतर

आठ दिवस रोज दवाखान्यात घेऊन जाण्याचे काम अंगावर पडले. म्हणतात ना, 'गेला नमाज पढायला आणि याच्याच गळ्यात पडली मशीद'.

२७८. नवं नवं नेसली, घोड्यावर बसली

'नव्याचे नऊ दिवस' अशी एक म्हण आहे. त्याच अर्थाची ही म्हण आहे. नव्या नवरीचे गावभर मिरवून घेण्याचे दिवस थोडेच असतात. तिचे कौतुकही प्रारंभीच्या दिवसापुरतेच. नवे नवे नेसायचे दिवसही विवाहानंतरचेच. मानसन्मान लाभायचे दिवसही मोजकेच. म्हणून या म्हणीचा अर्थ असा की, नटणं-मुरडणं आलं की लोकांना दाखवणं आलं. कौतुक करणं, मिरवून घेणं येतंच.

सोयराबाईला कधी नव्हे ती नेसायला पैठणी मिळाली. मग काय, नेसल्यावर सगळ्यांनी पैठणीबरोबर आपलंही कौतुक करावं म्हणून गावभर उधळली. जणू घोड्यावरच बसली.

२७९. नवरा रडतो तारणास आणि वऱ्हाडी रडतात वरणास

जेथे विवाहामध्ये खुद्द नवऱ्यालासुद्धा जेवताना तारणासाठी रडावे लागते, तेथे वऱ्हाडी मंडळींना वरण कुठून मिळणार? म्हणजे मुख्य माणसाची जेथे बडदास्त होत नाही, तेथे इतरांना कोण विचारते? तारण म्हणजे हंडाभर पाण्यात तांदळाच्या कण्या, तिखट-मीठ व थोडीशी डाळ घालून तयार केलेले पातळ कढण. आपल्याकडे आलेल्या जवळच्या व लांबच्या साऱ्याच माणसांची उपेक्षा झाली म्हणजे ही म्हण वापरतात.

२८०. नवऱ्याचं गणगोत मजुरीला। बायकोचं गणगोत कंदुरीला॥

कामाच्या वेळेला, अडचणीच्या प्रसंगी न सांगता नवऱ्याचे आप्त धावून येतात, पण खाण्यापिण्याचा, मानसन्मानाचा प्रसंग असेल तर मात्र बायकोकडचे नातेवाईक धावून येतात. ते कधी कामाला येत नसतात.

घर बांधताना रामभाऊच्या भावाबहिणींनी मदत केली, पण वास्तुशांतीला मात्र त्यांच्या सासुबाई सारा गोतावळा घेऊन दोन दिवस आधीच हजर. खरंच आहे, 'नवऱ्याचं गणगोत मजुरीला आणि बायकोचं गणगोत कंदुरीला.'

२८१. नवऱ्याचा नाही थांग अन् बुधवारी लग्न

नवऱ्याचा शोध घेतला तर तो काही केल्या सापडेना. त्याचे लग्न तर दोन दिवसावर आलेले. त्यावरून बेपत्ता असणारा, थांगपत्ता नसलेला, भटकणारा माणूस हा अर्थ. शिवाय लक्षणेने

अत्यंत गरजेची वस्तू लगेच हवी असताना न सापडणे हा अर्थ या म्हणीला आहे.

'दोन तास घराची किल्ली शोधतोय, गाडीची वेळ तर झालेली. खरंच 'नवऱ्याचा नाही थांग अन् बुधवारी लग्न' अशी गत झाली माझी.

२८२. नवसाची गाय कौतुकाने धुतली जाय

खूप दिवसांपासून इच्छा धरलेली एखादी वस्तू प्राप्त झाल्यावर किंवा बऱ्याच खटाटोपानंतर एखाद्याला बायको मिळाल्यानंतर किंवा कुणीतरी उदार होऊन एखाद्याला चांगली गाय भेट दिल्यानंतर तो माणूस त्या प्राप्तीसाठी खूप काळजी घेतो. सगळे काही कौतुकाने करतो, त्यासाठी जीव पाखडतो, जीव ओवाळून टाकतो, अशा वेळी ही म्हण वापरली जाते. नवसाने मिळालेल्या गाईचे जसे वारेमाप कौतुक केले जाते, तसेच खूप दिवसांनी झालेल्या अपत्याचे कौतुक केले जाते. मिळालेल्या बायकोचेही केले जाते. ते त्याला मोठे अप्रूप वाटते. त्यात त्याला धन्यताही वाटते.

बाबुरावाचे अगदी उशिरा लग्न झाले. त्याच्या बायकोला थोडासा ताप येताच बाबुराव हवालदिल झाले. आपल्या पुढ्यात घेऊन तिला लाडे लाडे घास भरवू लागले. बाबुरावाची भावजय म्हणाली, ''नवसाची गाय म्हणून कौतुकाने धुतली जाय.''

२८३. नव्यानं मुसलमान झाला, अन् रोजाचा महिना आला

एखाद्याला नव्याने पद मिळाले, चांगली संधी मिळाली, त्यामुळे त्याला खरेतर अपार आनंद व्हायला हवा, पण त्या दिवसापासून जर सत्काराऐवजी संकटेच समोर येऊ लागली, त्याची कसोटी पाहणारे प्रसंगच निर्माण होऊ लागले तर या स्थितीला उद्देशून ही म्हण वापरली जाते. एखाद्या माणसाने इस्लाम धर्मात प्रवेश करावा, त्यामुळे त्या धर्मातील चांगल्या गोष्टीचे समाधान त्याला लाभावयाच्या ऐवजी दुसऱ्याच दिवसापासून रमझानचे रोजे (उपवास) करणे त्याच्या नशिबात यावे तशी स्थिती.

आमदार संपतराव लटपटी करून कसेतरी आरोग्यमंत्री झाले खरे, पण त्याच महिन्यापासून राज्यात रोगाची साथ सुरू झाली. त्यावर बायको म्हणाली, ''नव्यानं मुसलमान व्हायला नि रोजा सुरू व्हायला एकच गाठ पडली म्हणायची. आता निस्तरा सारे.''

२८४. ना धरायला ढाळी, ना बसायला सावली

कसलाही आधार नसलेल्या माणसाला उद्देशून ही म्हण वापरली जाते. एखाद्याला आधारासाठी फांदीसुद्धा नसावी आणि विश्रांतीसाठी सावलीही नसावी अशी निराधार स्थिती.

दंगल आणि जाळपोळीने उद्‌ध्वस्त झालेल्या निर्वासितांना भारतात आल्यावर प्रारंभी ना धरायला ढाळी मिळाली, ना बसायला सावली, अशा अवस्थेत जगावे लागले.

ढाळी म्हणजे फांदी.

२८५. नाक खाजवले की नकटे वरमते

आपले नाक नकटे आहे, ते अशोभनीय आहे याची नकट्याला कल्पना असते. पण चार माणसांत त्याचे विस्मरण होते आणि ते फारच अगावूपणा करते. फारच मिरवून घेते. तेव्हा त्याला रागावण्याऐवजी आपण त्याच्यासमोर जाऊन आपले नाक खाजवले की ते वरमते. आपले वर्म काढल्यामुळे ते पार ओशाळून जाते. ते खाजवणे त्याच्या अंत:करणाला झोंबते.

रंगाने काळी, उंचीला कमी आणि दात पुढे आलेली गीतांजली समारंभात फारच पुढे पुढे करत होती. तिचा हा अगावूपणा कमी व्हावा म्हणून सुमित्रादेवीने स्वत:च्या दातांवर बोट आपटले. गीतांजलीच्या लक्षात आले. शांत झाल्यावर त्या म्हणाल्या, ''नाक खाजवले की नकटे वरमते; म्हणूनच ती गप्प बसली; नाहीतर काय खरे नाही.''

२८६. नाकी नाही काठा आणि कोरडाच ताठा

अभिमान बाळगावा, शेखी मिरवावी, गर्व करावा असे जवळ काही नसताना जो माणूस अथवा स्त्री दिमाख दाखवते, त्यावेळी या म्हणीचा वापर केला जातो. असा ताठा किंवा दिमाख दाखवणे हे हास्यास्पद असते, हा भावार्थ. नाकाला शेंडा नाही आणि त्यात दागिनाही नाही, तरीही रूपाचा गर्व करणारी स्त्री या प्रकारची.

पंताच्या प्रमिलाताई रूपाच्या कोणत्याच चौकटीत न बसणाऱ्या. आकार, रंग, सौष्ठत्व, नाकडोळे सगळीकडेच आनंद. तरीही नाकी नाही काठा आणि कोरडाच ताठा दाखविण्यात त्या कधीच मागे नसतात. स्वत:च्या नसलेल्या रूपाचा त्यांना फार मोठा ताठा.

२८७. नागेश्वराला नागवून सोमेश्वराला वात लावणे

नागेश्वर आणि सोमेश्वर ही पुण्यातील प्रसिद्ध देवस्थाने आहेत. एका देवस्थानाचे उत्पन्न दुसऱ्या देवस्थानाच्या विधीसाठी, सजावटीसाठी वापरणे या अर्थाने 'सोमेश्वराला वात लावणे' हा शब्दप्रयोग केलेला आहे. याचा भावार्थ असा की, एकाला लुबाडून दुसऱ्याची भर घालणे.

सीतारामाने आपल्या ओळखीच्या माणसाशी गोड बोलून त्याच्याकडून दोन तोळ्यांचा

दागिना आणला आणि आपल्या रखेलीच्या गळ्यात घालून टाकला. म्हणतात ना, नागेश्वराला नागवले आणि सोमेश्वराला वात लावली.

'नाऱ्या नागविला आणि तुक्या उजविला' या म्हणीमध्ये हाच अर्थ आहे.

२८८. नातजावयानं नात नेली आन् बुढी आपटू आपटू मेली

कोणत्याही आजीआजोबाला पोटच्या मुलांपेक्षा नातवंडांचा लळा अधिक असतो. आजी आजोबा त्यांचे लाड करतात. त्यांच्या कलाने वागतात, खेळतात व गोष्टीही सांगतात. त्यामुळे आजीला नातीशिवाय करमणे अशक्य होते. अशी ही प्राणप्रिय नात तिच्या पतीने बरोबर नेल्याचे सर्वांत अधिक वियोगदु:ख या आजीला होते. तिचा तो भावनिक आधारच कोसळतो. तिला आपले जगणे निरर्थक वाटते. तिला मरणप्राय दु:ख होते.

काळजाचा तुकडा असलेले नात्याचे माणूस दूर गेलेले वृद्धांना सहन होत नाही, असा हा भावार्थ आहे.

२८९. नासुकल्या ताकाची नव्हाळी वाटणे

काही माणसे इतकी व्यवहारी आणि कंजूष असतात की, दूध सोडाच, पण ताकसुद्धा गरजूंना उदारपणे देत नाहीत. अगदीच उदार झाली तर घरात ठेवलेले (न दिल्यामुळे) ताक नासले म्हणजे त्यावरची पाण्यासारखी असलेली नव्हाळी मोठ्या उदार अंत:करणाने लोकांना देतील. ती नव्हाळी खरे तर उकिरड्यावर टाकून देण्याच्या लायकीची असते. शिवाय घेणाऱ्यालाही ताक म्हणून ती पिता येत नाही. अतिशय नगण्य, निरर्थक, निरुपयोगी असा पदार्थ वा वस्तू देण्याचे औदार्य दाखवणाऱ्या कंजूष माणसाला उद्देशून हा वाक्प्रचार वापरला जातो. पाप न देणारा माणूस पुण्य काय देणार?

२९०. नाही आवडले जिवाला, देऊन टाकावे सुनेला

सासू-सुनेचे नाते जितके सनातन, तितकेच बदनाम झालेले! एकवेळ घरातली सासू 'सुन्या' (कुत्रे) वर प्रेम करील, पण सुनेवर प्रेम करेलच याची खात्री नाही. तिच्या दृष्टीने सून म्हणजे राबणारे जनावर! फुकटात मिळालेला गुलाम, शिळ्या अन्नाची धनी. सुनेने फक्त तोंड मिटून राबायचे. ताटात पडेल ते खायचे. पूर्वीच्या काळी तर तिच्याकडून सगळी कामे करून घेतली जायची. पण तिचे कपडे, खाणे-पिणे व तिचे आरोग्य याकडे जराही लक्ष दिले जात नसे. तिचे स्थान दुय्यमच होते. घरातल्या माणसांना जे अन्न आवडले नसायचे, ते उष्टे अन्न तिला खायला द्यायचे. जे उरलेले असे, ते तिच्या ताटात टाकले जायचे. नुसते

अन्नच नव्हे तर जे जे नावडते असे, ते फेकून देण्याच्या लायकीचे असले तरी या सुनेच्या ताटात टाकले जायचे.

२९१. नाही घाटावे लागत । एका सिते कळे भात ॥

संत तुकोबारायांची ही पंक्ती 'शितावरून भाताची परीक्षा' या म्हणीची आठवण करून देणारी आहे. आणि या ओळीलाही म्हणीचा दर्जा प्राप्त झालेला आहे. या ओळीचा अर्थ अगदी स्पष्ट व सरळ आहे. भात शिजलेला आहे की नाही हे कळण्यासाठी सारा भात म्हणजे भाताचे प्रत्येक शीत तपासत बसावे लागत नाही. भाताच्या भांड्यावरील एखादे शित जरी बोटावर घेऊन चाचपले, तरी त्याची संपूर्ण परीक्षा घेतल्यासारखी होते. एखाद्या माणसाची परीक्षा घेताना चार-दोन प्रश्न, चार-दोन प्रसंग पुरेसे होतात. त्यावरून त्याचा स्वभाव कळू शकतो. त्यासाठी त्याचे सारे आयुष्य नको तपासायला.

२९२. नाही निर्मळ जीवन । काय करील साबण ॥

जीवन म्हणजे पाणी.

जर मुळातच पाणी स्वच्छ नसेल तर पुष्कळ साबण नासला तरी कपडा स्वच्छ निघणार नाही. संत तुकारामांनी या अभंगात जेथे मुळातच नाही; तेथे वरवरच्या साधनांनी काही उपयोग होत नाही, हे सांगितले आहे. एखाद्याने केवळ हौस म्हणून भगवी वस्त्रे परिधान केली, तरी त्याच्या ठायी 'साधुत्व' नसेल तर त्या कपड्यांचा काय उपयोग? जेथे मुळात वृक्षच वठलेला असेल तर त्याला वसंत ऋतू असूनही फूल किंवा फळ येणे शक्य नाही. अंतरंग महत्त्वाचे आहे, बहिरंग नाही. साधनांची सुबत्ता उपयोगाची नाही, मूळ तुमच्या ठायी काहीतरी 'स्व' असायला हवा हा भावार्थ.

२९३. निसूक माणसाला लाज नाही, कालचे बोलणे आज नाही

निसूक म्हणजे निर्लज्ज आणि बेशरम माणूस. उनाड, स्वैर, व्यसनी माणूस. असा माणूस जो बोलतो, त्यावर विश्वास ठेवता येत नाही. तो आज एक बोलतो, उद्या दुसरेच बोलेल. कदाचित उलटेच काहीतरी बोलेल. कारण तो जात्याच निर्लज्ज असतो.

पाकिस्तानचा कोणीही अधिकारी असो, आज एक बोलेल, दुसरा वेगळाच बोलेल. 'निसूक माणसाला लाज नाही, कालचे बोलणे आज नाही' याचेच हे उदाहरण म्हणायचे.

२९४. नुसतं सूप आपटून मांजर भिववायचं

अनेकदा एखादा माणूस रागानं बेफाम होऊन आपल्यावर चाल करून आला आणि दमबाजी करू लागला, तर त्यालाच चांगला भक्कम दम द्यायचा. आपण मागे कुणाकुणाला माती चारली, बेदम ठोकला, याची समोरच्या माणसाला आत्मविश्वासपूर्वक आणि आक्रमक पद्धतीनं कल्पना द्यायची. खोटे खोटे हातात एखादा सोटा घेऊन त्याला मारण्याची 'पोज' घ्यायची. तेव्हा त्याचा जोर आपोआप कमी होतो. तो लगेच माघार घेतो, आपल्याला घाबरतो.

दीपाजीने हातात चाकू घेऊन अंगावर आलेल्या वैऱ्यावर नुसता वार करण्याचा आविर्भाव केला. 'नुसतं सूप आपटून मांजर भिववून पळवून लावावे' तसे कृत्य करताच तो घाबरून पळाला.

२९५. न्हातीचे बाल आणि खातीचे गाल झाकत नाहीत

ज्याप्रमाणे रोजच्या रोज केसांची काळजी घेत न्हाणाऱ्या स्त्रीचे केस नजरेत भरतात आणि सकस, पौष्टिक आहार घेणाऱ्या माणसाचे गाल गुबगुबीत झालेले लक्षात येतात. त्याची सुदृढ प्रकृती लक्षात येते, त्याप्रमाणे विशेष परिश्रमाने, विशेष काळजी घेऊन केलेले काम लपत नाही. समाजाकडून दुर्लक्षिले जात नाही. त्या व्यक्तीने स्वत: प्रसिद्धी दिली नसली तरी.

बाबा आमटे यांना इतके सन्मान लाभले, त्यामागे त्यांचे लोकोत्तर सेवाकार्य उभे आहे. स्वाभाविक आहे, 'न्हातीचे बाल आणि खातीचे गाल कधी झाकतात का?' जंगलात उमललेले फूल सुगंधरूपाने लांबपर्यंत पोचतेच.

२९६. पंगतीस चुकला, तो जेवायला मुकला

ज्या वेळेला जेवणाची पंगत बसलेली असते, त्यावेळी न येता उशिराने तेथे गेल्यास जागा मिळणे शक्य नसते. म्हणजे त्याला जेवणाला मुकावे लागते. या म्हणीचा लक्षणार्थ असा की, प्रत्येक गोष्ट ही आठवणीने आणि वेळच्या वेळी करायला हवी. चालढकल केली की ती मिळणे दुरापस्त होते. याच अर्थाने 'बैल गेला नि झोपा केला' अशी एक म्हण रूढ आहे. दिलीपला सकाळच्या पेपरला उशीर झाला. त्यासाठी त्याने बरीच कारणे सांगितली; पण परीक्षाप्रमुखाने त्याला स्पष्टपणे सांगितले, 'पंगतीला चुकला तो जेवायला मुकला.' त्याला इलाज नाही.

२९७. पक्षी अंतराने उडतात, मेंढ्या जथ्याने चालतात

जो चतुर आणि धडपड्या असतो, तो स्वतंत्रपणे आपले कार्य करतो पण इतर सर्वसामान्य माणसास

दुसऱ्याचे साहाय्य घ्यावे लागते. जिद्द, प्रयत्न आणि धमक असलेला माणूस सामान्याप्रमाणे प्रवाहपतित नसतो. मुक्तपणे वावरणारा, संरक्षणासाठी मदत न घेणारा माणूस हा भावार्थ.

हाती पैसा नसताना लक्ष्मणराव किर्लोस्करांनी मेंढराप्रमाणे जथ्याने न चालता नव्याने कारखाना उभा करून अंतराने उडणाऱ्या पक्ष्याची जाणीव करून दिली.

२९८. पाच-सात रंभा, पाण्याचा नाही टिंबा

घरकामाला घरामध्ये खूप बायका असल्या तरी पाण्यासारख्या अत्यावश्यक गोष्टीचीच वानवा असणे. महत्त्वाच्या गोष्टीची टंचाई, त्रुटी, ती कामाची टाळाटाळ केल्यामुळे झाली असेल किंवा प्रत्येकीने त्याकडे दुर्लक्ष किंवा आळस केल्यामुळे झाली असेल. अनेकदा माणसांचे आधिक्य उपयोगी नसते, हा भावार्थ.

दोन दिवस झाले घरात पीठ नाही. उसन्यापासन्यावर चालले आहे. घरात दोघी-तिघी असतानाही, 'पाच-सात रंभा पाण्याचा नाही टिंबा' प्रमाणे प्रत्येक बाई वागते आहे. जात्याला हात म्हणून कोणी लावत नाही.

२९९. पाटाच्या नारीचा सहा महिने गजर

सत्तर ऐंशी वर्षांपूर्वी समाजात 'पाटाचा विवाह' नावाचा एक विवाह रूढ होता. या पुनर्विवाहाला फारशी प्रतिष्ठा नव्हती, मान्यता नव्हती आणि विधीचे – सोहळ्याचे अधिष्ठान नव्हते. अनेकदा तर विधवा एखाद्या विधुराबरोबर एक साधारण विधी करून लग्न करायची. अशा स्त्रीकडे पाहण्याचा समाजाचा दृष्टिकोनही चांगला नसायचा. तरीही एखादा नवविवाहित विधूर असे असतानाही आपल्या या बायकोचे वारेमाप कौतुक करत सुटला तर ही म्हण वापरली जाते.

छबूरावाने हजार लटपटी करून एका विधवेबरोबर पाटाचा विवाह केला. आता आपली बायको समाजाला मान्य व्हावी म्हणून तो सारखा तिचे गुणगान करत असे, शेवटी त्याला एक म्हातारा म्हणाला, ''या तुझ्या पाटाच्या नारीचा सहा महिने गजर पुरे झाला आता!

३००. पाटलाचं घोडं अन् सेवकाला भूषण

मालकाच्या घरी असलेल्या वैभवाचा बडेजाव नोकराने करावा, धन्याच्या प्रत्येक गोष्टीची नाहक – फुकट फुशारकी मारून स्वतः भाव मारावा व स्वतःलाही मोठे समजावे, अशा वागण्याला उद्देशून ही म्हण वापरली जाते. पाटलाकडे असलेल्या गोष्टीचा उपभोग पाटील घेणार, मालकी पाटलांची असणार. नोकराचे काम ती वस्तू सांभाळण्याचे व सेवा करण्याचे. तरीही फुकटचा मोठेपणा सांगण्याच्या स्वभावाला ही म्हण वापरली जाते.

संपतरावांनी नुकतीच एक महागडी गाडी विकत घेतली. पण त्या गाडीची निगराणी करणारा सदा सगळीकडे 'आमची गाडी बघायला या, माझी नवी गाडी' असे छाती फुगवून सांगत सुटला. तेव्हा पुजारी म्हणाला, ''ल्येका, पाटलाचं घोडं अन् तुला का रं भूषण?''

३०१. पाटलाची घोडी

पाटलाच्या गोठ्यात गवताची काडी नसली तरी त्याची घोडी मात्र नेहमी पुष्ट असते. यावरून दुसऱ्याच्या जिवावर मौजमजा करणाऱ्या व्यक्तीला उद्देशून हा वाक्प्रचार वापरतात.

तालेवार वामनरावांना मद्यपान, मांसाहार, नाटकाचा जात्याच छंद असल्याने त्यांच्या सोबतीला असलेल्या नामा कोळ्याची स्थिती पाटलाच्या घोडीसारखी झालेली असते. वामनरावाबरोबर याचीही चैन.

३०२. पाटलाची पोर देवळी हागे, ढुंगण पुसायला महादेव मागे

एकेकाळी पाटील म्हणजे गावचा राजा होता. गावचा मालक, नेता, आधारकर्ता अन् उपकारकर्ता होता. त्याशिवाय गावातील न्यायनिवाडा पाटीलच करायचा. शिक्षा किंवा सवलत पाटीलच द्यायचे. लग्न जुळवण्यापासून लग्न पार पडेपर्यंत पाटलांचा सक्रीय सहभाग असायचा. त्यामुळे पाटलांची इच्छा, पाटलांची लहर, पाटलांची आवड आणि पाटलांचा गोतावळा यांना विशेष महत्त्व असायचे. अशा या थोर पाटलांच्या लाडक्या लेकीने देवळात शौचविधी केला तरी कोणी काही तक्रार करणार नाही – तक्रार करायची नसते. त्या शौचविधीनंतर स्वच्छतेसाठी तिने जर महादेवाची पिंड मागितली, म्हणजे तसा तिने हट्टच धरला तर पुजाऱ्याला तो हट्टही देखील पुरवण्याशिवाय गत्यंतर नाही. कारण तो पाटलाच्या लेकीचा हट्ट आहे, येरागबाळ्याचा नव्हे. आता देवच ढुंगण पुसायला मागणे ही घोर चूक आहे. पण ती सांगणार कोण? सांगण्याचे धाडस कुणाला आहे? अन् सांगितले तरी ऐकले जाईल याला पुरावा काय?

३०३. पाणी ना सोडे चिखलाला अन् चिखल ना सोडे पाण्याला

परस्परांचे हितसंबंध आणि थोडाफार स्वार्थ परस्परांमध्ये जर गुंतलेले असतील तर ते परस्परांना सांभाळून घ्यावे लागतात. एखाद्या कारणाने त्यांच्यात मतभेद झाले, दोघांमधील संबंध ताणले गेले, तरी ते टोकाला न जाता म्हणजे कायमचे तोडून न टाकता जुळवून घेतले जातात. ज्याप्रमाणे चिखलाला पाण्याची गरज असते आणि पाण्याला चिखलाची. या समेटाशिवाय दोघांचे अस्तित्व टिकत नसते.

राजकारणी आणि कारखानदार यांचे नाते 'पाणी ना सोडे चिखलाला आणि चिखल न

सोडे पाण्याला' यासारखे असते. उद्योगपतींच्या पैशावर यांना निवडणुका लढवता येतात व यांच्या अधिकाराने उद्योगपतींना सवलती मिळतात.

३०४. पाण्यास घाम येणे

रागाने एखाद्या माणसाच्या अंगाचा भडका उडणे, एखाद्याने अतोनात संतापणे. पाण्याला कधी घाम येत नाही, पण त्याला टोकाची उष्णता दिली की, त्याला स्पर्श करता येणार नाही एवढे तापते.

प्रवासात दागिन्यांची पेटी हरवली म्हणून बायकोपुढे खूप वेळ रामरावाने पाण्यास घाम आणला. कुणालाच शांत करता येईना.

३०५. पादशहास पादशाही म्हणून पिंजाऱ्याने तार तोडू नये

एखाद्याला राजा म्हणून घोषित केल्यावर त्याला शोभेसा, साजेसा डामडौल, वैभव व अधिकार हा प्राप्त होतोच. त्याला असे वैभव मिळाले म्हणून त्याचा क्षुद्र, सामान्य माणसाने नाहक दिमाख दाखवू नये. अनेकदा राजाचा दूरचा नातेवाईक, थोडासा परिचित माणूस त्याचा गर्व करतो, अभिमान बाळगतो. पादशाहाला पादशाही मिळाली तरी त्याच्या वैभवाचा दिमाख दाखवत पिंजाऱ्याने आपल्या पिंजणीची तार तोडण्यासारखे आहे. ती तोडल्याने याला राजाचे वैभव थोडेच मिळणार असते?

शासनामध्ये पाटील नावाचे कुणी मंत्री होताच आमच्या राघोजी पाटलांना पिंजाऱ्याने तार तोडावी तसे धोतर सोडून नाचावेसे वाटले.

३०६. पायलीची सामसूम आणि चिपट्याची धामधूम

पायली म्हणजे अंदाजे सहा किलो धान्य. चिपटे या जुन्या मापकात अंदाजे अर्धा किलो धान्य बसते.

पायलीभर गेले तरी गुपचूप बसायचे आणि चिमूटभर गेले तर आरडाओरड करावयाची. मोठे नुकसान झाले असता निमूटपणे सोसून थोड्याशा तोट्यासाठी आकाशपाताळ एक करावयाचे, अशी उलटी रीत. याचा दुसरा अर्थ असा की मोठे दान देणारा माणूस गाजावाजा करत नाही; पण शेकड्याने दान देणारा आपल्या देणगीचा सगळीकडे डंका वाजवतो.

छबुरावचा खिसा कापला तरी शांत, पण अडकित्ता हरवला म्हणून कालपासून नुसता गोंधळ घातलेला, हे म्हणजे 'पायलीची सामसूम आणि चिपट्याची धामधूम' असंच झालं!

३०७. पायावर कुत्री-मांजरे घालणे

एखाद्या थोर व्यक्तीला प्रसन्न करण्यासाठी त्याच्या पायांवर खूप काही वाहावे लागते. तो लवकर प्रसन्न होत नसेल तर निर्जीव वस्तूबरोबर सजीव वस्तू अर्पण कराव्या लागतात, अगदी घरातले कुत्रे-मांजर देखील. म्हणून या वाक्प्रचाराचा अर्थ असा की, अतिशय विनवण्या करून एखाद्याला काम करण्यास तयार करणे, त्याला प्रसन्न करून घेणे. 'अडला हरी अन् गाढवाचे पाय धरी' ही म्हण याच अर्थाची आहे.

आम्हाला एका यात्रेला जावयाचे होते, तेव्हा रमाकांतला तयार करण्यासाठी त्याच्या पायांवर कुत्री-मांजरे घातली, तेव्हा कुठे तो गाडी चालवायला तयार झाला.

३०८. पावशेराची खीर आणि गावभर फिर

कोणत्याही गोष्टीचे प्रदर्शन करणे हा मानवी स्वभाव आहे. जगातल्या एकूण एक माणसाप्रमाणे मलाही बत्तीस दात असले तरी मी जबडा वासून ते दाखवत असतो. म्हणजे एखाद्या लहान सहान गोष्टीचे गावभर स्तोम माजविणे, ती दाखवत फिरणे काही माणसांना फार आवडते. त्यांच्याकडे असते थोडे, पण दाखवतात जास्ती. त्यातही स्त्रियांचा स्वभाव अधिक प्रदर्शनप्रेमी असतो. नव्याने घेतलेल्या चपलेपासून तो मोडीत घेतलेल्या चपलाहारापर्यंत त्या दाखवत सुटतात. पूर्वी खेड्यात गोडधोड फारसे खायला मिळत नसे. कुणाकडे काही कारणाने गोडधोड केले तर त्याची गावभर चर्चा व्हायची. खिरीसारखा पदार्थ आपण खातो हे लोकांना कळावे म्हणून काही माणसे गावभर सांगत सुटतात. केलेली असते पावशेराची खीर; पण आपण कसे गोडाधोडाचे खातो हे दाखवण्याचा त्यांचा प्रयत्न असतो. त्यात अहंकारही असतो. यावेळी ही म्हण वापरली जाते.

३०९. पिकल्या झाडाखाली उपाशी मरणारा

हा वाक्प्रचार अतिशय आळशी मनुष्यास उद्देशून वापरला जातो. काही माणसे इतकी आळशी असतात की, आळसालाही आळस यावा. एका जागी आळसावून पडलेल्या माणसाच्या ओठावर एखादे पिकलेले बोर झाडावरून पडले तर ते मिशीत अडकलेले बोरदेखील तोंडात ढकलण्याचा त्याला आळस असतो. असा माणूस पिकलेल्या झाडाखाली पडला तरी हाताला येणारे फळ तोडून खाण्याचे प्रयत्न करणार नाही. स्वाभाविकच त्याला उपाशी राहावे लागणार.

रामभाऊंना केव्हापासून तहान लागलेली आहे, पण शेजारच्या कळशीतले ग्लासभर पाणी प्यायचे त्यांच्या जिवावर आले. तेवढेही कष्ट नकोसे झाले त्यांना. पिकल्या झाडाखाली उपाशी मरणाऱ्या माणसासारखी त्यांची गत झाली.

३१०. पुखानंद असतो सुखानंद

पुखा म्हणजे यथेच्छ जेवणे, भरपूर – आकंठ जेवण करणे.

पुखानंद म्हणजे पोटाला तडस लागेल एवढे मिष्टान्न मिळाले म्हणजे सर्वोच्च आनंद मिळाला असे मानणारा. पर्यायाने काहीच उद्योग न करणारा, केवळ पोटभरू माणूस. इतर चांगल्या गोष्टींपेक्षा अन्नामध्येच आनंद शोधणारा माणूस.

पूर्वी पेशव्यांच्या काळात विशेषत: श्रावणात पुखानंद हाच सुखानंद मानून दक्षिणेतील अनेक ब्रह्मवृंद पुण्यात आलेले असत.

३११. पुढं बसला धुरजड, मागं बसला उलाड/उलाल

टांगा किंवा बैलगाडीतून प्रवास करताना आत बसलेल्या माणसांना एक पथ्य पाळावे लागते, ते म्हणजे साऱ्यांनीच गाडीच्या पुढच्या बाजूला बसू नये. तसे झाले तर घोडा वा बैलाच्या मानेवर सर्वांचे ओझे एकत्रित येऊन त्याला वाहन ओढणे, क्लेशदायक होते. तसेच साऱ्यांनीच वाहनाच्या पाठीमागे गर्दी करून बसू नये. तसे झाले तर बैलाच्या गळ्याला फास बसतो. त्यांना नीट चालता येत नाही. सर्वत्र समान बोजा होईल असे बसावे लागते. याचा लक्षणार्थ असा की, काही माणसे आपल्या सोबतीला घेतली तरी अडचण, गैरसोयीची होतात. त्यांना सोबतीला न घेता काही करायचे तरी अडचण येते. 'असून अडचण, नसून खोळंबा' अशी ती असतात. त्यासाठी त्यांना सावधपणे वागवावे लागते. अंतर ठेवून जवळ घ्यावे लागते. अशावेळी ही म्हण वापरली जाते.

३१२. पुढे तिखट आणि मागे पोचट

या म्हणीचा भावार्थ असा की, एखादा माणूस तोंडावर वाटेल तसा बोलतो, स्वत:विषयीची बढाई मारतो, पण प्रत्यक्ष कृतीची वेळ येताच हातपाय गाळून बसतो, माघार घेतो. दोघांच्या भांडणामध्ये एकाने 'मी तुझा खून केल्याशिवाय राहणार नाही' अशी गर्जना केल्यावर समोरच्या माणसाने त्याच्या हातात चाकू दिला आणि 'मार आता, उशीर नको.' असे म्हणताच बढाईखोर माणसाचे हातपाय गळून गेले. त्यावर एकजण म्हणाला, ''अशी माणसे ही 'पुढे तिखट आणि मागे पोचट' अशा स्वभावाची असतात. यांच्या केवळ तोंडात जोर असतो.''

३१३. पुनीवबाई कुणीकडे, जोगवा मागते चोहीकडे

पूर्वी गावामध्ये अमावस्या, पौर्णिमा, मंगळवार इत्यादी दिवशी देवीच्या नावाने जोगतीण घराघरापुढे जोगवा मागत असे. तसे खरे तर काही ठराविकच घरी जोगवा मागायचा असतो.

ती काही भिक्षा नव्हे. पण दरिद्री, उपाशी, निराधार असलेल्या या स्त्रिया गावभर फिरतात. तेवढीच पोटाची चणचण कमी व्हावी म्हणून. यावरून धार्मिक विधीचा पोटासाठी वापर करणारी स्त्री. तसेच कुठल्या ना कुठल्या निमित्ताने गावभर भटकणाऱ्या स्त्रीला उद्देशून ही म्हण वापरली जाते – 'पुनीवबाई कुणीकडे, जोगवा मागते चोहीकडे.'

३१४. पुरलेली माणसे चावत नसतात

मरण पावलेला माणूस पुन्हा कधी जिवंत होत नाही. तो कायमचा मातीआड झालेला असतो. अस्तित्वशून्य निर्जीव झालेला असतो. त्याप्रमाणे लाक्षणिक अर्थाने निर्जीव झालेला, अस्तित्वशून्य झालेला माणूस कोणतीही कृती करत नसतो. जो गरीब आहे, जो गुलाम आहे, जो लाचार आहे आणि ज्याला कसलेही स्वातंत्र्य लाभलेले नाही, असा माणूस कधी आक्रमक होत नाही. त्याला नमून राहावे लागते. दबून राहावे लागते. प्रेताप्रमाणे गाडून घेत जगावे लागते. म्हणून पुरलेली माणसे चावत नसतात, हे खरे आहे.

३१५. पुस्तकातली विद्या, तैसा परा दिलेला पैसा

परा म्हणजे दुसऱ्याला, परक्याला.

अनेकदा पुस्तकातली विद्या आणि दुसऱ्याला आपण दिलेला पैसा उपयोगी पडत नाही. म्हणजे आपल्या कामाच्या वेळी आणि गरजेच्या वेळी तो मिळेलच याची खात्री नसते. पोहावे कसे यावरचे पुस्तक वाचून आपल्याला पोहता येत नसते. ती विद्या पोहताना निरुपयोगी ठरते. त्याचप्रमाणे एखाद्या गरजू मित्राला दिलेला पैसा आपला असूनही निरुपयोगी ठरतो.

अश्वविद्या शिकलेला माणूस घोड्यावरून धावताना खाली आपटतो अन् दिवाळे निघालेल्या दोस्ताकडील पैसाही दिवाळखोरीत जातो. कारण हे की, पुस्तकातली विद्या व पराला दिलेला पैसा बेभरवशाचा असतो.

३१६. पैशाची मेख अन् तमाशा देख

नाचगाण्यावर पोट भरणाऱ्या कलावंतिणी स्त्रिया मागच्या काळात अनेक असायच्या. देवदासी म्हणूनही मंदिराच्या आश्रयाने देवतेच्या सेवेसाठी जगणाऱ्या काही कलावंत स्त्रिया समाजात होत्या, तर काही भागात लोककलांचा खेळ करणाऱ्या स्त्रिया होत्या. तमाशा, लोकनाट्य यांच्यातील कलावंत याच प्रकारातील. यांच्या नाचगाण्यासाठी भरपूर पैसा उधळणारे आसक्त रसिक काल होते, आजही आहेत. हे चाहते आपले आवडते गाणे, लावणी ऐकण्यासाठी एकावेळी हजारो रुपये खर्च करीत. या स्वभाववैशिष्ट्याला उद्देशून ही म्हण वापरली जाते.

तिच्यावर पैसा उधळायचा आणि तिच्या शृंगारिक नृत्याचा तमाशा तृप्तपणे बघायचा या वृत्तीचा हा येथे अधिक्षेप आहे.

३१७. पैसा कसा सोडू, जिवाला येते रडू

समाजात खूप माणसे कंजूष आणि अति काटकसरी अशी असतात. त्यांचा कशासाठीही खिशात हात जात नसतो. मात्र दुसऱ्याच्या खिशात हात घालण्यात यांना आनंद मिळतो. त्यातूनही खर्च करायची नाइलाजास्तव पाळी आलीच तर त्यांच्या डोळ्यांत पाणी येते. मोठी आपत्ती कोसळली असे त्यांना वाटते. तो खर्च कसा टाळता येईल यासाठी ते जिवाचा आटापिटा करतील.

नानासाहेबांच्या आईला गंभीर आजारापोटी दवाखान्यात दाखल केले. प्रारंभी विविध चाचण्या घेण्यासाठी आणि नंतर इंजेक्शन औषधासाठी येणारा मोठा खर्च डॉक्टरांनी सांगताच नानासाहेब म्हणाले, "हे सारे न करता तिला बरे करता आले तर बघा. गोळ्या औषधे न घेता ती बरी व्हावी असे मला वाटते." त्यावर डॉक्टर म्हणाले, "नानासाहेब तुम्ही म्हणजे 'पैसा कसा काढू, जिवाला येते रडू' या जातीचे दिसता. काहीच न करता – खर्च न करता कोणताही आजार बरा होत नाही."

३१८. पैसेवाल्याचा हेला, गाभण तेरावा महिना

हेला म्हणजे रेडा.

श्रीमंताच्या कोणत्याही गोष्टीचे वरकरणी कौतुक करणे, स्तुती करणे, त्याला खूश करण्याचा प्रयत्न करणे. कारण काय तर तो पैसेवाला आहे. पुढे-मागे आपल्याला त्याची पायरी चढावी लागेल. श्रीमंताच्या घरी त्याचा जो रेडा आहे, त्याचीही स्तुती करावी लागते, गुणगौरव करावा लागतो. आता रेड्यासारख्या प्राण्याचे कौतुक ते काय करणार? तरीही इतके कौतुक की, त्याचा रेडा (त्यांचा म्हणून) गाभण असावा आणि थोडासोडा नाही, त्याला तेरावा महिना सुरू असावा, आणखी काही दिवसांनी तो प्रसूत होईल, इथपर्यंत स्तुतीची पताका फडकावणे.

३१९. पोट भरलं अन् दुःख हरलं

माणसाला लागणारी भूक हे त्याच्या दुःखाचे एक महत्त्वाचे कारण असते. खवळलेली भूक आणि रिकामे पोट माणसाला स्वस्थ बसू देत नाही. दुसरे काही सुचू देत नाही, पण तेच रिकामे पोट गच्च भरले, मनासारखे चवीचे अन्नपदार्थ मिळाले अन् वेळेवर मिळाले, तर त्या माणसाचे क्षणापूर्वी असणारे दुःख एका क्षणात नष्ट होते. त्याचे त्याला पूर्ण विस्मरण होते.

दिवसभर उपाशी असलेल्या रामाला मित्राच्या आईने पोटभर खाऊ घातले. अन् पोट भरलं तसं त्याचं दु:ख पळून गेलं. तो आनंदाने नाचू लागला.

३२०. पोटपाणी पिकणे

या वाक्प्रचाराचा अर्थ असा की, पोटाला अपत्य होणे. संसारात खूप दिवसांनी अपत्याचे (पहिल्याच) आगमन होणे. प्रसूत होणे असाही याला एक अर्थ आहे. आपल्याकडे अपत्याविना संसार हा अपुरा, व्यर्थ मानला जातो. तो संपन्न आणि समाधानाचा मानला जात नाही. एखादे जरी मूल झाले तरी आपले जीवन पूर्ण आणि कृतार्थ झाले अशी आपल्याकडे धारणा आहे.

गोपाळरावांच्या कन्येचे बऱ्याच वर्षांनी का होईना पोट पिकले. त्यामुळे दोन्ही घरामध्ये सध्या समाधान आणि आनंदी वातावरण आहे.

३२१. पोटाला कुंकू लावणे

गर्भारपणीच भावी संततीचा वाङ्‌निश्चय करणे. मागच्या साठ-सत्तर वर्षांपूर्वी बहीण-भाऊ किंवा जवळचे नातेवाईक आपले जुने नातेसंबंध दृढ करण्यासाठी गर्भारपणीच होणाऱ्या अपत्यांचा विवाह पक्का करीत. "मुलगी झालीतर मी तुझ्या मुलाला देईन. मुलगा झाला तर तुझी मुलगी मी करीन. सून म्हणून पत्करीन." असा शब्द देऊन गर्भवती स्त्रीच्या पोटाला वाङ्‌निश्चयाचे कुंकू लावत. यालाच 'पोटाला कुंकू लावणे' असा शब्दप्रयोग केला जात असे.

३२२. पोर पोटात अन् खीर ताटात

मूल होण्यापूर्वीच त्याच्या आईबापाने त्याच्या उष्टावण्याची तयारी करणे, त्याच्या खाण्याची तयारी करणे. यावरूनच लक्षणेने अतिशय उतावळेपणा असणारी बाई असा अर्थ निष्पन्न होतो. पोटातले पोर जन्माला वेळ आहे. त्यानंतर ते सहा-सात महिन्याने अन्न खाणार, पण त्याच्यासाठी आताच खीर तयार झालेली.

आमच्या शेजारच्या शंभूराजे यांनी आपला साखरपुडा झाल्याबरोबर नवीन पाळण्यासाठी ऑर्डर दिली. म्हणतात ना 'पोर पोटात खीर ताटात'.

३२३. प्रथमग्रासे मक्षिकापातः

पहिल्याच घासाला माशी (मक्षिका) लागणे. जेवायला बसल्यावर पहिला घास तोंडात घालावा, तोच तोंडात माशी गेली, तर सर्व जेवणाचा विचका होतो. जेवणावरची वासना उडून जाते. त्याप्रमाणे इष्ट वस्तू अगदी साध्य व्हायच्या वेळीच किंवा एखाद्या गोष्टीला प्रारंभ

करायच्या वेळीच अडसर निर्माण होतो, काही हरकत आली तर 'प्रथमग्रासे मक्षिकापातः' असे म्हटले जाते.

बाबुरावाने चार मजली इमारत बांधावयास सुरुवात केली पण पायातच वाळू सापडली. पाया उभा राहीना. 'प्रथमग्रासे मक्षिकापातः'च हा जणू.

३२४. फाटक्यात पाय घालणे (शिरणे)

एखाद्या वाईट गोष्टीत दुसऱ्या वाईट गोष्टीची भर पडणे. आधीच दुःखी असलेल्या माणसाला आणखी एखादे संकट येणे किंवा आधीच संतापलेल्या माणसाला आणखी संतापण्याचे कारण घडणे.

उतू चाललेले दूध तानू पदराने खाली ठेवत असतानाच नकळत तिचा पदर पेटला आणि तिला चांगलेच भाजले. तिची गत झाली आधीच फाटलेल्या वस्त्रात पाय जाऊन फाटण्यात. दूध तर ओतू गेलेच, पण हात भाजल्याने तिला तो हात काही दिवस वेदना देत राहिला, तो बांधून ठेवावा लागला.

३२५. फाटक्याला शिववेना आणि दुबळ्याला देववेना

समाजात एखादा माणूस इतका व्यवहारी आणि कंजूष असतो की, पूर्णतः फाटून गेलेला, भोके पडलेला असा कपडा त्याला शिवता येत नाही आणि एवढा फाटलेला असूनही तो कुणाला द्यावा असेही वाटत नाही. सर्वार्थाने निरुपयोगी आणि टाकावू वस्तूचादेखील मोह आवरता न येणाऱ्या माणसासाठी ही म्हण वापरली जाते. याचा लक्षणार्थ असा की, क्षूद्र, हलका, निकृष्ट असा एखादा धंदा/व्यवसाय माणसाला सोडावासा वाटत नाही. त्यातच त्याचा जीव अडकलेला असतो.

नरोत्तम शेठची चप्पल अशी की, 'फाटक्याला शिववेना आणि दुबळ्याला देववेना' या जातीची. तिचा कुठलाही भाग शिवता येत नाही अन् न शिवता ती घालता येत नाही.

३२६. फुकट बिसनी अन् तंबाखू उसनी

बिसनी म्हणजे पदराला खार न लावता चैन करणारा फाकडा, प्रत्येक गोष्ट फुकटावरी खाणारा.

एक पैसाही खर्च न करता सदैव फुकट खाणारा माणूस तंबाखूसारखी मूल्यशून्य बाबही फुकटात खातो. फुकटात नाहीच मिळाली तर उसनी घेऊन खाईल. तंबाखू पुरताही खर्च करायला तयार नसलेला हा फुकटबहाद्दर पानसुपारीसाठी कशाला पैसा खर्च करील?

माझे एक नातेवाईक स्वतःजवळ फक्त चुन्याची डबी ठेवत. डबीतला चुना नखावर

घेऊन भेटेल त्याला तंबाखू मागत आणि आपली तलफ भागवीत. 'फुकट बिसनी अन् तंबाखू उसनी' याचा उत्तम नमुना होता तो.

३२७. फुकटचे खाई, त्याला स्वस्त आणि महाग काय?

काही माणसे आपल्या पुरताच विचार करतात. दुसऱ्याच्या जीवनाचा, जगाचा, दुसऱ्याच्या विवंचनेचा अथवा बदलत्या स्थितीचा जराही विचार करत नाहीत. जो आयुष्यभर फुकटचे खातो, कष्टाविना खातो, त्याला कशाचीही चिंता नसते. कोणती वस्तू महाग झाली, कोणती मिळत नाही, याची विवंचना तो कशाला करील? अशा ऐदी, परपुष्ट व आत्मकेंद्री स्वभावाच्या माणसासाठी ही म्हण वापरली जाते.

गुलाबराव नावाप्रमाणे गुलाबी जीवन जगणारे. त्यांना कुणीतरी म्हणाले की, ''अहो आजकाल स्वयंपाकाचा गॅस मिळता मिळत नाही अन् त्याची दरवाढ किती व्हावी, काय अर्थ नाही.'' त्यावर ते सहजगत्या म्हणून गेले, ''मग रॉकेल वापरा की त्यासाठी; अन् टंचाई म्हटल्यावर महाग हा होणारच.'' तेव्हा समोरचा म्हणून गेला, ''बरोबर आहे, फुकटचे खाई, त्याला स्वस्त आणि महाग काय?''

३२८. फुकटाची कढी धावू धावू वाढी, विकतचा भात आखडता हात

माणसाच्या स्वभावाचा विशेष असा की, नगण्य, क्षुद्र, अल्प किमतीची व टाकाऊ वस्तू असेल, तर तिचे दान आग्रहाने करायचे आणि विकतची, भारी, चांगली, किमती वस्तू असेल तर ती देताना हात मागे घ्यायचा. देताना टाळाटाळ करावयाची. जेवणावळीत कढीला किंमत नसल्यामुळे ती खाणाऱ्याला आग्रह करकरून वाढायची. पण भात हा चांगला, किंमती पदार्थ असल्याने तो वाढताना वाढणाराचा हात थरथरतो. वाढलाच तर अल्पसा वाढला जातो. या व्यवहारी व हिशोबी कृतीला उद्देशून ही म्हण वापरली जाते.

माणूस चिमूटभर साखर वाटेल, पण मूठभर बदाम वाटणार नाही.

३२९. बय गेली आन् बयची वाकळही गेली

एखाद्याचे सर्वार्थाने आणि सर्वस्व नाश पावले, लयाला वा चोरीला गेले की, त्यावेळी ही म्हण वापरली जाते. अनेकदा असेही घडते की, चोराशी झालेल्या झटापटीत म्हातारी मरते आणि तिच्या किरकोळ वस्तूबरोबर मौल्यवान चिजवस्तूही पळवली जाते. म्हातारी जीव गमावून बसते नि पांघरावयाची वाकळही गमावून बसते. साराच सत्यानाश.

तीर्थयात्रेला निघालेल्या गंगामाय प्रवासात रेल्वेमध्ये गाढ झोपी गेल्यावर चोरट्यांनी

तिचे सारे सामानसुमान तिच्याच चादरीत बांधून पळ काढला. 'बय गेली अन् बयची वाकळही गेली' यापेक्षा याला दुसरे काय म्हणावे?

३३०. बयलाबाईचा थैला रिकामा

बयलाबाई म्हणजे डामडौल करणारी.

मराठीमध्ये तुलनेने डामडौल सांगणाऱ्या, खोटा मोठेपणा सांगणाऱ्या, वागण्या बोलण्यात फरक असणाऱ्या आणि नुसताच बडेजाव सांगणाऱ्या म्हणींची संख्या अधिक वाटते. ही म्हणदेखील त्याच वर्गात मोडणारी आहे. अनेकदा नाव मोठे असते पण हाती कथलाचा वाळा असतो. नाव लक्ष्मी असते अन् कमरेला असलेली पिशवी रिकामी असते. त्यात रोजच्या खाण्यापुरतेही पैसे नसतात. नाव सुनेत्रा असते अन् एका डोळ्याने तिला दिसत नसते. तसाच हा प्रकार आहे. नावात मोठेपणा हे वास्तवातले मोठेपण नसते, असा या म्हणीचा भावार्थ. या म्हणीचा त्यातूनच व्यक्त होणारा आणखी एक अर्थ असा की, खेड्यातील अनेक स्त्रियांना पदोपदी टंचाई, दारिद्र्य आणि विवंचनांना सामोरे जावे लागते. ती कायम पैशानं त्रस्त झालेली असते. कर्जबाजारी असते अन् नावाचीच लक्ष्मी असते.

३३१. बापापरी बाप गेला, बोंबलताना हात गेला

एखाद्या माणसाचे दोन्ही बाजूने नुकसान होणे. खूप दिवस आजारी असलेला बाप शेवटी मरण पावलाच, पण त्याच्याविषयीचे दुःख व्यक्त करताना बोंब मारली व त्यामुळे हातही दुखावला, अशी स्थिती.

शॉर्ट सर्किटमुळे घराला आग लागल्याने बापूसाहेबांच्या घरातील साऱ्या चीजवस्तू जळून खाक तर झाल्याच, पण अंधारात बाहेर पडताना म्हातारी कोसळली आणि तिच्या मांडीचे हाडच मोडले. बापूसाहेबाच्या मनात आले काय म्हणावे या स्थितीला? 'बापापरी बाप गेला आन् बोंबलताना हात ही गेला'. कमाल आहे.

३३२. बारा कोसावरचा पाऊस, शिवेवरचा राऊत व पाणवठ्याची घागर बरोबर गावात येतात

प्रत्येक गोष्टीचा वेग सांगण्यासाठी ही म्हण वापरली जाते. त्याचा भावार्थ असा की, कोसळणाऱ्या पावसाचा वेग कमालीचा असतो. त्यापेक्षा घोड्यावरचा स्वार कमी वेगाने धावतो आणि पाणवठ्याला पाणी भरून घराकडे/गावाकडे निघालेली बाई तर जड पावलाने जात असते. या तिघांचे अंतर इतके विषम असताना देखील ते एकाच वेळी (केवळ वेगामुळे) मुक्कामाला पोचतात. अर्थात, या लोकोक्तीमध्ये थोडीशी अतिशयोक्ती आहे. पावसाचा वेग

कितीही असला तरी बारा कोस म्हणजे अंदाजे तीस किलोमीटर वरील पाऊस इतक्या कमी वेळात गावी पोचणे अशक्यप्राय गोष्ट आहे.

३३३. बारा मांडवांचा वऱ्हाडी

गावची यात्रा अथवा विवाहासारख्या समारंभात अनेक प्रकारची कामे असतात व त्यासाठी अनेक माणसे तसेच नातेवाईक झटत असतात. पण गावात एखादा माणूस असा असतो की, तो अनेक ठिकाणी अनेक प्रकारची कामे करतो. अ च्या लग्नात भोजनाची कामे करीत असेल, तर ब च्या लग्नात वधुवरांना स्नानासाठी मदत करील. एका ठिकाणी पंगतीत वाढायचे काम करील तर दुसरीकडे वरातीची तयारी करील. यालाच बारा मांडवांचा वऱ्हाडी असे म्हटले जाते.

आमचा सदूभाऊ कुणाच्याही कार्यक्रमात सगळी कामे, सगळ्या ठिकाणी पुढे होऊन करतो. म्हणून गावकरी त्याला 'बारा मांडवाचा वऱ्हाडी' असेच म्हणून पुकारतात.

३३४. बुचकाळली मोळी, पावित्र्य भाळी

मोळी म्हणजे आपले शरीर. (या म्हणीपुरता अर्थ) भाळी म्हणजे कपाळी.

मोळी बुचकाळणे म्हणजे अगदी थोड्याशा पाण्यात स्नान करणे. म्हणजे जेवढे पाणी आपण तोंड धुण्यासाठी घेऊ, तेवढ्या पाण्यात सारी आंघोळ उरकणे आणि आंघोळ केल्यावर आपण आता पवित्र झालो, शुचिर्भूत झालो, असे मनाचे समाधान करून घेणे. देह भिजविण्याने पावित्र्य लाभत नसते आणि देह कोरडा ठेवला म्हणून पाप लागत नसते. स्वच्छतेसाठी मात्र भरपूर पाण्याने स्नान करणे आवश्यक असते.

सीताबाईंना मंदिरात जाण्याची घाई झाल्यामुळे 'बुचकाळली मोळी' अशी अंघोळ करून त्या दर्शनाचे पुण्य घेण्यासाठी घाईने गेल्या.

३३५. बुचे कारभारी आणि नकटे चौधरी

बुचा कारभार म्हणजे अधिकार नसताना एखाद्या कामात ढवळाढवळ करणे आणि तेथे रिकामी अरेरावी करणे. काही लोकांना आपल्याला सर्व क्षेत्रांतील सर्व काही समजते, असे उगीच वाटते आणि ते अनधिकृतपणे त्यात लुडबुड करतात. असा लांडा कारभार करणाऱ्या माणसाला बुचा कारभारी म्हटले जाते; आणि पुन्हा भरीस भर म्हणजे अल्पबुद्धीचे, कर्तृत्वशून्य अशी कारभारी माणसे त्यात असणे. त्यास नकटे चौधरी असे म्हटले जाते.

आपल्या सरकारचे अनेक सरकारी उद्योग 'बुचे कारभारी आणि नकटे चौधरी' यांच्या व्यवस्थापनामुळे पार लयाला गेले आहेत. पार मोडकळीस आलेले आहेत.

३३६. बुधलाभर तूप खाऊन बुधल्याचा माल नाही

खूप खर्च करूनही त्यातून अल्पशी देखील कमाई झाली नाही तर ही म्हण वापरली जाते. किंवा एखाद्यावर खूप खर्च करावा, पण त्याच्याकडून अल्पशी देखील परतफेड झाली नसेल तर याचा वापर केला जातो. अनेकदा आपण आपल्या जवळच्या आणि जिव्हाळ्याच्या माणसावर भरपूर खर्च करतो, त्याला सुखी करण्यासाठी धडपडतो, पण त्याच्याकडून मात्र जराही प्रतिसाद मिळत नाही.

बाबुरावांनी एक लाख खर्च करून विहीर खणली, पण तिला फारसे पाणीच नसल्याने पाव एकरही बागायत होईना. बुधलाभर तूप खाऊन बुधल्याचा माल न मिळाल्याने ते खूप निराश झाले.

३३७. बैल गेला नि झोपा केला

झोपा म्हणजे झोपडी – निवारा.

कामाचा आळस केला, चालढकल केली, उशीर केला व नंतर ते काम केले तर ते निरुपयोगी, निरर्थक ठरते. बैलासाठी आज झोपडी वा खोपट बांधू, उद्या बांधू असे म्हणत असतानाच थंडीमुळे बैल मरून गेला आणि मग झोपडीसाठी खटाटोप केला तर त्याचा काय उपयोग? सारांश, कोणतेही काम वेळच्या वेळी आणि तत्परतेने करणे आवश्यक असते हा या म्हणीचा भावार्थ.

गळणारे घर आज दुरुस्त करू, उद्या दुरुस्त करू असे म्हणत असतानाच अचानक आलेल्या पावसाने गोपाळरावाचे सारे सामान भिजले. ते नुकसान झाल्यावर त्यांनी दुरुस्तीला हात घातला. म्हणतात ना, 'बैल गेला नि झोपा केला'.

३३८. बैल मारावा तासी, बायको मारावी तिसऱ्या दिसी

नाठाळ, कामचुकार आणि हट्टी स्वभावाच्या पत्नीसंदर्भात पुरुषाने दिलेली ही प्रतिक्रिया आहे. नांगरट करताना एखादा बैल नीट, सरळ न जाता नाठाळपणा करू लागला तर नांगरटीच्या तासामध्येच म्हणजे लगेचच त्याला झोडपावे. म्हणजे तो सुतासारखा सरळ होतो, नीट काम करतो. त्याचप्रमाणे पतीचं न ऐकता हट्टीपणा करणाऱ्या पत्नीला दर तीन दिवसांनी बदडावे, त्याशिवाय ती नीट वागणार नाही. निमूटपणे काम करणार नाही. पुरुषाची मानसिकता, स्त्रीकडे

बघण्याचा दृष्टिकोन आणि पुरुषप्रधान समाजव्यवस्था यांचे दर्शन येथे घडते. नाठाळाला मारण्याची शिक्षा करणे अनेकदा गरजेचे असते, हा भावार्थ व्यक्त करण्यासाठी ही म्हण वापरली जाते.

३३९. बोंबल्या हणमंत

वाचाळ, तोंडाळ आणि अखंड बडबड करणाऱ्या माणसासाठी हा शब्दप्रयोग केला जातो. समाजात अशी काही माणसे असतात की, ती सतत तोंड वाजवतात. अनेकदा अमंगळही बोलतात. याचा लक्षणेने मिळणारा अर्थ असा की, कोणतीही गोष्ट विशेषतः महत्त्वाची अशी गुप्त गोष्ट मनात न ठेवणारा, स्वतःचा मोठेपणा दाखवण्यासाठी सर्व गावात सांगत सुटणाऱ्या माणसाला 'बोंबल्या हणमंत' असे म्हटले जाई.

आमचे सोपानराव पाटील अशी वल्ली आहे की, अगदी सुनेला गेलेले दिवससुद्धा साऱ्या गावभर सांगणार अन् इतरांची समजलेली बातमीही तशीच मुखातून बाहेर पडणार. म्हणून गावकरी त्यांना 'बोंबल्या हणमंत' असे म्हणतात.

३४०. बोकड माते आणि आपल्याच तोंडी मुते

उन्मत्त, बेफिकीर, मस्तवाल आणि आचरट माणूस अनेकदा मागचा पुढचा विचार न करता, भले-बुरे याचा विचार न करता अगदी टोकाला जाऊन वागतो आणि अशा या वागण्याने तो स्वतःचेच नुकसान करून घेतो. स्वतःची बेअब्रू करून घेत असतो. माजलेला व मातलेला बोकड कुठल्याही शेळीवर चढतो. कुठेही मुततो. प्रसंगी वेड्यासारखा स्वतःच्या तोंडातही मुतून घेतो/चाटतो.

आजकाल अनेक धनवानांची मस्तवाल पोरे माजलेल्या बोकडासारखी गरिबांबरोबर मस्ती करतातच, पण अनेकदा स्वतःच्याच तोंडात ती मुतायला कमी करत नाहीत.

३४१. बोडकी आरशात पाहे, सहदेव म्हणे काहीतरी आहे

एखादी विधवा स्त्री नटून थटून वावरत असेल, तर तिचे हे प्रसाधन संशयाला कारण ठरते. त्यावरून एखादा माणूस एखाद्या वस्तूभोवती, पदार्थ अथवा जिन्नसाभोवती रेंगाळत असेल तर, म्हणजे घुटमळत असेल तर त्याच्याविषयी इतरांना संशय येऊ शकतो.

बाजीराव मालकाने आणलेल्या बॅगेभोवती वारंवार चकरा मारतो आहे, मनात संशय घेऊन. काम आणि कारण नसताना. बोडकीने आरशात पाहण्यासारखेच झाले हे.

३४२. बोरीस बोरे आणणे

बोरीस बोरे आणणे याचा लक्षणार्थ असा की, अशक्य वाटणारी गोष्ट शक्य करून दाखवणे.

नगर जिल्ह्यातल्या एका शिक्षकाने केवळ एकट्याने त्याच्या गावापासून तालुक्याला जाणारा आठ किलोमीटरचा रस्ता तयार केला आणि साऱ्या गावकऱ्यांची सोय केली. सारे गावकरी आश्चर्यचकित होऊन म्हणू लागले, ''कमाल आहे गुरुजीची. गड्याने एकट्याने बोरीस बोरं आणून दाखवली. विश्वास बसत नाही क्षणभर.''

३४३. बोलणं-बसणं माझ्या घरी, पाव्हण्याचे जेवण तुझ्या घरी

माणसाच्या स्वभावाचे मोठे मार्मिक दर्शन या म्हणीतून घडते. आपल्या घरी आलेल्या पाहुण्यांचे स्वागत करणे, त्याला भोजन देणे हा एक प्रेमाचा आणि सामाजिक शिष्टाचार आहे; पण काही माणसांना पाहुणे आले की, संकट आल्यासारखे वाटते. त्यांच्या कपाळावर आठ्या पडतात. त्यांच्यासाठी खर्च करणे जिवावर येते. फक्त वरकरणी गप्पागोष्टी करण्याचे सोंग ते करतात. त्यांचा पाहुणचार ते जाणीवपूर्वक टाळतात. बोलणे-चालणे आपणाकडे व्हावे आणि खाणे-पिणे दुसऱ्याच्या घरी घडावे अशी त्यांची पद्धत असते, अपेक्षा असते. त्या पाहुण्यांबरोबर आपलाही पाहुणचार दुसऱ्याच्या घरी झाला तर, तोही त्यांना हवा असतो, प्रियही असतो. वरकरणी गोड बोलणाऱ्या माणसाला उद्देशून ही म्हण वापरली जाते.

३४४. बोलण्यात उच्ची अन् कामात कच्ची

अपेक्षाभंग झाला की अशी म्हण वापरली जाते. गोरेपण, वागणे-बोलणे, दातृत्वावेळची क्षुद्रता, घराण्याचा अभिमान, श्रीमंतीचे आणलेले सोंग अशा माणसाविषयी अपेक्षाभंग होतो. गडगंज संपत्ती असलेला माणूस जेव्हा चार-आठ आण्याची देणगी देतो, तेव्हा अपेक्षाभंग होतो. त्याप्रमाणे एखादी व्यक्ती बोलण्यात अतिशय निष्णात, वाकबदार, इतरांवर जबरदस्त प्रभाव टाकणारी, पण नेमके कामाच्या वेळी मात्र अपयशी, अपेक्षाभंग करणारी, अगदी सुमार वकुबाची निघाली की, ही म्हण वापरली जाते.

बकाजीराव बोलायला लागले की, नुसते ऐकत राहावे. लोकांना गुंग करून सोडणार. लोकांवर मोहिनी टाकणार; पण एखादा काम करण्याचा प्रसंग आला की, कोसळलेच धरणीवर! कुठलेच काम त्यांना जमायचे नाही. तेव्हा हा गडी आहे, 'बोलण्यात उच्ची अन् कामाचा कच्चा' अशा वर्गातला. त्याला काम सांगूच नका. असे गावकरी म्हणायचे.

३४५. बोलता कळ आणि धुता मळ

शब्दाने शब्द वाढतो. उत्तराला प्रत्युत्तर देत राहिले तर कळ म्हणजे कलह (भांडण) वाढतच जातो, तीव्र होतो आणि त्याचे पर्यवसान अनेकदा मारामारीत होते. वरवर धुण्याऐवजी धुण्याचा वेळ वाढवला म्हणजेच घासून, रगडून मळलेले वस्त्र धुतले तर ते अधिक स्वच्छ निघते. म्हणून भांडणावेळी शब्दांचा जपून वापर करायला हवा. वस्त्र धुताना तशीच काळजी घ्यायला हवी. त्यासाठी अधिक वेळ लागला तरी चालेल. शब्दाची जखम शस्त्राच्या जखमेपेक्षा मोठी असते, यामागील सूचक अर्थ हाच आहे.

३४६. बोलायला बोलकी अन् कामाला हलकी

काही स्त्रिया मोठ्या मजेशीर स्वभावाच्या असतात. त्या प्रत्येक विषयावर अधिकारवाणीने बोलतात. चार स्त्रियांच्या घोळक्यात आपल्या बोलण्याने इतरांना प्रभावित करतात. त्यांना मार्गदर्शनही करायला तयार असतात. पण प्रत्यक्षात कामावेळी मात्र त्या माघार घेणार. कारणे सांगून ते टाळणार. प्रत्येक कामाला ती सबब सांगणार. अशा तोंडाळ स्वभावाच्या अन् बिनकामाच्या बाईला उद्देशून ही म्हण वापरली जाते. तिचे नुसते भारावून टाकणारे बोलणेच ऐकावे. कामाच्या नावाने शंख.

लतिकाबाई खाद्यपदार्थांची चर्चा निघाली म्हणजे तोंडाला पाणी सुटावे असे बोलणार, पण एखादा पदार्थ करून दाखवा, असा कुणी आग्रह केला की, टाळण्यासाठी अनेक कारणं सांगणार म्हणून त्यांना साऱ्याजणी 'बोलायला बोलकी अन् कामाला हलकी' असाच टोमणा मारतात.

३४७. बोलायला टक राघू, धंद्याला आग लागो

बोलघेवडी माणसे लोकाशी बोलताना अगदी पोपटासारखी बोलतात. आपल्या बोलण्यातून ती वेगळीच छाप पाडतात. लोकांच्या आदरास पात्रही होतात, पण अशी गोड बोलणारी माणसे कामाला मागे सरतात, चुकारपणा करतात. त्यांचा उत्साह केवळ बोलण्यात असतो. प्रत्यक्ष कामात नसतो. बोलघेवड्या माणसासाठी ही म्हण वापरली जाते.

नानासाहेब बोलायला लागल्यावर देव, धर्म, राजकारण, सुधारणा, लढाया, विद्यार्जन, व्यवहार साऱ्या साऱ्या विषयांवर छान बोलतात, पण शेतातले एखादे कष्टाचे काम सांगताच पळ काढतात. राघूसारखा बोलणारा माणूस नुसता पेरूची फोड खात असतो. पेरूच्या झाडाखाली राबत नाही. पेरू काढण्याचेही कष्ट घेत नाही. नानासाहेबांना म्हणूनच 'बोलणारा टक राघू' असे गावकरी म्हणतात.

३४८. बोली बामनाची अन् करणी कसाबाची

काही माणसे नेहमी मुखवटे धारण करतात. त्यांचे वागणे-बोलणे शुद्ध, आदरयुक्त, प्रेमपूर्ण आणि कमालीचे आर्जवी – नम्र असते. त्यावरून तो सुसंस्कृत वाटावा असे. पण प्रत्यक्ष कृती मात्र नेमकी बोलण्याच्या विरुद्ध असते. अशावेळी ही म्हण वापरली जाते. या म्हणीतला ब्राह्मण म्हणजे, सुसंस्कारी, ज्ञानी, आदर्श मूल्यांचे प्रतीक म्हणून आलेला आहे. वर कसाब म्हणजे निर्दय, क्रूर, नीच, फसवणूक करणारा, स्वार्थी या दुर्गुणांचे प्रतीक म्हणून आलेला आहे. समाजात अशी माणसे नेहमी आपण पाहतो. आलिंगन देण्यासाठी गोड बोलून गळ्यात हात घालतील अन् निर्दयपणे गळा घोटतील. आजकाल राजकारणात 'बोली बामनाची अन् करणी कसाबाची' याचेच पदोपदी दर्शन घडते.

३४९. भयाडी बायको पुतानं गोड, दुभत्या म्हशीच्या लाथा गोड

पुत्रवती स्त्री नशीबवान मानली जाते. कौतुकास पात्र होते. कारण तिच्यामुळे वंशाला दिवा मिळाला. मग ती बाई कशीही असली तरी चालेल. म्हणजे आळशी, वेंधळी, गबाळी किंवा रूपाने साधारण. ज्याप्रमाणे दूध देणाऱ्या म्हशीने धार काढताना एखादी लाथ मारली तरी आपण खपवून घेतो, कारण तिच्याकडून आपल्याला दूध हवे असते. त्या दुधासाठी तरी तिची लाथ गोड मानावी लागते. तसेच पुत्रप्राप्तीसाठी तरी अशी स्त्री व्यवस्थित नसली तरी गोड मानून स्वीकारावी लागते.

देशमुखाने तानाबाईशी पुत्रासाठी विवाह केला. नशिबाने पहिलाच पुत्र झाल्याने त्यांनी तानाबाईंच्या सर्व दोषांकडे दुर्लक्ष केले. त्यांनी मनाशी ठरवले की, 'भयाडी बायको पुतानं गोड, दुभत्या म्हशीच्या लाथा गोड'.

३५०. भांडता असो, पण नांदता असो

एकेकाळी आपल्या समाजाची धारणा अशी होती की, पती हाच स्त्रीचा एकमेव आधार. जणू दुसरा परमेश्वरच. तो असेल तर जगण्याला आधार मिळतो. संकटावेळी धैर्य लाभते. संसाराला गोडी येते. पतिविना असलेल्या स्त्रीला, कुटुंबात आणि समाजात कसलेही स्थान नसते. उपेक्षा, निंदानालस्ती, कष्ट आणि शोषण यांची त्या शिकार व्हायच्या. कामातुर पुरुषांच्या दृष्टीने तर त्या अबला नि निराधारच, म्हणून पूर्वीच्या स्त्रियांची भावना अशी व्हायची की, आपला नवरा एकवेळ भांडणारा असला तरी चालेल, पण नांदणारा म्हणजे आपल्या संसारात रमणारा असावा. त्याला इतर काही नाद नसावेत. आपल्याला नांदवणारा असावा, आपला त्याग करणारा नसावा. एकवेळ मतभेद असले तरी चालेल, पण गृहभेद नको.

३५१. भागते भूतकी लंगोटी सही

आपले नुकसान करण्यासाठी किंवा आपल्या घरी चोरी करण्यासाठी एखादा माणूस येतो. घरात शोधतो, पण हाताला काहीच लागत नाही. तेवढ्यात आपल्याला जाग येते. घरातले सारेच आरडाओरड करतात. शेजारीही धावतात. ही सारी परिस्थिती पाहून घाबरून गेलेला चोर स्वत:चीच एखादी वस्तू तेथे टाकून पळ काढतो. त्या वस्तूला उद्देशून ही म्हण वापरली जाते.

किसनरावाच्या घरात चोर शिरला. कपाट फोडत असतानाच त्यांना जाग आली. त्यांनी आरडाओरडा करताच आपण पकडले जाऊ या भीतीने चोर उडी टाकून पळून जाताना तिथेच चप्पल विसरून गेला. ती पाहून किसनराव म्हणाले, ''भागते भूतकी लंगोटी सही. आपलं जाण्याऐवजी त्याचंच आपल्याला मिळालं.''

३५२. भाची सून म्हणून केली, सासू वैतागानं मेली

पूर्वी नव्याने होणारे नातेसंबंध नात्यानात्यामध्येच केले जायचे. बहीण, भाऊ, आत्या, मामा, मेव्हणा यांच्यातील नाती दृढ करण्यासाठी परस्परांच्या घरातील मुलामुलींचे विवाह केले जायचे. एकतर नाते दृढ होतेच, पण घर नि पाहुणेही अनोळखी नसतात. सून किंवा जावई पूर्ण परिचयाचा असतो. त्यातून पुढच्या कटकटी वाचतात. नव्याने आलेली सून जुन्या नात्यातील असल्याने कुटुंबात सौख्य, प्रेम, जिव्हाळा निर्माण करील अशी ती अपेक्षा असते. या अपेक्षेपोटी कुणी भाची सून म्हणून घरात आणली खरी, पण ती निघाली भांडकुदळ, उद्धट, काम टाळणारी, तोंडाला तोंड देणारी, सासूचा पाणउतारा करणारी, तिलाच छळणारी, उपाशी ठेवणारी. नात्याने भाची असलेल्या सुनेचे हे प्रताप व पराक्रम पाहिल्यावर सासू कशाला जिवंत राहील? भावार्थ असा की, नात्यावर कौटुंबिक सुख अवलंबून नसते. स्वभावावर–वागण्यावर ते अवलंबून असते.

३५३. भादव्यात भट्टू आणि अश्विनात तट्टू

तट्टू म्हणजे लहान चणीचा घोडा. भादवा म्हणजे भाद्रपद महिना.

या म्हणीचा भावार्थ असा की, भाद्रपद महिन्यात श्राद्धाची जेवणे जेवून ब्राह्मण मंडळी पुष्ट बनतात. फुकट, भरपूर आणि उत्तम भोजनावर ताव मारल्याने. शिवाय वरती दक्षिणा असतेच; तसेच अश्विन महिन्यात हिरवे गवत खाऊन घोडी पुष्ट बनतात. त्यांना खाण्यासाठी बंधन नसते, काटकसर नसते. कष्टाशिवाय सन्मानपूर्वक स्वादिष्ट असे जेवण पक्षपंधरवड्याच्या निमित्ताने मिळाले तर कोणता माणूस शरीराने फुगणार नाही! त्यांच्या दृष्टीने हे महिने म्हणजे दिवाळीपूर्वीची दिवाळीच म्हणायला हवी.

३५४. भिऊन वागे, त्याच्यामागे देव लागे

जो मनुष्य भीत भीत वागतो, अति सावधतेने वागतो-वावरतो, तोच अधिक संकटात सापडतो. कोणतेही संकट आले असताना डगमगून न जाता त्याला धैर्याने तोंड दिले पाहिजे. म्हणजे त्याचे निवारण होते. उलट घाबरून गेल्यास त्याच्यावर संकटानंतर संकटे येतात, जणू देवच भूत होऊन त्याच्यामागे लागला आहे. 'भित्यापाठी ब्रह्मराक्षस' ही म्हण याच अर्थाची आहे.

अपघात होतो म्हणून शिवाजी गाडी चालवत नसे; पण रस्त्याने तो पायी जात असतानाच मागून एका चालकाने त्याला उडवले. म्हणतात ना 'भिऊन वागे त्याच्यामागे देव लागे'.

३५५. भिकाऱ्याला ओकाऱ्या (फार)

एखादा माणूस भीक मागून जगणारा असला तरी त्याच्या आवडीनिवडी फार. त्याच्या मागण्याच फार. त्याची मस्ती व मिजास फार. एखाद्या दात्याकडून भीक घेणे म्हणजे त्याच्यावरच आपण उपकार करतो आहोत अशी भावना. 'अन्नछत्री जेवायचे व मिरपूड मागायची' किंवा 'मागावी भीक पण शिळी भाकरी का?' असा उलटा सवाल करायचा. या दोन्ही म्हणी याच अर्थाच्या आहेत.

सीताबाईनी दारात आलेल्या भिकाऱ्याला पसाभर पीठ दिले, तर तो म्हणतो, ''थालीपीठ असेल तर द्या ना. खूप दिवसात खाल्ले नाही.'' 'भिकाऱ्याला ओकाऱ्या फार' हेच खरे म्हणायचे.

३५६. भिडे-भिडे पोट वाढे

भिडेपोटी एखादी गोष्ट मान्य केली की, मागणारा पुन्हा दुसरी मागतो. ती पूर्ण झाली की, आपला जणू हक्क आहे या भावनेने तिसरी मागणी करतो; आणि भिडेपोटी आपण ती मान्यही करतो. अशी सातत्याने मागणी करत गेल्याने देणाऱ्याला ते डोईजड होते, अशक्य होते. तेव्हा भिडे भिडे पोट वाढे ही म्हण वापरली जाते.

रामभाऊंनी एकदा तात्याला तंबाखू मागितली. मग सुपारीचा तुकडा मागितला. भीड चेपल्यावर पानच खायला मागितले आणि त्याची सवय लागल्याने ते आता हक्काने रामभाऊंचा पानडबा उघडतात.

याशिवाय याला आणखी एक अर्थ आहे. चोरट्या प्रेमप्रकरणात पुरुषाच्या भिडेपोटी वारंवार संबंध ठेवले तर त्यातून गर्भधारणेची आपत्ती निर्माण होऊ शकते, असाही एक अर्थ आहे.

३५७. भीक मागत्या दहा घरे

भीक मागणाऱ्याला भिकेसाठी काही एकच घर नसते. त्याला अनेक घरापुढे जावे लागते. त्याला कसलेही बंधन नसते, नियम नसतो. त्याची भिकेची झोळी भरेपर्यंत तो घरे धुंडाळतो. मग ती दहा घरे असतील वा वीस घरे. एखाद्याने भीक घातली तर ठीक, नाहीतर पुढचे घर आहेच. याचा भावार्थ असा की, दुसऱ्याच्या कृपेवर, उपकारावर वा दयेवर जो जगतो, त्याला जगण्यासाठी वणवण फिरणे क्रमप्राप्त आहे; आणि एखाद्याने उपकार नाही केला, तरी त्याचा राग धरायचा नसतो. कारण दुसरा एखादा दाता त्याला भेटतोच.

३५८. भुई बडवणे

हा वाक्प्रचार खोटा आरोप करणे, निष्कारण ठपका ठेवणे, दोष देणे या अर्थाने वापरला जातो. उदाहरणार्थ, साप साप म्हणून भुई बडवू नये.

भारतातल्या मुस्लिमांचा भारतीय जनता आणि राज्यकर्ते कमालीचा छळ करतात. त्यांना गुलामाप्रमाणे वागवले जाते, असा आरडाओरडा करणारे पाकिस्तानसारखे राष्ट्र साप म्हणून भुई बडवण्याचा सतत उद्योग करत असते.

३५९. भुकेले गुरू वळचणही ओढते (चाटते)

भुकेने व्याकूळ झालेले जनावर तोंडाला येईल ते गिळायला धडपडते. घराची वळचण ही काही त्याने खावयाची वस्तू नव्हे, पण भुकेपोटी तिलाही ते जनावर ओरबाडते, चाटते. यातून या म्हणीचा सूचक अर्थ असा की, खूप उपाशी असलेला माणूस तोंडाला येईल ते खातो. समोर असेल तो पदार्थ अधाशीपणाने गिळतो. तो चवीचा आहे की बेचव याचाही विचार करत नाही.

भीषण स्वरूपाच्या दुष्काळात जगण्यासाठी माणूस भुकेल्या जनावराप्रमाणे वळचणीलाही खाण्यासाठी हिसके मारतो. भुकेसमोर त्याला दुसरे काही दिसतच नाही.

३६०. भुक्याचं ध्यान कण्यावर अन् बोक्याचं ध्यान लोण्यावर

ज्याला ज्याची गरज असते, ज्याला ज्याची भूक असते, त्याच्यावरच तो सारे लक्ष केंद्रित करत असतो. ते प्राप्त होण्यासाठी तो धडपडत असतो. ती बाब सामान्य व नगण्य असली तरी त्याचे त्याला वाईट वाटत नाही. कष्टाविना खाण्यासाठी सोकावलेला बोका भाकरीवर-कण्यावर कशाला डोळा ठेवील? त्याचे ध्यान लोण्यावरच असणार. तर भुकेने व्याकूळ झालेल्या कुत्र्याचं सारं ध्यान भाकरीच्या तुकड्यावर किंवा कण्यावरच केंद्रित झालेले

असणार! कुत्र्याला लोण्याचं स्वप्न पडणार नाही अन् बोक्याला भाकरीचं स्वप्न पडणार नाही. प्रत्येक माणूस आपल्या आवडीच्या गोष्टीवरच/गोष्टीसाठीच धडपडत असतो.

३६१. मऊ पायांचा माणूस

सामान्यपणे स्त्रियांचे पाय आणि हात मऊ, नाजूक, मुलायम नि कोवळे असतात. त्यात शरीरकष्ट नसलेल्या स्त्रियांचे हातपाय तर अधिकच कोमल व नाजूक असतात. उमलत्या कमळाची सतेज पाकळीच जणू. यावरूनच मऊ पायाचा माणूस म्हणजे मऊ, नाजूक, कोवळा असा माणूस. लक्षणेने याचा दुसरा अर्थ नपुंसक माणूस असा होतो. तृतीयपुरुषी असा माणूस.

जहागीरदारांचा धाकटा पुत्र 'मऊ पायांचा' असल्यामुळे साऱ्या गोष्टी अनुकूल असतानादेखील आणि जहागीरदारांची कसलीही अट नसतानादेखील त्याचे गेल्या चार वर्षांपासून लग्न जुळत नाही. दुर्दैव म्हणायचे, दुसरे काय!

३६२. मढे गेले मसना, त्याची ना वासना

मरणाऱ्या माणसाचा विचार न करता, म्हणजे त्याने केलेला त्याग, त्याने केलेले कष्ट, त्याची काटकसर, निर्व्यसनी व साधी राहणी इत्यादी बाबींचा विचार न करता त्याच्या मरणोत्तर केल्या जाणाऱ्या गोष्टी केवळ स्वार्थी, केवळ दिमाखासाठी किंवा आपल्या सोयीसाठी-सोयीनुसार केल्या जातात, तेव्हा ही म्हण वापरली जाते. मृतदेहाला वासना नसते. मागणी नसते. त्याच्या अंताबरोबर साऱ्या बाबींचा अंत होतो, हा भावार्थ.

मनोहरपंतांनी अंधश्रद्धेवर व त्यावरील विधीवर विश्वास ठेवला नाही तरी त्यांच्या श्राद्धाच्या वेळी नातेवाइकांनी त्यांच्यासाठी नैवेद्य छपरावर ठेवला. मसणात गेलेल्या मढ्याला मागे कसली वासना राहणार आहे?

३६३. मढ्यावर पाय देऊन जाणे

आपल्याकडे असा एक संकेत आहे की, 'मरणदारी आणि तोरणदारी' हजर राहणे आवश्यक असते. म्हणजे कोणी मरण पावला हे कळल्यावर आणि कोणाचा विवाह सोहळा असताना. माणूस एक वेळ विवाहाला जात नाही, पण मृत व्यक्तीच्या अंत्यसंस्काराला उपस्थित राहणे अनिवार्य असते. अशी स्थिती असताना 'मढ्यावर पाय देऊन जाणे' म्हणजे मरणोन्मुख माणसाकडे दुर्लक्ष करून काही जरुरीच्या कारणासाठी दुसरीकडे जाणे.

दौलतराव आसन्नमरण शेजाऱ्याला पाहूनही 'मढ्यावर पाय देऊन' कोर्टाच्या तारखेला हजर राहण्यासाठी निघून गेले.

३६४. मनाएवढी ग्वाही त्रिभुवनात नाही

आपल्या मनासारखा दुसरा सच्चा, सत्यनिष्ठ असा साक्षीदार नाही. आपले सर्व विचार-निर्णय मनात असतात. आपल्याला मनच सांगते – सुचविते, जाणते, म्हणून आपल्यासाठी पूर्ण सत्यनिष्ठ पुरावा म्हणजे मनच. ('ग्वाही' म्हणजे साक्ष, शपथेवर दिलेली जबानी.) इतर अनेक जण सल्ले देतील उपाय सांगतील, समजूत घालतील पण आपले मन आपणाला जे सांगते तेच अंतिमत: फलदायी उचित असते.

''मी निर्दोष आहे, तुमचे पुरावे काहीही सांगोत मग,'' असे मत 'मनाएवढी ग्वाही त्रिभुवनात नाही' या धारणेनुसार आपल्या अनेक स्वातंत्र्यसैनिकांनी मृत्यूपूर्वी इंग्रज न्यायालयासमोर व्यक्त केले आहे.

३६५. मनात मांडे आणि पदरात धोंडे

एखादा माणूस मनामध्ये नेहमी भव्य-दिव्य स्वप्ने पाहतो, पण ती स्वप्ने वास्तवात साकार न झाल्याने पश्चात्ताप पावतो. मनाने पाहिलेली स्वप्ने साकार करण्यासाठी प्रयत्नांची गरज असते. चिकाटीची व नियोजनाची गरज असते. ती नसेल तर पश्चात्तापाची पाळी येणारच. पदरात धोंडे पडणारच.

आपणास शासनाचा एखादा सन्मान मिळावा, त्यापोटी जंगी सत्कार समारंभ व्हावा असे आमच्या भाऊरावांना वाटते, पण वास्तवात मात्र 'मनात मांडे आणि पदरात धोंडे' अशी त्यांची स्थिती होते. त्यासाठी त्यांनी प्रयत्न करायला पाहिजेत ना!

मांडे म्हणजे नाशिक-खानदेशातील पुरणपोळीसारखे एक लोकप्रिय मिष्टान्न.

३६६. मनाला प्रहार अन् डोळ्यांना धार

दुसऱ्याला टोचून बोलणे, कुत्सित बोलणे, कमी लेखणे असा काही माणसांचा स्वभावच असतो. ते दुसऱ्याच्या मनाचा विचार करत नाहीत. दुसऱ्याच्या वर्मावर घाव घालण्यात, त्याची निंदानालस्ती करण्यात त्यांना पुरुषार्थ वाटतो. एक आसुरी आनंद मिळतो. विंचवासारखी ही माणसे विषारी दंश करतात अन् दंश झालेली माणसे दु:ख व्यक्त करतात. अश्रू गाळत बसतात. खरेतर जिभेत गोडवा असला तर माणसं जवळ येतात. माणसांची मैत्री त्यांच्या बोलण्यावर अवलंबून असते. देण्याघेण्यावर अथवा त्यांना खाऊ घालण्यावर नाही. ज्या माणसाची जीभ सैल असते, तो दुसऱ्याच्या मनाला जखमा करत जातो. प्रहार करत सुटतो. त्यामुळे वेदना झालेला माणूस या मूर्खाच्या तोंडाला लागायला नको म्हणून (आणि इतका तो हलकट नसल्यामुळे) अश्रू ढाळत बसतो. मनातले दु:ख

अश्रूंतून व्यक्त करत असतो. मारणाऱ्याचा हात धरता येतो परंतु बोलणाऱ्याचे तोंड धरता येत नाही, हे खरे!

३६७. मरायच्या वेळेला चरायची घाई

संध्याकाळ जसजशी होत जाते, तसतशी जनावरे अधिक हावरटपणे चरताना दिसतात. आयुष्याच्या संध्याकाळी माणसेही अशीच हावरटपणाने वागताना दिसतात. वार्धक्यातही माणसाची खाण्याची हाव कमी न होता, वाढताना दिसते. वृद्धांना दिसेल ते खावेसे वाटते. जनावरांची चरायची घाई पोटासाठी तरी असते, पोट भरले की त्यांचे खाणे थांबते, पण माणसाचे पोट मात्र कधीच भरत नाही. माणसाचे वय जसजसे वाढत जाते, तसतशा अपूर्ण राहिलेल्या इच्छाआकांक्षा पूर्ण करण्याची धडपड होते. अशी माणसे जेव्हा आपण पाहतो, तेव्हा या म्हणीचा साक्षात अनुभव आपल्याला मिळतो.

३६८. मला नाही अब्रू, मी कशाला घाबरू

सज्जन माणूस आपल्या इभ्रतीला अधिक जपतो. आपल्या इभ्रतीला जराही धक्का लागू नये, याची ते जिवापाड काळजी घेत असतात. मात्र, अब्रू नसलेल्या उनाड, छचोर, लबाड माणसाचे वागणे नेमके वेगळे असते. ही माणसे खोटे बोलणे, चोरी करणे, दुसऱ्याला फसवणे, अज्ञानाचा गैरफायदा घेणे, छचोरपणा करणे, भ्रष्टाचार व व्यभिचार करणे यातच धन्यता मानतात. अशा गोष्टी केल्याने आपली अब्रू जाते, असे त्यांना वाटत नाही. इभ्रतीशी देणे–घेणे नसल्याने ती कशालाच घाबरत नाहीत. एखादे दुष्कृत्य केल्याने यांना तुरुंगात टाकले तर त्याचेही त्यांना कौतुक वाटते. अशी बेअब्रूची माणसे कोणतीही सामाजिक बंधने पाळत नाहीत. त्यांच्या अशा वागण्याचा समाजाला वैताग आला की, ही म्हण वापरली जाते.

३६९. मला पाहा अन् बेलफूल वाहा

आपण इतरांपेक्षा वेगळे, मोठे, श्रेष्ठ आणि वंदनीय आहोत, अशी धारणा असलेल्या माणसाचे वर्णन करताना ही म्हण वापरली जाते. स्वत:विषयीच्या भ्रामक कल्पनांनी अहंमन्य झालेला माणूस, हा भावार्थ.

मुंबईमध्ये साधी मुकादमी करणारा पण झकपक कपड्यातला श्रीहरी यात्रेसाठी गावी आला आणि 'मला पाहा अन् बेलफूल वाहा' या भावनेने गावकऱ्यांशी वागू लागला.

३७०. मसणातदेखील कावळ्यांचा उपद्रव

कोणत्याही स्थळी आणि कोणत्याही परिस्थितीत विश्रांती न मिळणे किंवा त्रास होणे या अर्थाने ही म्हण वापरली जाते. स्मशानातदेखील मढ्यावरचे पदार्थ खाण्यासाठी कावळ्यांचा त्रास होतो आणि त्यांना हाकलण्याचा वैताग नातेवाइकांना येतो. खरे तर स्मशान म्हणजे चिरशांतीचे ठिकाण, पण तिथेही शांती मिळत नाही.

चार दिवस विश्रांतीसाठी रंजूबाई बहिणीकडे गेली खरी, पण तिथेही तिला स्वयंपाकपाणी करावयास लावले. मसणातदेखील कावळ्यांचा उपद्रव, असे तिच्या मनात येऊन गेले.

३७१. मांजर करी एकादशी, उंदीर मारून भरी कुशी

एकीकडे देवाधर्माच्या नावाने उपवास करायचा आणि उपवासाच्या नावाखाली त्या दिवशी गच्च पोटभर खायचे, असा दुटप्पी व्यवहार. कुशी म्हणजे आपले पोट.

आमच्या सीताबाई दर गुरुवारी उपवास करताना दोन बशा खिचडी, अर्धा डझन केळी, पावशेर पेढे आणि चार-सहा राजगिऱ्याचे लाडू खाऊन दोन ग्लास दूध पितात. म्हणतात ना, 'मांजर करी एकादशी, उंदीर मारून भरी कुशी'.

३७२. मागून पुढून बाप नवरा

मुलाचे लग्न करण्याची वेळ आली असता आणि त्यासाठी स्थळे येऊ लागली असताना आपल्याच लग्नासाठी खटाटोप करणाऱ्या, त्यासाठी स्वत:च पुढाकार घेणाऱ्या विधुर बापाच्या स्वभावाबद्दल ही म्हण वापरली जाते. काही मुलांचे वडील मुलगा वीस-बावीस वर्षांचा असला तरी त्याच्या विवाहाचा विचार न करता आपल्याच विवाहासाठी धडपडत असतात. त्यालाच बोहल्यावर चढायची घाई असते.

हिंदुराव भेटल्यावर मला म्हणाले, ''यंदा विवाह करावा म्हणतोय.'' त्यावर मी म्हणालो, ''छान, नाहीतरी तुमचा मानसिंग आलाच लग्नाला.'' त्यावर ते स्वत:च्या विवाहाबद्दल बोलतोय म्हणाले. मी म्हणालो, ''काय हिंदुराव, कमाल आहे, 'मागून पुढून बाप नवरा' हे काही बरे नाही.''

३७३. माणसाने पाण्यापासून जवळ नि सोयऱ्यापासून दूर असावे

माणसाने पाण्याच्या जवळ राहणे सोयीचे असते. त्यामुळे कष्ट वाचतात. मात्र, सोयऱ्यापासून दूर राहावे. म्हणजे नात्यात आणि प्रेमात बिघाड करणाऱ्या गोष्टी टाळता येतात.

रावजी आणि रावबाजी या व्याह्यांनी एकत्र धंदा करायचे ठरवल्यावर आजोबा त्यांना म्हणाले, ''माणसाने पाण्यापासून जवळ आणि सोयऱ्यापासून दूर असावे. नातं माणसाला नालायकी शिकवते. एकत्र धंदा केला तर पुढे मतभेद होतात. नाती कडवट होतात. पाण्याच्या जवळ राहिल्याने कष्ट कमी, पाव्हण्यापासून दूर राहिल्याने त्रास कमी.''

३७४. माथ्यावर पदर आणि ढुंगण उघडे

वरवरचा देखावा उत्तम करणे. नजर बांधून टाकणारी अशी बाह्य शोभा करणे, पण आत काहीच नसणे. स्वत:च्या व्यक्तिमत्त्वामध्ये गुणसंपदा नसणे, खास वैशिष्ट्य नसणे, कौतुक करावे असे काही न दिसणे, हा भावार्थ. काही स्त्रिया शालीन वागणे नि माथ्याची शोभा म्हणून पल्लेदार पदर घेतील, चारचौघीत मिसळतील, पण साधे सरबत करायचे झाले तरी प्रथम आंबट करतील, नंतर गोड करतील, नंतर पाणी घालून ते बेचव करतील.

चतुराबाईंना लोकांनी आपली दखल घ्यावी वाटते पण तसे मुळात काही नाही ना? नुसता माथ्यावर पदर घेऊन ढुंगण उघडे ठेवून कसे चालेल?

३७५. माय गेली मरून, गोत गेलं सरून

प्रत्येक विवाहित स्त्रीला आपल्या माहेरची मनस्वी ओढ असते. माहेराच्या आठवणी म्हणजे तिच्या जगण्याची ऊर्जा असते. कारण माहेर म्हणताच तिच्या समोर तिची वत्सल आई, तिची नानाविध रूपे, तिचे प्रेम, वात्सल्य, तिचे संस्कार, तिने केलेला उपदेश, खाऊ घातलेला घास, तिने केलेले लाड आणि दु:खावेळी तिने दिलेला धीर अन् जगण्यातून तिने दिलेली मूल्यांची देणगी या साऱ्या गोष्टी उभ्या राहतात. सासरवरून चार-आठ दिवसांसाठी ती माहेराला आली तर आई तिच्यासाठी, तिच्या सुखासाठी किती झटते, सारे सारे खूप आपुलकीने करते, मुलीच्या साऱ्या अपूर्ण इच्छा आई पुरवत असते. अशी सेवा, त्याग, श्रम, प्रेम, काळजी, वात्सल्य यांची मूर्तिमंत प्रतीक असलेली आई जेव्हा मरते, तेव्हा तिला सारे गणगोत संपल्यासारखे होते. तिची जागा घेणारी दुसरी कोणतीच स्त्री माहेरात नसते. भावजय आईची जागा घेऊ शकत नाही. म्हणून आईचे मरण म्हणजे लेकीच्या दृष्टीने माहेरचे मरण असते, माहेरचे विस्मरण असते. आईचे मरण म्हणजे सावली आणि फळे देणाऱ्या झाडाचे मरण असते. त्यामुळेच तिचा माहेरचा ओढा कमी होतो. माहेरचे आमंत्रणही कमी कमी होते अन् आले आमंत्रण तरी त्यात आत्म्याचा ओलावा कमी असतो.

३७६. माय-बहीण कुणाची, नकटी बायको गुणाची

आपल्या आयुष्यात प्रत्येक माणूस नानाविध नात्यांनी वेढलेला असतो. या नात्यांचे दोन विभाग पाडता येतात. माणसाची विवाहापूर्वीची नाती आणि त्याच्या विवाहनंतरची नाती. आई, बाप, भाऊ, बहीण, मामा, वहिनी, आत्या ही तशी विवाहपूर्वीची नाती आणि रक्ताने जोडलेली नाती. पत्नीने आपल्या जीवनात प्रवेश केला की, आणखी काही नाती निर्माण होतात. आपल्याकडे आईचे नाते परमपवित्र व श्रेष्ठ मानले जाते. पण विवाहानंतर माणसाला भावनिक नात्याच्या रूपाने पत्नी अधिक प्रिय वाटू लागते. तिचे प्रेम, तिचा सहवास, तिचे समर्पण नवऱ्याला विशेष मोलाचे वाटते. ती अधिक जवळची वाटते अन् मग या दोन्ही नात्यांत संघर्ष सुरू होतो, दुरावा निर्माण होतो. शेवटी तर आई, बहीण, भाऊ, वडील, यांच्यापेक्षाही 'बायको माझी गुणाची' म्हणून ती नकटी असली तरी गळ्यात पडते. तो तिला गळ्याशी बांधतो. आई-बहिणीपेक्षा ज्याला आपली बायको प्रिय वाटते. 'आपली' वाटते, अशा माणसाला उद्देशून ही म्हण वापरली जाते.

३७७. माया वेडी आणि विष्ठा फेडी

मूर्तिमंत वात्सल्य आणि प्रेमाचे प्रतीक असलेली आई अपत्यासाठी कोणतेही काम करते. ते काम अत्यंत किळसवाणे आणि निकृष्ट असले तरी तिला ते करण्यात संकोच वाटत नाही. आपल्या अपत्याने केलेली विष्ठा काढण्यासही ही माया, हे वात्सल्य कमी करत नाही; यासाठी ही म्हण वापरली जाते.

कोणतीही माता आपल्या अपत्याला खाऊ घालते, न्हाऊ घालतेच, पण 'माया वेडी आणि विष्ठा फेडी' याचाही ती मूर्तिमंत आदर्श असते यात शंका नाही. माया आहे म्हणूनच ती हे करू शकते.

३७८. मारावी तलवार, वरावी पद्मिनी

पराक्रम केल्याशिवाय, पुरुषार्थ दाखवल्याशिवाय सुंदर स्त्री मिळत नाही. कारण रूपवती स्त्रिया पुरुषाच्या पराक्रमावर भाळतात, रूपावर नव्हे.

पहिल्या बाजीराव पेशव्याने आपल्या तलवारीने बुंदेलखंडापर्यंत पराक्रम केला, म्हणूनच मस्तानी त्याला प्राप्त झाली. रूपवती अप्सरा त्याला मिळाली. खरंच आहे, 'मारावी तलवार आणि वरावी पद्मिनी.'

इंग्रजीत म्हण आहे, A faint heart never wins a fair lady.

३७९. माळावर बोंबलायला पाटलाची परवानगी कशाला?

पूर्वी प्रत्येक गावाला सरकारी गायरान असे. सरकारी माळरान असे. गाव त्याचा स्वत:च्या सोयीनुसार वापर करीत असे; आणि त्यासाठी पाटील, देशपांडे, कुलकर्णी, देसाई, खोत यांची परवानगी काढावी लागत नसे, कारण ती शासकीय जमीन असते. कुणा एकाच्या मालकीची नसते. अशा या माळरानावर बोंब मारण्यासारखी आक्षेपार्ह गोष्ट करायची झाली तर त्याला परवानगी कशाला? आपण आपल्या तोंडाने बोंब मारणार आणि कुणाचीही मालकी नसलेल्या माळावर मारणार. भावार्थ असा की, समाजाला मान्य नसलेली गोष्ट समाजाच्या बाहेर जाऊन करायला हरकत नाही.

३८०. माळ्याची मका आणि कोल्ह्याचे भांडण

भरघोस आलेल्या मक्याच्या शेतात मका खायला कोल्ह्यांचे टोळके शिरले. शेत माळ्याचे, मका माळ्याने केलेली, म्हणजे कष्ट माळ्याचे. पण हे कोल्हे त्या आयत्या पिकात शिरून मी कोणत्या वाफ्यातली मका खायची अन् तू कोणत्या वाफ्यातील खायची, यावरच भांडू लागले. त्या मक्यावर आपलाच मालकी हक्क दाखवू लागले. या सर्वाचा भावार्थ असा की, दोघांपैकी एकाचाही संबंध नसणाऱ्या मालाविषयी (वस्तूविषयी) दोन पक्षांचे भांडण होते.

रस्त्यात पडलेली अंगठी बाळूला सापडली, पण ती आधी मला दिसली यावरून हरी आणि श्रीहरी यांच्यात वाद सुरू झाला. मका माळ्याची अन् भांडण कोल्ह्याचे होते ते असे.

३८१. माहेराची पेज, सर्वांगास तेज

माहेरचे अन्न रोजचे, साधे असले तरी ते प्रेमाने घातलेले असते, वात्सल्याने भरवले जाते. त्यात अपत्यप्रेमाचा ओलावा मिसळलेला असतो. त्यामुळे ते अंगी लागते, तृप्ती देते. देहाला तेज देत असते. म्हणजे भावार्थ असा की, सासरच्या वैभवापेक्षा माहेरची गरिबी माणसाला सुख देत असते. सासरच्या गाद्यागिर्द्यांपेक्षा माहेराची गोधडी अधिक उबदार असते. कारण आईबाप आपल्या पोरीला वेगळ्याच भावनेने वागवतात. या म्हणीचा आणखी एक अर्थ असा की, घरातील साध्या अन्नाची बरोबरी, ते आईने/पत्नीने केलेले असल्यामुळे त्याची बरोबरी कशालाही येत नाही.

३८२. मिठावाचून सर्वच अळणी

मुख्य गोष्ट नसेल तर इतर सर्व गोष्टी असूनही त्या तशा निरुपयोगी होतात. जसे उत्तम स्वयंपाक केला आहे. भाजीमध्ये सर्व गोष्टी प्रमाणशीर घातल्या आहेत; पण त्यात मीठच

नसेल तर तो स्वयंपाक रुचकर लागत नाही. मिठाशिवाय अन्नाला चव नाही, पूर्णत्व नाही. आपल्या आयुष्यातही एखादी व्यक्ती, एखादे मूल्य सर्वांत जास्त महत्त्वाचे असते, हा याचा भावार्थ.

सीताबाईंनी भरल्या वांग्याची भाजी केली; पण मीठच घालायचे विसरल्या त्यामुळे खाणारे नाराज झाले. बरोबर आहे, 'मिठावाचून सर्वच अळणी.'

३८३. मिणमिणता दिवा, कृपणाचा केवा, गाजराचा मेवा व हिजड्याचा ढवा

व्यवहारातील एक अनुभवजन्य सत्य यात सांगितले आहे. मिणमिणता दिवा उजेडासाठी उपयोगाचा नाही. कृपणाचा (कंजूष माणसाचा) केवा (केवा म्हणजे धनसंचय) निरुपयोगी असतो. गाजराचा मेवा भुकेसाठी उपयोगी पडत नाही आणि हिजड्याचा ढवादेखील निरुपयोगीच. ढवा म्हणजे नवरा. या चार गोष्टी असून नसल्यासारख्या. एकामुळे अंधार नष्ट होत नाही, दुसऱ्यामुळे सोय व सुख लाभत नाही, तिसऱ्यामुळे भूक भागत नाही आणि चौथा नुसताच देखाव्याला असलेला. निरुपयोगी वस्तूचा साठा किंवा मालकी फायद्याची नसते असा याचा भावार्थ.

३८४. मिताहार करी रोगाचा प्रतिकार

मानवाला जे नानाविध रोग होतात, त्यातले निम्म्याहून अधिक रोग आपणच आपल्यावर ओढवून घेत असतो आणि त्याचे कारणही आपली जीभ आणि अन्नाची न शमणारी वखवख. भुकेपेक्षा दोन घास कमी खाणाऱ्याला फारसे रोग होत नाहीत; पण आकंठपणे म्हणजे कंठाला येईपर्यंत जे खादाडतात, त्यांना खात्रीने रोग जडतात. म्हणून मिताहार, मोजका व साधा आहार हेच आपले आरोग्य सांभाळते. येणाऱ्या रोगाला प्रतिकार करते. अति खाण्याने एका रोगातून अनेक व्याधी जन्माला येतात, हे आपल्याला समजत नाही. जितके खाण्याचे प्रकार जास्त तितके रोग जास्त.

३८५. मित्राकडे राहण्यापेक्षा मित्राला भेटणे चांगले

आपला कितीही जिवभावाचा मित्र असला तरी त्याचे कुटुंबीय काही जिवाभावाचे नसतात, फार तर परिचित असतात. मित्रप्रेमापोटी आपण त्याच्या घरी काही दिवसांसाठी मुक्काम ठोकला, तर आपली सारी व्यवस्था त्यांना करावी लागते. आपले पथ्यपाणी, आपली आवडनिवड बघावी लागते. आपल्यासाठी म्हणून वेळ खर्च करावा लागतो, पैसा खर्च करावा लागतो व त्यामुळे कटुताही निर्माण होऊ शकते. काही दिवसांनी आपले आदरातिथ्यही त्यांना शिक्षा

वाटते. म्हणून त्याच्याकडे राहण्यापेक्षा त्याला भेटणे, चार सुखदु:खाच्या गोष्टी करणे हे चांगले असते. दोन दिवसांचा पाहुणा, तिसऱ्या दिवशी नाही.

३८६. मिराशीचे म्हणे शेत । नाही देत पीक उगे ॥

संत तुकारामांनी अजरामर केलेले हे वचन आहे. आपल्या वाडवडिलांपासून चालत आलेले इनामी शेत कितीही सुपीक असले, तरी ते मेहनत केल्याशिवाय काही पीक देत नाही. त्यासाठी राबणूक ही केलीच पाहिजे. सर्व गोष्टी अनुकूल असल्या तरी यश हाती येण्यासाठी प्रयत्नाची गरज असते, हा भावार्थ. तुकारामांना येथे उपासना, भक्ती अभिप्रेत असावी.

मोहन जात्याच हुशार आहे. शिक्षक चांगले आहेत. तरीही त्याच्या उत्तम यशासाठी प्रयत्न हे करावेच लागतील. मिराशीचे शेत असले तरी ते आपोआप पीक देत नसते, हे त्याने लक्षात ठेवले पाहिजे.

३८७. मी सांगतो लोकाला, शेंबूड माझ्या नाकाला

आपल्या अवतीभोवती काही माणसे अशी असतात की, उठसूठ दुसऱ्याला उपदेश करतात, शहाणपण शिकवतात. दुसऱ्याचे दोष उघड करून दाखवतात. पण त्याचवेळी आपणही निर्बुद्ध आहोत, मूर्ख आणि दोषी आहोत, दुसऱ्याने शहाणपण शिकवावे अशा लायकीचे आहोत, हे मात्र पूर्णपणे विसरतात. आपल्या तोंडाला शेणाची दुर्गंधी येत असतानाही ती दुसऱ्याच्या तोंडाचा वास घेत सुटतात. अशा उथळ व अवगुणी माणसासाठी ही म्हण वापरली जाते.

दौलतराव पाटील नोकराला दारूवरून बोलतात, शेजाऱ्याला बायकोला बदडतो म्हणून रागावतात, मुलाला कामावरून शिव्या घालतात, पण स्वत: काम न करता भरपूर पिऊन, गावभर डरकाळ्या फोडून घरी आल्यावर त्याच नशेत बायकोवरही हात टाकतात. म्हणतात ना, 'मी सांगतो लोकाला, शेंबूड माझ्या नाकाला' अशी त्यांची गत झालेली आहे.

३८८. मुजऱ्यास ना कोणी, हुलप्यास पंचवीस

एखाद्या मोठ्या आणि सधन व्यक्तीकडून बिदागी घेण्यास पुष्कळांची गर्दी होते. पण मुजरा करण्यास कोणी नसते. हुलपा म्हणजे बिदागी किंवा बक्षिसी, याचा लक्षणार्थ असा की, स्वार्थावेळी अनेकजण पुढे पुढे करतील, पण अभिनंदनाला, कौतुकाला किंवा एखाद्या कामावेळी स्वत:हून कोणी येत नसते. 'हुलप्यास पंचवीस तर मुजऱ्यास कोणी नाही' ही तर जगाची रीतच आहे.

३८९. मुताने दिवा पाजळणे

अत्यंत निर्दय असणे, अत्यंत कठोरपणाने वागणे किंवा जुलूम करणे असा या वाक्प्रचाराचा अर्थ आहे. दिवा पाजळायचा असेल तर माणूस तेल वापरतो. पण एखादा मूर्ख असा असतो की, तो पाण्याने पेटवण्याचा हट्ट करतो. प्रसंगी इतका नीच असतो, पाणी तरी कशाला वाया घालवायचे म्हणून स्वत:च त्या दिव्यात मुतायला कमी करत नाही. म्हणजे दिव्याने आपल्या मताप्रमाणे वागले पाहिजे यासाठी जुलूम करणे. काही उन्मत्त कारखानदार असे असतात की, ते आपल्या नोकरांशी, कामगारांशी मुताने दिवा पाजळावा या रीतीने वागतात. त्यांच्या दृष्टीने ते त्यांचे गुलामच असतात.

३९०. मेलेली गाय बामनाला दान

पूर्वीच्या काळी एखाद्या धार्मिक विधीनंतर, तसेच पुण्यप्राप्तीसाठी भूलोकीचा देव मानलेल्या ब्राह्मणाला दान देण्याची प्रथा होती. हे दान पैसा, सोने, जमीन, वस्तू अथवा गायीच्या रूपाने दिले जाई. गोमातेचे दान देताना सर्वोत्तम अशा गाईचे दिले जाई. पवित्र भावनेने ते दिले जाई. पण व्यवहारात अनेक माणसे आपल्याला निरर्थक वाटणारी, निरुपयोगी झालेली, म्हणूनच आपल्याला नको असलेली क्षुद्र वस्तू मोठ्या औदार्याने एखाद्याला देण्याचे सोंग करतात, आव आणतात. अशावेळी ही म्हण वापरली जाते. मरण पावलेली गाय आता मातीत पुरायची, तेव्हा ती ब्राह्मणाला देण्याचा मोठेपणा दाखवला जातो.

भाऊसाहेबांनी अगदी वापरता येणार नाही व तुटलेली आपली चप्पल जेव्हा त्याच्या नोकराला दिली तेव्हा तो मनात म्हणाला, ''छान छान, मेलेली गाय बामनाला देऊन चांगलेच पुण्य साधले की तुम्ही!''

३९१. मोठ्याचा आला गाडा अन् गरिबाचं झोपडं पाडा

धनवान, सत्ताधीश, प्रतिष्ठित आणि मान्यवर असलेल्या व्यक्तीला सर्व गुन्हे माफ असतात. त्याच्या सुखसोयीसाठी गोरगरिबांची गैरसोय आणि नुकसान झाले तरी त्याची कोणाला पर्वा नसते वा कोणाला काळजी नसते. श्रीमंताच्या वाहनाला एखाद्या गरिबाच्या झोपडीचा अडथळा येत असेल, तर श्रीमंताचे वाहन बाजूने जात नाही किंवा दुसऱ्या रस्त्याने जाणार नाही, त्यासाठी गरिबाचे घर उद्ध्वस्त केले जाते. सत्तेपुढे शहाणपण चालत नाही किंवा विनवण्या चालत नाहीत. त्याला खूष करण्यासाठी सारेजण झटतात, हा भावार्थ आहे.

३९२. मोठ्याचा दुखला डोळा । गाव झाला गोळा ॥

समाजाचा व्यवहार असा की, जो माणूस सत्तेवर आहे, मोठा धनवान आहे, खानदानी आणि प्रतिष्ठित आहे, ज्याला नमून वागावे लागते, त्याला साधा सर्दीसारखा आजार झाला किंवा किरकोळ त्रास झाला, तरी सारी माणसं त्याच्या चौकशीला जातील, त्याला सहानुभूती दाखवण्यासाठी धावतील. 'दाम करी काम अन् बीबी करी सलाम' असे या लोकांचे वागणे असते. त्यात खरे प्रेम वा आपुलकी असते अशातला भाग नसतो.

गोपाळराव पाटील हे गावचे जमीनदार, सरपंच व थोरामोठ्यांत वजन असलेले धनिक गृहस्थ. त्यांचा ठेच लागून अंगठा फुटला तर 'मोठ्याचा दुखला डोळा, गाव झाला गोळा' या म्हणीप्रमाणे सारा गाव त्यांना भेटून गेला त्यांच्या दुःखात सहभागी झाला.

३९३. मोडकी पाटी (टोकरी) शेणाला, म्हातारं माणूस शिळ्याला

संसारी आणि काटकसरी माणूस वापरात असणाऱ्या प्रत्येक गोष्टीचा अगदी शेवटपर्यंत म्हणजे तुटे-फाटेपर्यंत वापर करत असतो. शेतकरी याला अपवाद नसतो. शेतीकामातली पाटी किंवा डालगं (यालाच टोकरी असेही म्हणतात) जुने-पुराणे झाले की, त्याचा वापर गुरांचे शेण टाकण्यासाठी शेतकरी करतो. म्हणजे अगदी निकृष्ट कामासाठी. माणसाचेही तसेच आहे. कर्तृत्व असेपर्यंत त्याला कुटुंबात मान असतो – महत्त्व असते. त्याला चांगली वागणूक दिली जाते आणि तोच पुढे म्हातारा झाला की, एखाद्या दारातल्या कुत्र्यासारखी वागणूक दिली जाते. घरातले नकोसे असलेले, शिळेपाके झालेले वा कोणी न खाणारे अन्न त्याच्या पुढ्यात टाकले जाते, याचे त्याला दुःख होते. एवढेच नव्हे तर त्याच्याशी कोणी प्रेमाने बोलत नाही, चौकशी करत नाही. व्यवहारी माणसाच्या स्वभावातला हा कोरडेपणा व्यक्त करण्यासाठी ही म्हण वापरली जाते.

३९४. म्हशीनं केलं अन् हेल्यानं खाल्लं

अनेकदा व्यवहारात काम करणारा एक असतो अन् त्याचा फायदा घेणारा दुसराच असतो. या दुसऱ्याचा त्या कामाशी कुठलाही संबंध नसतो. पण फायदा मात्र त्याला मिळतो. शेतात राबायचे नोकरांनी अन् उत्पन्न घ्यायचे सावकाराने. फळझाडाला खतपाणी करायचे एकाने अन् त्याची फळे खायची दुसऱ्याने. लढाईत जीव द्यायचा सैनिकाने अन् विजयाचे श्रेय घ्यायचे राजवाड्यात बसलेल्या राजाने. यालाच 'म्हशीनं केलं अन् हेल्यानं खाल्लं' असे म्हटले जाते.

याचे आपल्या काळातले उत्तम उदाहरण म्हणजे देशाच्या स्वातंत्र्यासाठी देशभक्तांनी

प्राणार्पण केले, पण त्याची अमृताची फळे खाणारे मात्र दुसरेच दिसतात. त्यांच्या त्यागावर भोगवाद चाललेला असतो.

३९५. म्हशीनं रांधलं अन् हेल्यानं खाल्लं

हेला म्हणजे रेडा. रांधणं म्हणजे स्वयंपाक करणे.

घरातली स्वच्छता, घरातला नीटनेटकेपणा आणि घरात होणारा स्वयंपाक यावर घराचे 'घरपण' अवलंबून असते. स्वयंपाकाचे कौशल्य, अगत्य भाव आणि कामाची हौस यातूनच स्त्रीचे गुणविशेष दिसून येतात. जी बाई घराचा उकिरडा करते आणि काहीतरी कसेबसे शिजवते ती बाई फारशी प्रिय होत नाही. ती स्वयंपाकात कुशल असली तरच तिला मान मिळतो, सन्मान मिळतो. काही स्त्रिया कुशल असतात, तर काहींना स्वयंपाक नीट येत नाही. एखाद्या म्हशीनं काहीतरी रांधावं आणि एखाद्या रेड्यानं कसंतरी खावं, हा प्रकार घडला तर, त्या बाईची अवहेलना होते. तिला नावे ठेवतात. तिने कोंड्याचा मांडा करायला हवा. तेलाला तुपाची चव आणायला हवी. तिने केलेल्या पदार्थाचे खूप दिवस, गावभर कौतुक व्हायला हवे. समोर टाकलेली वैरण खाली मान घालून रेड्यानं खावी, याला काही अर्थ नसतो.

३९६. म्हातारपणाचं पोर, वळे लोकांची ढोरं

एखाद्या माणसाचे उशिरा लग्न झालेले असेल तर, किंवा एखाद्याला उतारवयात अपत्यप्राप्ती झाली असेल तर, ते आईबाप आणि ते मूल या दोघांच्या दृष्टीनेही क्लेशकारक ठरते. वयाने पोर लहान असल्याने आईबापाला म्हातारपणीची काठी म्हणून त्याचा उपयोग होत नाही आणि थकलेले आईबाप असल्याने पोराचे सारे काही व्यवस्थित, मनासारखे त्यांना करता येत नाही. उलट अशा मुलांचे शिक्षण अर्धवट राहते. त्याचे बालपण काळवंडून जाते, संगोपन संवर्धन नीट होत नाही. त्याच्या भविष्यासाठी काही तजवीज करून ठेवता येत नाही. अशी ही मुले घराची जबाबदारी म्हणून पोटाच्या भुकेची पूर्तता करण्यासाठी मिळेल ती हलकीसलकी कामे करतात. त्यापेक्षाही गावातील लोकांची गुरेढोरे राखण्याचे काम करतात. त्यातून चार घास पोटाला घालतात. या म्हणीचा भावार्थ असा की, प्रत्येक गोष्ट वेळच्या वेळी होणे हे हितकारक असते. विलंब हा जीवनाचा प्रवास थांबवतो. जीवनाचा प्रवास खडतर करतो.

३९७. म्हाताऱ्या बायकोस तांबटाच्या रोट्या

ज्या म्हातारीस खाण्यास अन्न नाही, नेसण्यास वस्त्र नाही, अशा म्हातारीला उरलेसुरले खावे लागते; अशी स्थिती असलेल्या व्यक्तीस ही म्हण वापरली जाते. अनेकदा तिची उपासमार

पाहून शेजारची तांबटाची बाई तिला खाण्यासाठी रोट्या देते. दुसऱ्याच्या दयेवर जगणारी व्यक्ती, हा भावार्थ.

पोरींची लग्ने झाल्याने त्या सासरी उडून गेल्या. पोरगा पोट भरण्यासाठी महानगरात गटारीशेजारी विसावला. त्यामुळे गंगूबाई म्हतारीस तांबटाच्या दोन रोट्यांवर दिवस काढावे लागतात. काय करेल ती बिचारी.

३९८. याळे माळे घरे, दिवा लावून दळण करे

स्त्री-स्वभावाचे मोठे मार्मिक दर्शन या म्हणीतून घडते. काही स्त्रिया घरातील कोणतेही काम वेळच्या वेळी करीत नसतात. घराचे सारवण झोपताना करतील, धुणे-भांडी मध्यरात्री करतील, तर घरातले दळण अंधार पडल्यावर दिव्याच्या उजेडात करायला बसतील. दिवसभर त्यांना प्रचंड काम असते म्हणून त्या ही कामे अवेळी करत नसतात; तर या स्त्रिया दिवसभर इथे तिथे बसून वेळ घालवतात. रिकामटेकड्या गप्पा मारतील किंवा चांगल्या ऊन उतरेपर्यंत जमिनीवर पसरलेल्या सापडतील. जाग आल्यावर उद्याला पीठ नाही याची त्यांना आठवण येते अन् दिवा लावून दळण करायला बसते. ते दळणही नीट करणार नाही. प्रत्येक कार्याला उशीर करणाऱ्या, प्रत्येक काम निरर्थक वेळ घालवून अवेळी करणाऱ्या बायकांना उद्देशून ही म्हण वापरली जाते.

३९९. योजकस्तत्र दुर्लभः ।

एखाद्या वस्तूचा योग्य स्थळी आणि योग्य प्रसंगी उपयोग करणारा माणूस दुर्मीळ असतो. उपयोगाच्या वस्तू जगात पुष्कळ आहेत. त्यांची योजना करणारा माणूस मात्र मिळणे कठीण असते. योजना करणारा चतुर असल्यास सर्व वस्तूंचा उपयोग होतो.

राबसाहेबांकडे एक तांब्याची फुटकी घागर होती. त्यांच्या जावयाने तिला कापून छान आकार दिला. सजवून झुंबर म्हणून ती दिवाणखाण्यात टांगली, तेव्हा सर्वांनी 'योजकस्तत्र दुर्लभः' म्हणून त्यांचे कौतुक केले. देखणे झुंबर म्हणून ती शोभून गेली.

४००. रंगाची मोट बांधणे

प्रतिपक्षावर मिळवलेल्या विजयाने किंवा प्राप्त झालेल्या वैभवाने हुरळून न जाता या यशामध्येही सभ्य आणि सौम्य वर्तन कायम ठेवणे, यासाठी हा वाक्प्रचार वापरला जातो. आपल्या प्रतिपक्षावर वादामध्ये किंवा कामामध्ये सरशी मिळवली असता आपण त्या पराभूताबरोबर दिलदार मनोवृत्तीने वागणे, त्याला न हिणवणे, अपमानित न करणे, हा या म्हणीचा भावार्थ.

त्याने 'माझी चूक झाली' असे कबूल केले. एवढे मला पुरेसे आहे. आता काय रंगाच्या मोटा बांधायच्या आहेत? पुन्हा त्याला शब्दाने मारण्यात अर्थ नाही.

४०१. रडत्याची शेती अन् बोंबलत्याचे दुभते

रडत्याची शेती आणि बोंबलत्याचे दुभते काही खरे नाही. जो शेती करताना सारखा अडचणी सांगतो, तक्रार करतो, कुरकुरतो, त्याला त्यातून उत्तम शेती जमणार नाही. तसेच दुधाची उठाठेव करणारा सारखा म्हशीने धार दिली नाही, कमी दिली, दूधच नासले, दूध काढताना भांड्यावर तिने लाथ मारली, धारा काढून माझं मनगट सुजले, ओट्यावर ठेवलेले दूध मांजर पिऊन गेले इत्यादी सबबी सांगत असतो. नेहमी रडगाणे गातो. त्याचे दुभतेही काही खरे नाही. त्याचे ते काम पूर्णत्वास जात नाही.

आनंदाला वडिलांनी रात्री बागेची राखण करायला सांगितली, तर त्याने हजार कारणे सांगितली. तेव्हा बाप रागावून म्हणाला ''तू म्हणजे 'रडत्याची शेती व बोंबलत्याचे दुभते' करणाऱ्या कुरकुऱ्या माणसात बसतो बघ.''

४०२. रांडेच्या लग्नाला छत्तीस विघ्ने

रांड म्हणजे दासी, कलावंतीण किंवा वेश्या.

बदनाम झालेल्या स्त्रीच्या प्रत्येक कामात अडचण येणे. मुळात रांडेने विवाह करू नये. तिने असेच संबंध ठेवावेत. जबाबदारी न घेता आपल्या सुखासाठी तिने सोबत करावी, अशी बदफैली माणसाची इच्छा असते. पण तरीही तिने विवाह करावयाचा ठरवला तरी त्यास मोडता घालण्यासाठी अनेक बाबी पुढे केल्या जातात. तिचा स्वभाव, वागणे, चारित्र्य अशा गोष्टींची कारणे सांगितली जातात. जेणेकरून तो विवाह मोडावा. यावरूनच अशा स्त्रीच्या कोणत्याही गोष्टीस प्रतिकूलता येणे यासाठी ही म्हण.

४०३. राजा करी तैसे दाम। चाम तेही चालती ॥

संतश्रेष्ठ तुकाराम महाराजांच्या अभंगातील हा चरण आहे. त्याचा भावार्थ असा की, राजा सर्व सत्ताधीश आहे. त्याच्या हुकुमाने वाटेल ते होते. त्याच्या आज्ञेने आर्थिक व्यवहार करताना जर त्याने चामड्याची नाणी चालतात असा हुकूम केला, तरी ती नाणीही व्यवहारात वापरली जातात. कारण त्यासाठी राजाने आज्ञा केली आहे. राज्यकारभाराची सारी सूत्रे त्याच्याच हाती सामावली आहेत. आणि ती आज्ञा डावलणे हे प्रजेला शक्य नसते. 'राजा बोले दल हाले' अशी एक म्हण याच अर्थाने वापरली जाते. 'राजाचा बोल व मुकाट्याने झेल'या गोष्टीला पर्याय नाही.

४०४. राजा राजवैभव भोगतो, अन् दुबळा झोप गमावतो

प्रजेच्या सुखासमाधानासाठी सिंहासनावर बसणारा राजा प्रजेचा सेवक म्हणून किती कारभार करतो, हे ठाऊक नाही. पण त्याला राजवैभव भोगायला मिळते. ऐश्वर्य भोगायला मिळते. मात्र या राजवैभवासाठी सर्वसामान्य माणसाला राजाची चाकरी करताना जिवाचे रान करावे लागते. राजाची सत्ता, राजाचे वैभव हे प्रजेच्या कष्टातून, त्यागातून, सेवेतून आणि त्याला द्याव्या लागलेल्या करांतून म्हणजे टॅक्समधून उभे राहिलेले असते. दरबारात सेवा करणारा सेवक त्यापोटी झोप गमावतो. शेतात राबणारा माणूस त्याच्यासाठी रात्रंदिवस राबत असतो. सैन्यात असणारा योद्धा सीमेच्या संरक्षणासाठी रात्रभर जगत असतो. त्यातून राजाला सत्ता व वैभव मिळत असते. सुखाची झोप मिळत असते. आज राजेशाही नष्ट झालेली असली तरी सत्तेवर असणारी माणसे राजाचे राजवैभव भोगतात व त्यांच्यासाठी आपल्याला झोप गमवावी लागतेच.

४०५. राहणं खोलीत, चित्त गल्लीत

आपल्या मनावर नियंत्रण नसलेली आणि शारीरसुखाला महत्त्व देणारी माणसे दिवसभर नव्हे आयुष्यभर या शारीरसुखाचाच विचार करीत असतात. त्यासाठीच धडपडतात, तडफडतात. रतिसुख हे त्यांच्या दृष्टीने आनंदाचे, तृप्तीचे परमोच्च व श्रेष्ठ साधन. अशी माणसे जरी एखाद्या छोट्याशा खोलीत राहत असली, तरी त्यांचे मन मात्र साऱ्या गल्लीत भटकत असते. या सुखाचाच विचार करीत अस्थिर होऊन वावरते.

रंगेल बाजीराव आयुष्यभर रतिरंगात रमणारे. ते वयाने प्रौढ झाले, आर्थिक परिस्थितीने ढासळले. एकाद्या खोपटात राहू लागले तरी पडल्या जागी साऱ्या गावातल्या ललनांचा आसक्त विचार त्यांच्या मनात असायचा. 'राहणं खोलीत असलं तरी चित्त गल्लीत' असे त्यांचे वागणे असायचे.

४०६. रिकामा न्हावी, भिंतीला तुंबड्या लावी

भिंतीला तुंबड्या लावणे म्हणजे निष्फळ कामासाठी व्यर्थ कष्ट करणे. स्वार्थासाठी काहीही करावयास धजणे. पूर्वी आपल्या शरीरातील दूषित रक्त काढण्यासाठी तुंबडी नावाचे नळीसारखे एक साधन वापरले जाई. या तुंबडीचे एक टोक तोंडात घेऊन शरीरातील रक्त ओढून घेतले जाई. त्याशिवाय रोगी बरा होत नाही अशी भावना होती. कसलाच कामधंदा नसलेला न्हावी काहीतरी उद्योग करायचा म्हणून भिंतीलाच तुंबडी लावून तिचे (नसलेले) दूषित रक्त काढण्याचा उद्योग करतो. काहीतरी उद्योग करायचा म्हणून. त्यावरून काहीतरी निरर्थक आणि निरुपयोगी खटाटोप करणाऱ्या माणसाला उद्देशून ही म्हण वापरली जाते.

४०७. रिकाम्या बाई धंदा काय करशी, या कानातली बाळी त्या कानात घालशी

अनेकदा आळशी, निरुद्योगी माणसे आपण खूप काम करतो, दिवसभर काम करत असतो असा आव आणतात. रिकामटेकड्या बायकाही असाच देखावा करतात. त्यांच्या या निरर्थक उद्योगाला पाहून ही म्हण वापरली जाते. काही बायका उगीच कामाचा देखावा करण्यासाठी बांधलेले केस सोड व पुन्हा बांधत बस, एका कानातली बाळी काढून दुसऱ्या कानात घाल, घरातली केरसुणी अंगणात टाक अन् पुन्हा ती आणून घरात ठेव. असले हास्यास्पद व निरर्थक उद्योग करत दिवस घालवतात. आपण किती व्यग्र असतो हे सांगतात, दाखवतात.

रामभाऊची म्हातारी घरातली काडी इकडची तिकडं करत नाही, पण लोकांना दाखवण्यासाठी सुनेनं धुतलेलं भांडं उगीचच नळाखाली धरेल. ते सुकल्यावर पुन्हा धुण्यासाठी नळाखाली धरेल. एकच भांडे आधीच स्वच्छ असताना ती धूत बसते. दिवसभर हाच उद्योग करते. कामामुळे आपण खूप दमलो असे दाखवत असते.

बाळी म्हणजे कानातला एक दागिना.

४०८. रिठावर दिवा न लावणे

रिठा म्हणजे पूर्वीची वस्ती असलेली जागा, पडकी जागा.

रिठावर दिवा न लावणे म्हणजे जिथे पूर्वीची वस्ती (मागे कोणी वंशज न राहिल्यामुळे) तशीच एखाद्या स्मशानभूमीप्रमाणे पडून आहे. तिथे वस्ती केली तर निःसंतान गृहस्थिती होते, अरिष्ट कोसळते, कुटुंबातील व्यक्तींचा अकाली मृत्यू होतो, तेथे घर बांधून कोणी राहू नये हा भावार्थ.

सेनापती निंबाळकर यांच्या गढीवर जाऊन राहावे, तिथे रिठावर दिवा लावावा, असे त्यांच्या दूरच्या – जवळच्या एकाही नातेवाइकाला वाटत नाही.

४०९. रिद्धी सिद्धी घरी पाणी भरतात

एखाद्या माणसाकडे गडगंज संपत्ती असणे, उदंड यश त्याने संपादन करणे, त्याच्या घरात, जीवनात वैभव आणि संपत्ती काठोकाठ असणे, या स्थितीला ही म्हण वापरली जाते. श्रीगणेशाच्या रिद्धी आणि सिद्धी या नावाच्या देवता (संपत्ती आणि कीर्तीच्या निदर्शक) दासीप्रमाणे काम करीत असा याला अर्थ लाभला आहे.

पंडित नेहरूजींच्या बालपणी पिताजींची वकिली उत्तम चालत असल्याने त्यांच्या घरी अक्षरशः रिद्धी-सिद्धी पाणी भरत होत्या.

४१०. रीण फिटेल पण हीन फिटणार नाही

हीन म्हणजे दोष, व्यंग किंवा हलकटपणा.

एक वेळ आपल्या शिरावर असलेले ऋण फिटेल, ते पूर्णपणे कमी होईल, पण जन्मतःच असणारे व्यंग नष्ट होत नाही; किंवा जात्याच असणारा हलकटपणा किंवा दुर्गुण काही काही केल्या जात नाही. खोटे बोलण्याचा व त्याद्वारे फशी पाडण्याचा दुर्गुण एखाद्या माणसाकडे असेल तर तो कोणत्याही उपायांनी समूळ नष्ट होत नाही.

आज समाजात रीण फेडणारी माणसे भेटतील, पण हीन न फिटणारी माणसे पदोपदी भेटतात. त्यांची संख्या कधीच कमी होत नाही.

४११. रेड्यांच्या टकरा, त्यात म्हशीचा चुराडा

पुरुषांच्या भांडणात एखाद्या बाईने अगावूपणाने भाग घेतला, तर तिची त्यात फजिती होते, नाचक्की होते, याचा इशारा देताना ही म्हण वापरली जाते. अनेकदा घडते असे की, बायका बायकामधले भांडण पेटत ते पुरुषांपर्यंत जाते. दोन पुरुषांत ते सुरू असताना मध्येच एकीने त्यात तोंड खुपसले अन् भांडायला सुरुवात केली, तर तो पुरुष तिला काय बोलेल, तिला कसल्या घाणेरड्या शिव्या देईल याचा नेम नसतो. अशा शिव्यांच्या वर्षावात सापडलेली बाई म्हणजे रेड्यांच्या टकरीत सापडलेली जणू म्हैसच. या टकरीत निष्कारण म्हशीला जायबंदी व्हावे लागेल, बेअब्रू पत्कारावी लागेल.

४१२. लंकेत जन्मले तितके राक्षसच

वाईट घरात, वाईट वातावरणात आणि वाईट संस्कारांत जन्मलेली माणसे चांगली असतीलच असे नाही. जन्मापासून त्यांच्या घरातले आणि परिसरातले वातावरण चोरी, लबाडी, फसवाफसवी करण्यास उत्तेजन देणारे असेल, तर लहान मुलेसुद्धा तशीच जन्मतात, असलेच उद्योग करतात. अशा गोष्टींची त्यांना लाजही वाटत नाही.

मुंबईच्या झोपडपट्टीत खून, मारामारी, व्यसन असले धंदे करणाऱ्या दादालोकांची पोरेही 'लंकेस जन्मले ते सारे राक्षस' या न्यायाने याच उद्योगामध्ये रमलेली दिसतात.

४१३. लंगडेच्या लंगडे, गावदरीला चरेना

स्वभावात दोष असलेला, अंगी दुर्गुण असलेला किंवा थोडाफार अपंगत्व आलेला माणूस आपल्या पात्रतेप्रमाणे न राहता इतरांना त्रास होईल असा वागतो, तेव्हा या म्हणीचा वापर केला जातो. एखादे जनावर पायाने लंगडे असूनही गावाला जवळ असलेल्या जागी न चरता खूप दूरवर जाते. त्यासाठी

मालकाला धावपळ व दगदग सोसावी लागते, त्रास होतो. हा या म्हणीचा शब्दार्थ.

आमचा सदोबा डोळ्यांनी नीट दिसत नाही तरी गावभर भटकत असतो. थोरला भाऊ म्हणाला, ''लेका सदोबा, 'लंगडेच्यालंगडे अन् गावदरीला चरेना' अशी तुझी वागणूक झाली. वैताग आलाय बघ.''

४१४. लक्ष प्रदक्षिणा आणि पैसा दक्षिणा

एखाद्याच्या कामासाठी खूप परिश्रम घेतले, त्यासाठी वेळ दिला, पण त्याचा मोबदला मात्र शून्य. फुकट केलेले श्रम, निरर्थक झालेले कष्ट यासाठी ही म्हण वापरली जाते. देवाधर्मासाठी खूप उपासना केली, त्याच्या नावाने लाख प्रदक्षिणा घातल्या, त्यापोटी दक्षिणा मिळाली नगण्य. पुण्यही नाही आणि भरघोस प्राप्तीही नाही अशी अवस्था. एकापरीने श्रम आणि वेळेची नासाडीच ही.

सीताबाई पाटलिणीच्या विवाहात अहोरात्र राबली. पडेल ते काम केले; पण शेवटी तिला मिळाला एक चोळीचा खण, लक्ष प्रदक्षिणा अन् पैसा दक्षिणा; दुसरे काय?

४१५. लक्ष्मीला अंधार आवडत नाही, संपत्तीला आवडतो

लक्ष्मी म्हणजे सचोटीने, कष्ट करून, सन्मार्गाने व कुणाचेही शोषण न करता मिळवलेली धनसंपदा; तर संपत्ती म्हणजे फसवणूक, स्वार्थ, शोषण, भ्रष्टाचार, लाच आदी गैरव्यवहारातून गोळा केलेली धनसंपदा. लक्ष्मी आपोआप वाढत जाते. संपत्ती गोळा करावी लागते. अशी ही लक्ष्मी दिवसाउजेडी येते. म्हणजे तिला अंधार आवडत नाही. ती उजळ माथ्याने प्रवेश करते, तर संपत्ती अशाच भ्रष्टाचार, खाबुगिरीतून म्हणजे दुष्कृत्यातून आल्याने तिला अंधार असतानाच जाता येते. ती उजळमाथ्याने एखाद्या घरात शिरत नाही. म्हणून तिला अंधार आवडतो. तिचे सारे व्यवहार अंधारात चालतात.

४१६. लबाडाची बारा औतं, घरात नाही शेल-जोतं

शेल जोतं म्हणजे शेतीची औजारे, शेल म्हणजे कासरा.

काही शेतकऱ्यांकडे भरपूर शेती असते. गुरे-ढोरे, बैल-बारदाना असतो. एखाद्याकडे बारा औत असणे म्हणजे श्रीमंतीचे व समृद्धीचे प्रतीक मानले जाते. मात्र परिस्थिती अनुकूल असूनही काही शेतकरी शेतीची अवजारे व इतर गोष्टी घेत नाहीत, कंजुषपणा दाखवतात. कासरा, जोतं ही तशी कमी खर्चाची व किरकोळ पण आवश्यक साधने आहेत. त्यासाठी दरिद्रीवृत्ती दाखवणे चुकीचे आहे.

यशिवाय काही लबाड माणसे अशी असतात की, स्वत:चा मोठेपणा सांगताना माझ्याकडे बारा औतांची शेती आहे, बारा औतांचा बारदाना आहे असे सांगतात. वस्तुस्थिती अशी असते की, त्याच्याकडे तुटका कासराही नसतो. किरकोळ गोष्टीसाठीही ती इतरांकडे हात पसरतात. असे माणसाचे विसंगत वर्तन सांगण्यासाठी, लबाड आणि बढाईखोर माणसासाठी ही म्हण वापरली जाते.

४१७. लष्कराच्या भाकऱ्या भाजणे

नसत्या उठाठेवी करणे, दुसऱ्याची कामे विनामोबदला करणे किंवा फुकटची धावपळ करणे यासाठी हा वाक्‌प्रचार वापरला जातो. एखादा माणूस मित्राकडे अथवा थोड्याशा परिचिताकडे सहज मदत करण्याच्या भावनेने जातो नि तिथेच काम संपेपर्यंत राबतो. ते सर्व काम त्याच्याच अंगावर पडते नि त्याला ते करावे लागते. शिवाय त्यासाठी बक्षीस नाही, बिदागी नाही, मोबदला नाही वा रोजगार नाही. फुकटच राबणे असते. पूर्वी ज्या गावी लष्करी तळ पडे, त्या गावाच्या लोकांना सैनिकांच्या भाकऱ्या भाजण्यासाठी सक्तीने राबवले जाई. आणि तेही मोबदला न देता. थोरामोठ्यांच्या विवाहात गरीब लोकांना लष्कराच्या भाकऱ्या भाजण्याशिवाय गत्यंतर नसते.

४१८. लांडे लुडबुडे आणि नाचे पुढे पुढे

समाजात काही माणसे अशी असतात की, त्यांना स्वस्थ बसवतच नाही. ती दुसऱ्याला मदत करण्याच्या निमित्ताने त्याच्या कामात व्यर्थ लुडबूड करत असतात. त्याच्या सरळपणे चाललेल्या कामात अडथळे निर्माण करतात. त्या मित्राला चुकीचा सल्ला देऊन चुकीच्या मार्गाने नेऊन संकटात टाकत असतात. त्याच्या कामात स्वत:हूनच उगीच ढवळाढवळ करत असतात.

श्यामभाऊंना आपले घर बांधताना त्यांच्या मित्रांनी निष्कारण लांडी लुडबुड केल्याने दोनदा बांधलेली भिंत पाडावी लागली. हे असे पुढे पुढे अकारण नाचणारे मित्र मदतीऐवजी वैतागच देत असतात.

४१९. लाकडास माकड लावणे

विजोड अशा वधुवरांचे लग्न लावणे. लग्न व्हावे यासाठी तळमळणाऱ्या एखाद्या माणसास कसली तरी बायको मिळवून देणे. दिसायला अनाकर्षक, वयाने जादा आणि विजोड.

पस्तिशी गाठलेले आनंदराव लग्नासाठी खूप उतावीळ झाले. म्हणून एकाने त्यांना आई शोभावी अशी बाई गाठून दिली. दोघांचा विवाह म्हणजे लाकडास माकड लावण्याचा प्रकार होता.

४२०. लाख नसावा, पण साख असावा

माणसाकडे एक वेळ लाखात मोजावी अशी संपत्ती नसली तरी त्याची समाजात पत असावी. त्याच्या शब्दाला समाजात किंमत असावी. विश्वास आणि सचोटी असावी.

साख म्हणजे सचोटी, विश्वास.

सरकारी अनुदान बंद झाल्यामुळे भाऊराव पाटील यांनी आपल्या विद्यार्थ्यांसाठी मदतीचे आवाहन केले आणि समाजाने त्यांच्या लाखापेक्षा साखावर विश्वास ठेवून उदंड सहकार्य केले.

४२१. लाखोश्री आणि भिकेश्री एकच

मेल्यानंतर गरीब काय आणि श्रीमंत काय सारखेच असतात. दोघांचीही राख पडते. राखेत फरक नसतो. रंगात फरक नसतो. राखेच्या किंमतीतही फरक नसतो. मृत्यू हा सर्वांना समान न्याय देतो, यासाठी ही म्हण वापरतात. लाखाचा धनी असो वा भिकारी असो. दोघे मरणोत्तर सारखेच.

राजा आणि त्याचा सेवक एकाच दिवशी वारले. पण स्मशानात लाखोश्री आणि भीकेश्री एकच झाले. मरणाच्या समान पातळीवर आले.

४२२. लागो भागो दिवाळी

लाभ होवो अथवा नुकसान होवो दिवाळी ही झालीच पाहिजे, असा वाच्यार्थ असला तरी या म्हणीचा लक्षणार्थ मात्र परिणामाविषयी बेफिकीर राहून आपल्या चैनीत, आपल्या राहणीमानात खंड पडू द्यायचा नाही, असा वागणारा माणूस हा अर्थ आहे. छान पगार असलेल्या एका कंपनीत नोकरी करणारे वामनराव निवृत्तीनंतरही 'लागो भागो दिवाळी' या वृत्तीने राहू लागल्याने त्यांची आर्थिक ओढाताण सुरू झाली आहे, अनेकदा त्यांना आपल्या मित्रांकडून उसने पैसे घ्यावे लागतात.

४२३. लाज नाही मना, कोणी काही म्हणा

निर्लज्ज माणूस कोणत्याही निंदेची पर्वा करत नाही, हा प्रसंग सांगताना या म्हणीचा वापर केला जातो. ज्याने आपली सारी लाजलज्जा पार गुंडाळून ठेवलेली आहे, जो कमालीचा कोडगा बनलेला आहे आणि लोकनिंदेची ज्याला किंमतही वाटत नाही असा माणूस.

आजकाल राजकारणातील बरीच मंडळी, बेकायदेशीर कामे करतात, गैरव्यवहार करतात. अशोभनीय वर्तनही करत असतात. तरीही ते पर्वा करत नाहीत. 'लाज नाही मना, कोणी काही म्हणा' हाच त्यांचा स्वभाव झालेला असावा.

४२४. लाडकी सई, दादल्याने घेतली डोई

दादला म्हणजे नवरा. एखाद्या नवऱ्याने आपल्या पत्नीचे फाजील लाड सुरू केले तर ही म्हण वापरली जाते. नवविवाहित पति-पत्नीमध्ये एकमेकांचे भरपूर लाड करण्याची जणू स्पर्धाच चालते. तो बहर ओसरला तरी अनेकदा एखादा पती आपल्या पत्नीचे वारेमाप कौतुक करत असतो. तितकेच लाड करत असतो. या अतिशयोक्त लाडाने तो आपल्या बायकोला डोक्यावर घेऊन नाचू लागला की, त्या लाडाची परिसीमाच झाली म्हणायची.

दत्तूभाऊला अपेक्षा नसताना अतिशय देखणी व मोहमयी बायको मिळाली. त्यामुळे तो आपल्या या लाडकीला डोक्यावर घेऊनच नाचू लागला. तिला कुठे ठेवू न ठेवू असे करू लागला.

४२५. लाडाची लाडकी आणि फुकाची फडकी

एखादा माणूस आपल्या बायकोचे खूप लाड करतो. तिला हवी ती गोष्ट देतो. पण त्याचे ते लाड कसे असतात? फुकटचे अन् निरर्थक असे. जे जे फुकट मिळते, जे सुमार नि सर्वसाधारण असते, जे मिळवण्यासाठी पैसा खर्च होत नाही, वेळ वाया जात नाही अशा गोष्टी तो आणतो आणि आपल्या बायकोचे लाड करतो, लाड पुरवतो. कोणीतरी एक-दोनदा वापरलेली वस्त्रे याला मिळाली, तर तीच पत्नीला नेसवून कौतुक केल्याचे समाधान मिळवतो.

सभेला गेल्यावर बाळासाहेबांना तिथल्या संयोजकांनी स्वागतापोटी गुलाबाचे फूल दिले. ते त्यांनी जपून आणले नि बायकोच्या केसात खोचले. त्यांनी खरेच फुकाची फडकी या लाडाच्या लाडकीला दिली.

४२६. लाडाची लाडकी, फुलाची फडकी

फडकी म्हणजे कपडे.

एखाद्या घरामध्ये खूप दिवसांनी, नवससायासांनी मूल जन्माला आले तर त्या साऱ्या घराला परमानंद होतो. घर भरल्यासारखे होते आणि दुसरी गोष्ट म्हणजे त्या मुलाचे सारे जणच खूप लाड करतात. आईवडील, आजीआजोबा या साऱ्यांचे ते लाडके होते. त्यातही मुलगी असेल तर 'धनाची पेटी' या भावनने तिला जपतात. आपल्या सगळ्या हौसमौजा तिच्याद्वारे पूर्ण केल्या जातात. नटणे आणि नटवणे हा तर स्त्रीचा विशेष स्वभाव. या स्वभावातूनच या लाडाच्या लाडकीला फुलाफुलांची नक्षी असलेले फ्रॉक व इतर कपडे घेतले जातात. प्रत्येक सण अशा सुंदर कपड्यांनी साजरा केला जातो. लोक म्हणतात, ''खरंच आहे हो, ती आहे 'लाडाची लाडकी अन् फुलाची फडकी'.''

४२७. लाथ बुक्की, सदा सुखी

या म्हणीचा अर्थ असा की, मार दिला तरच नीट वागणारा, म्हणणे ऐकणारा माणूस. काही माणसे किंवा मुले स्वभावतःच हट्टी असतात, बनेल वा खोडकर असतात. त्यांना समजुतीने सांगितलेले पटत नाही. गोडीने सांगितले तरी न ऐकल्यासारखे करायचे. पण चार रट्टे लावले, कानाखाली आवाज काढला की ते ताळ्यावर येतात. जणू लाथ-बुक्की शिवाय त्यांना सुखच मिळत नाही.

पिराजीचं कार्ट इतकं आगावू अन् बिलंदर आहे की, समजून सांगितले तरी त्याला कळत नाही. चार टोले मारले की सरळ येते. 'लाथबुक्की सदा सुखी' हेच त्याचे धोरण दिसते. पाठीवर वळ उठले की त्याला बरे वाटते.

४२८. लावले बोट फुगले पोट

छोट्याशा कारणाने गंभीर परिणाम होणे, ते कारणही विश्वासार्ह नसणे. याला आणखी एक असणारा अर्थ म्हणजे थोडक्या बोलण्याचा राग येणे. शिवाय ते बोलणेही साधे आणि सरळ असणे. एखाद्या स्त्रीला नकळत चुकून गर्दीमध्ये धक्का लागला, तर विनयभंग केला म्हणून गहजब झाला की हा वाक्प्रचार किंवा म्हण वापरली जाते; किंवा एखाद्या प्रसंगात एखाद्या पुरुषाचा स्त्रीबरोबर बोलताना शब्दाने शब्द वाढत गेला तर तिचा अपमान केला, तिची अवहेलना केली, असा कांगावा केला की हा वाक्प्रचार वापरला जातो. कारण गंभीर नसते, हेतू वाईट नसतो, पण त्याकडे बघण्याचा दृष्टिकोन वेगळा असतो. स्वतःच्या नजरेतून त्याकडे पाहिले जाते.

४२९. लिंब पडला ठेंगणा, बाभळ गेली गगना

अनेकदा निरक्षर असलेला ग्रामीण माणूस जगण्यातून आलेल्या शहाणपणातून मार्मिक प्रतीकांच्याद्वारे फार मोठा अर्थ व्यक्त करत असतो. त्याच्या ह्या प्रतीक वापरात सौंदर्य असते, परिणामकारकता असते. ही म्हण याच प्रकारची म्हणावी लागेल. अनेकदा व्यवहारात आपल्याला असे दिसते की, पती असतो ठेंगणा, ठुसका, बुटका अन् त्याची बायको असते उंच वाढणाऱ्या बाभळीसारखी. त्यापेक्षा उंच, सौष्ठवपूर्ण आणि नजर बांधून घेणारी. नजरेत ठसणारी. असा हा विजोड जोडा या म्हणीतून व्यक्त झाला आहे. सर्वसाधारणपणे कुटुंबात अशी धारणा असते की, बाईपेक्षा तिचा नवरा उंचीने व अंगाने अधिक भरलेला असावा. विवाह ठरवताना प्रामुख्याने असा विचार केला जातो. पण जेव्हा या कल्पनेला छेद मिळतो, तेव्हा, 'लिंब पडला ठेंगणा, बाभळ गेली गगना' अशी म्हण वापरली जाते. बाई असते ताडमाड, तर नवरा असतो खुरटे झाड!

४३०. लिंबाला आल्या लिंबोळ्या, कावळ्याला आल्या गळचोट्या

कडुलिंबाच्या लिंबोळ्या खूपशा पिकल्या की, त्या चवीला खूप छान लागतात. अनेक पक्षी त्यावर तुटून पडतात. अशा लिंबोळ्या यायला आणि कावळ्याच्या गळ्याला रोग व्हायला एकच गाठ पडली. त्यामुळे त्याला याचा फायदा घेता आला नाही. अनुकूल परिस्थिती समोर उभी असतानादेखील आपल्या दुर्बलतेमुळे तिचा फायदा घेता न येणे हा भावार्थ. कांदा व लसणाचे भाव एकदम घसरले, पण श्रावणात हे पदार्थ खायचे नाही या रूढीमुळे श्रीधरपंतांची 'लिंबाला आल्या लिंबोळ्या नि कावळ्याला आल्या गळचोट्या' अशी स्थिती झाली.

४३१. लेक झाला तर वाजलं, सून आली गाव माजलं

व्यक्तीचे समाधान, कुटुंबातील आनंद आणि घरातली शांती माणसाच्या स्वभावावर अवलंबून असते. पैसा, अडका, धनधान्य, गाड्या, साड्या, सोनेनाणे, यावर ते फारसे अवलंबून नसते. घरातील माणसे माणसाशी कशी वागतात, यावर सुखसमाधान अवलंबून असते. अशा घरात नव्याने वंशाचा दिवा म्हणून पुत्र जन्माला आला तर त्याचा आनंद होतो. तो आनंद ताट वाजवून गावभर सांगितला जातो. पेढे वा साखर वाटून द्विगुणित केला जातो. मात्र त्याच घरात सून आली तर हा आनंद व्यक्त होत नाही. उलट सुनेबरोबर होत असणाऱ्या भांडणाने, वादावादीच्या चर्चेने साऱ्या गावात तो विषय पसरतो. म्हणजे घरात नव्याने सून आलेली कशी कळते? तर सासू-सुनेच्या रोज होणाऱ्या भांडणाने. भांडणात होणाऱ्या आरडा-ओरडीने. दोघीत झडणाऱ्या वादावादीने. म्हणजे या अर्थाने गावभर गावकऱ्यांच्या विशेषतः स्त्रियांच्या चर्चा माजतात.

४३२. लेकराची अन् पाखराची जात सारखीच

लहान लेकरू आणि झाडावरचे पाखरू यांच्या वृत्ती-प्रवृत्तीमधील समान घटक सांगण्यासाठी ही म्हण सांगितली जाते. नाकळत्या लेकराला जसे हे आपले, हे परक्याचे कळत नाही, तसे पाखरालाही हे शेत आपले, हे परक्याचे कळत नाही. पाखरू आणि लेकरू आपल्या घराप्रमाणे बाहेरही मस्ती करीत असते. मुक्तपणे विहार करत असते. दोघांनाही भूक सहन होत नाही. दोघांनाही बंधने नको असतात आणि निरागसपणा, आनंदीवृत्ती, निष्कपटीपणा निःस्वार्थीवृत्ती दोन्हीच्या ठिकाणी समान असल्याने पाखरू आणि लेकरू यांच्याविषयी आपल्याला लळा लागतो.

४३३. लोण्यास दात फुटणे

आपण ज्याचे लालनपालन केले, पोषण आणि संरक्षण केले, त्याने आपल्याशी कृतघ्नपणा केला किंवा तो मर्यादा सोडून वागला तर हा वाक्प्रचार वापरला जातो. त्याच्यासाठी आपण चंदनासारखे झिजलो, आयुष्य उगाळून लावले; म्हणून त्याने विसरू नये ही भावना.

पतिनिधनानंतर सावित्रीबाईंनी कष्टाची कामे केली, जीव मारला. उपाशी राहून पोराला शिकवले, वाढवले. पण आज त्याला लोण्यास दात फुटले. बायकोला घेऊन स्वतंत्र राहू लागला. म्हातारी खोपटातच आडवी झाली.

४३४. लोभ लचकला अन् पान्हा सुटला

माणसाला पदोपदी अध:पतीत करणारी आसक्ती, मोह, स्वार्थ इ. नष्ट झाल्याशिवाय म्हणजे त्यांच्यावर माणसाने विजय मिळवल्याशिवाय माणसाच्या ठायी दया, करुणा, क्षमा, वात्सल्य यासारखे सद्‌गुण निर्माण होत नाहीत.

अपहरण केलेला लहान मुलगा भुकेने व्याकूळ होऊन चोराच्या गळ्यात पडताच त्याचा लोभ लचकला आणि त्याला म्हणजे चोराला पान्हा फुटला. त्याने त्या लेकराला पोटभर खाऊ घातले. त्याला वात्सल्याने कुरवाळले.

४३५. वजन तसे भोजन

अन्नदान हे आपल्या संस्कृतीत आपण श्रेष्ठ मानतो. पुण्यप्रद धर्मसेवा मानतो. असे असले तरी समाजात हा सेवाभाव कारणपरत्वे बदलतो. गरिबाला गरिबासारखी आणि श्रीमंताला त्याला शोभेल अशी वागणूक दिली जाते. ज्याचे सामाजिक वजन मोठे म्हणजे प्रतिष्ठा मोठी, त्याला मिळणारा पाहुणचार व वागणूक भिन्न असते अन् ज्याला समाजात कसलीच किंमत नाही, त्याला मिळणारी वागणूक वेगळी म्हणजे हलकी असते. श्रीमंतांना साधे जेवण दिले जात नाही. गरिबांना पंचपक्वान्नाचे ताट दिले जात नाही. मोठ्यांना आदर आणि सामान्यांना अनादर दाखवला गेला म्हणजे ही म्हण वापरली जाते. 'मंत्र्याला बासुंदी पुरी व शिपायाला पिठलं भाकरी' हा अनुभव सर्वत्र येतो.

४३६. वडिलांचे बुडुख आणि नाचे तुडुक तुडुक

बुडुख म्हणजे आधार, आरंभ, बुंधा.

थोडासा वडीलपणा मिळाल्याबरोबर दिमाख दाखवणे. वडीलपण गाजवणे. घरातले वडील हेच घरातील निर्णय घेत असतात. बाहेरचेही तेच घेतात. मुलांना अधिकारवाणीने तेच

आदेश देतात. म्हणजे सारा कारभार ते बघतात. सारे अधिकार वडील असल्याने ते वापरतात. याचा भावार्थ असा की, माणसाला थोडासा आणि थोडा वेळ जरी अधिकार मिळाला, तरी तो रुबाब करतो. स्वत:ला वेगळा समजतो.

रजेच्या काळात रामेश्वरांना तात्पुरता जिल्हाधिकाऱ्याचा अधिकार मिळाला. तेवढ्यात त्यांनी 'वडिलांचे बुडुख आणि नाचे तुडुक तुडुक' स्वभाव दाखवला.

४३७. वर वर तुकाबाई, अंगाला धक्का नाही

एखाद्याला काम करायला सांगितले किंवा गावातल्या सार्वजनिक कार्यात एखाद्यावर कामाची जबाबदारी सोपवली, तर तो गडी ते काम जीव ओतून – अगदी मनापासून – उत्तम प्रकारे करीलच असे नाही. वरवर काहीतरी करून मोकळ्या होणाऱ्या वृत्तीला उद्देशून ही म्हण वापरली जाते. आपल्या अंगाला धक्का लागणार नाही, म्हणजे मरणाचे काम करायला लागणार नाही, अशा हिशोबाने ते काम उरकतो, कसे तरी करतो.

दिगूनानाला चेअरमनसाहेबांनी ऑफिसला रंग द्यायला सांगितले, तेव्हा या नानाने चार उभे-आडवे रंगाचे फटकारे मारून ते संपवले. त्यावर चिडलेले चेअरमन म्हणाले, ''ल्येका दिग्या, कसलं रं तुझं काम. 'वर वर तुकाबाई अंगाला धक्का नाही' असं करून चालतं का? घराला रंग दिल्यासारखा असा रंग देतात काय?''

४३८. वरणभात होणे

नुसते वरण आणि भात असा याचा शब्दार्थ असला तरी सूचित होणारा अर्थ असा की, नवऱ्यापेक्षा बायको उंची, वय, बांधा यात मोठी असते असे जोडपे, त्यासाठी हा वाक्प्रचार वापरतात.

''आता अमळ मुलगा आहे बसक्या बांध्याचा आणि पोरीची जात पडली उफाड्याची; म्हणून वरणभात व्हायची भीती.'' – रा. ग. गडकरी (वेड्यांचा बाजार)

४३९. वऱ्हाडास घोडे गेले तरी त्यास करडच

करड म्हणजे कोरडा, नि:सत्त्व, असा चारा.

खरे तर वऱ्हाडास जाणाऱ्या प्रत्येकाची तेथे उत्तम बडदास्त ठेवली जाते. कारण तेथे आपण सन्माननीय पाहुणे असतो. पण मालकाबरोबर वऱ्हाडाला गेलेल्या घोड्याला मात्र असा सन्माननीय पाहुणचार मिळत नाही. त्याची चांगला दाणापाणी, ओला चारा देऊन बडदास्त होत नाही; अशा स्थितीवेळी ही म्हण वापरली जाते. त्याला खावा लागतो कोरडा

नि:सत्त्व असा चारा. तोही अपुरा. थोडक्यात काय, दुर्दैवी प्राण्याचे सर्वच ठिकाणी हाल होतात. सर्वच ठिकाणी उपेक्षा केली जाते, हा भावार्थ.

४४०. वाकड्या मेढीला वाकडाच नेम

नेम म्हणजे खड्डा.

झोपडी बांधण्यासाठी किंवा दुसऱ्या एखाद्या कृषीकामासाठी मेढ रोवावयाची असेल आणि ती मेढ जर मुळातच वाकडी असेल, तर तिच्यासाठी आपल्याला खड्डा देखील वाकडाच खणावा लागेल. सरळ खड्ड्यात वाकडी मेढ नीट बसत नाही. यावरून या म्हणीचा भावार्थ असा की, जसा माणूस असेल तसा त्याच्याशी व्यवहार करावा. जशी परिस्थिती उद्भवेल, तसे आपल्याला वागावे लागेल. त्या परिस्थितीला अनुरूप असे निर्णय घ्यावे लागतात, नाहीतर काम यशस्वी होत नाही. आपला त्रास कमी होणार नाही.

४४१. वाघाचा वाढा वाढत नसतो

वाढा म्हणजे संतती, प्रजा, अवलाद.

वाघाला वंशसमृद्धी कमी, एखाददुसरे पिलू जन्माला येते. तेही बराच कालावधी गेल्यावर. त्यामुळे उंदीर, कुत्रे याप्रमाणे त्याची संतती झपाट्याने वाढत नाही. त्याप्रमाणेच दुष्ट मनुष्याचा उत्कर्ष होत नाही. त्याची तात्पुरती प्रगती होते. अनेकांना फसवून बाबुराव मजेत राहिले खरे; पण आता वार्धक्यात त्यांना खायला अन्न भेटेना. कुणी जवळ घेईना. ते तेव्हा पार विसरून गेले की, वाघाचा वाढा कधीही वाढत नसतो. फक्त तो वाढल्यासारखा वाटतो क्षणभर.

४४२. वारकाच्या उकिरड्यावर केसाला काय कमी?

वारिक म्हणजे न्हावी.

पूर्वी गावात एखादा-दुसराच न्हावी असायचा. तो साऱ्या गावातील माणसांचे केस कापत असे. दाढी करत असे. एवढेच नव्हे तर त्याला शेतकऱ्यांच्या म्हशीलाही आपला वस्तरा लावावा लागे. सकाळपासून ऊन तापेपर्यंत त्याला हे केस कापण्याचे पुण्यकर्म करावे लागायचे. स्वाभाविकच केसासाठी असलेला त्याचा उकिरडा हा जनावरांचे शेण, वैरणीचा चुरा, भाजीपाल्याचे देठ, फळांच्या साली किंवा झाडाचा पालापाचोळा या वस्तूंनी भरावयाच्या ऐवजी दिवसभर केलेल्या हजामतीतून साचलेल्या केसांनीच भरलेला असायचा. म्हणून वारकाच्या उकिरड्यावर केसाला काय कमी? अशी म्हण वापरली जाते.

या म्हणीचा लक्षणार्थ असा की, घरामध्येच परंपरेने व्यसने आणि दुर्गुण चालत आलेले

असतील तर, त्या घरात याशिवाय दुसऱ्या चांगल्या गोष्टी कशा सापडणार? आजोबांपासून चालत आलेले दारूचे व्यसन वाढत्या प्रमाणात जर नातवामध्ये दिसू लागले तर दुसरे गलिच्छ व निंद्य ते काय असणार?

४४३. वावर विकून घर बांधू नाही

पोटाला कायमस्वरूपाची भाकरी देणारे साधन तात्पुरत्या सुखासाठी त्यागू नये. शेत हे अन्न देते, आधार देते, पैसाही देते. कधीही चोरीला न जाणारे ते धनाचे गाठोडे आहे. त्याच्या विक्रीतून निवारा बांधला तर झोपेची सोय झाली, तरी पोटाला अन्न नसल्याने तीही येणार नाही.

हुकमी उत्पन्नाचा तात्पुरत्या फायद्यासाठी त्याग करू नये हा भावार्थ.

सुरेशने उत्पन्न देणाऱ्या म्हशी विकून भाड्यासाठी जीप घेण्याचे ठरवले. तेव्हा बाप म्हणाला, 'पोरा वावर विकून घर बांधू नको.'

४४४. वासना उफाळी, विवेका जाळी

माणसाच्या जन्माबरोबर त्याची साथ-सोबत करणारी वासना माणसाला जखडून टाकते, अधिकार गाजवते. ही वासना किंवा आसक्ती अधोगती करते. प्रबळ झालेली वासना आपल्याला दु;खाच्या चिखलात उभी करते. तिच्यामुळेच अनेक दुर्गुण निर्माण होतात. तिच्यावर सदैव अंकुश ठेवणारी विवेकशक्ती अशा वेळी पराभूत होते, वासनेला – उफाळलेल्या (भडकलेल्या) – शरण जाते. म्हणून बलवत्तर झालेली वासना आधी विवेकाला गुलाम करते. विवेकाला नष्ट करते. आजकाल स्त्रियांवर जे अघोरी अत्याचार होतात, त्याच्या पाठीमागे ''वासना उफाळी नि विवेका जाळी' हीच दु:स्थिती कारणीभूत आहे, हे नाकारता येत नाही.

४४५. वासरानं पिलेलं नि सुनेनं खाल्लेलं वाया जात नाही

जी वस्तू वा पदार्थ खाऊन संपला तर तो वाया गेला आणि ज्याच्यापासून धनप्राप्ती होते, तो पदार्थ सत्कारणी लागला, अशी एक मानसिकता समाजात रूढ असते. त्यातही घरातल्या कर्त्या पुरुषाने खाल्ली तर ती चांगली, पण सुनेने ती वस्तू खाल्ली तर वाया गेली, खोट आली अशी समाजाची धारणा असते. परंतु काही माणसे अशी असतात की, बाळाचे संगोपन नीट होण्यासाठी, ते सुदृढ राहण्यासाठी, त्याला व त्याच्या आईला पुरेसे दूध दिले जाते. म्हणजे दुधासारखा पदार्थ बाळाने व सुनेने खाणे हा वंशवृद्धीसाठी आवश्यक भाग मानला जातो. स्त्रियांच्या आरोग्याकडे पूर्वी फारसे लक्ष दिले जात नसे. पण लहान बाळ असेल तर त्या

काळात दोघांच्या खाण्यापिण्याची काळजी घेतली जात असे. सुनेपेक्षाही नातू हा वंशाचा दिवा म्हणून महत्त्वाचा मानला जाई. शेतीसाठी शेतकरी गायी, म्हशी व बैलांना अधिक जपतो हा भावार्थही यातून सूचित झाला आहे.

४४६. वासाचे पोते उरणे

ग्रामीण भागात शेतमाल ठेवण्यासाठी पोती वापरतात. त्या पोत्यात जी वस्तू अथवा पदार्थ ठेवलेला असतो तो पदार्थ पूर्णतः काढून घेतलेला असला, तरी म्हणजे ते पोते रिकामे केले तरी त्या पोत्याला त्या मूळच्या वस्तूचा वास राहिलेला असतो. वस्तूऐवजी केवळ वास भरलेले ते पोते असते. त्यावरून या वाक्प्रचाराचा लक्षणार्थ असा की, श्रीमंती जाऊन गरीब झालेला माणूस. 'काप गेले आणि भोके उरली' ही म्हण याच अर्थाची आहे. पूर्वीचे वैभव गेले, त्या वैभवाच्या गंजलेल्या वस्तू मागे राहिल्या हा भावार्थ.

चार गावे इनाम असलेले सोनाजीराव आता केवळ वासाचे पोते बनले आहेत. इनाम गेले. फक्त आडनावात इनामदार शब्द उरला.

४४७. विंचू व्याला नि टोकर झाला

टोकर म्हणजे तयार झालेली टोकदार नळी.

'विंचू व्याला नि टोकर झाला' या म्हणीचा संदर्भ असा की, विंचविण व्याल्यानंतर म्हणजे आपल्या पिलांना जन्म दिल्यानंतर मरण पावते. तिच्या शरीराची टोक असलेली नळी तयार होते, असा एक समज आहे. यावरून या म्हणीचा भावार्थ असा की, उपलब्ध असलेल्या सुखसोयी नाहीशा झाल्यावर त्या व्यक्तीला दुःख भोगावे लागते. विंचविणीचा मृत्यू हेही एकापरीने दुःखच आणि आईविना उघड्या पडलेल्या पिलांना जगताना भोगावे लागणारे कष्टही पुन्हा दुःखाचेच एक रूप होय. मंत्रिपदावरून पायउतार झालेल्या मंत्र्याच्या कुटुंबियांची स्थिती 'विंचू व्याला नि टोकर झाला' अशीच झालेली असते.

४४८. वितीएवढे पोट, केवढा तयाचा बोभाट

आपल्या साऱ्या इंद्रियांमध्ये सर्वांत हट्टी, उतावीळ, खादाड आणि तक्रारखोर इंद्रिय म्हणजे आपले पोट. आपले पोट असते वितीएवढे छोटे, पण ते इतका गोंधळ करते, इतके आग्रही, हट्टी असते की, सगळीकडे ते बोभाट करते. स्वतःची उपासमार सांगत सुटते. याचा भावार्थ असा की, माणसाला पोटाच्या शांतीसाठी खूप धावपळ-धडपड करावी लागते, कष्ट करावे लागतात. त्यात जराशी कुचराई झाली तरी त्याला खपत नाही, जरासे दुर्लक्ष झाले तरी ते

सोसवत नाही. पोट शांत झाले तरच सारे शांत होते. जीवन शांत होते. जीवनाची तृप्ती ही पोटच्या तृप्तीवरच अवलंबून असते, हे सत्य आहे.

४४९. विरजण घालणे

कोमट दुधामध्ये विरजण म्हणून ताकाचे चार थेंब टाकले की जसे ते सारे दूध बिघडते, तसे एखाद्याने दुसऱ्याविषयी खोटेनाटे सांगून त्याचे मत कलुषित केले तर विरजण घालणे असा शब्दप्रयोग केला जातो. मोडता घालणे, आड येणे. एखाद्याला निरुत्साही बनवणे या अर्थानेही हा वाक्प्रचार वापरला जातो.

इंग्रज सैन्यावर मराठी सैन्य चालून जाणार हे समजताच इंग्रजधार्जिण्या मंडळींनी या बेतास विरजण घालून तो धुळीस मिळवून टाकला. नंतर त्यांनीच मराठ्यांचा पराभव केला.

४५०. विषादपि अमृतम् ग्राह्यम्

विषापासून अमृत प्राप्त होण्यासारखे असले तरी त्याचा अव्हेर करू नये. थोडक्यात सार असे की, वाईटापासून चांगले मिळत असेल, तर ते घ्यावयास हरकत नाही. वाइटामध्येही काही चांगले गुण असतात, हा भावार्थ.

खरकट्या हाताने कावळा न हाकलणाऱ्या सोनाजीची काटकसरच त्याच्या समृद्धीस कारणीभूत ठरली. त्याला नावे ठेवण्यापेक्षा 'विषादपि अमृतम् ग्राह्यम' न्यायाने त्याचा आदर्श घेतला पाहिजे.

४५१. वेठीच्या घोड्यास तरवडीचा फोक

वेठीचा घोडा म्हणजे फुकटात आणलेला घोडा. तात्पुरत्या कामापुरता तो आणलेला असतो. पूर्वी रोख मजुरी न देता गरिबाकडून करून घेतलेले काम किंवा पैसे न देता घेतलेला जिन्नस याला वेठ असे म्हणतात. खोत, कुलकर्णी, पाटील यांना हा असा अधिकार होता. या म्हणीचा अर्थ असा की, फुकटात आणलेले लोकाचेच घोडे असेल तर त्याला मारझोड करायला हरकत नाही. त्याचे हाल केले तरी आपल्याला कोणी विचारणार नाही. म्हणून अंगठ्याएवढ्या जाडीची ओली फांदी घेऊन (फोक) बदडले तरी चालते. फुकटात आणलेली वस्तू कशीही वापरली तरी चालते, हा भावार्थ.

४५२. वेडा वाणी वेखंडाचा पसारा

वेखंड हे एका औषधी वनस्पतीचे नाव आहे. हे वेखंड वात आणि कृमी नष्ट करणारे असते.

त्यावरून या म्हणीचा भावार्थ असा की, फारशा उपयोगी नसलेल्या किंवा क्वचितप्रसंगी लागणाऱ्या वस्तूचा नाहक साठा करणारा माणूस. वेखंड काही प्रत्येकाला लागणारी वस्तू नव्हे, रोजच्या रोज लागणारी वस्तू नव्हे. तिचा पसारा दुकानात मांडणे व्यर्थ. यात व्यवहारज्ञान नाही.

खुंटी रोवण्यास उपयोगी पडणारा एक गोल दगड मोतीरामने पुन्हा लागेल म्हणून अगदी रांजणाजवळ ठेवला. येणारे गावकरी म्हणायला लागले, 'वेडा वाणी, वेखंडाचा पसारा.'

४५३. वेडीचे सोंग घेतले तर पाटावू फाडले पाहिजे

पाटावू म्हणजे उंची रेशमी वस्त्र.

एकदा एक बाजू किंवा एक भूमिका स्वीकारली तर तिच्यावर लोकांचा विश्वास बसण्यासाठी ती बाजू, भूमिका खरी आहे असे वाटेल असे वागले पाहिजे. ती भूमिका सोडून चालत नाही. एकदा वेडीचे सोंग घेतले तर ते खरे वाटण्यासाठी वेड्या माणसाप्रमाणे अंगावरचे वस्त्र फाडणे क्रमप्राप्त आहे.

४५४. वेताळ आहे तिथे भुतावळ आहेच

गुंडगिरी करणारा, दमदाटी करणारा आणि लोकावर दहशत बसवणारा माणूस असेल तर या अशा दुष्कृत्यात सहभागी होणाऱ्या नीच माणसांची संख्या कमी नसते. हा गुंड असली माणसे गोळा करत असतो अथवा ती माणसेच याच्याभोवती गोळा होतात आणि सामुदायिकरित्या अत्याचार करतात, गैरव्यवहार करतात. नालायक माणसाला नालायक माणसे लगेच भेटतात. त्यांची टोळी लगेच बनते. सज्जन माणसे कधी एक होत नाहीत. राजकीय आश्रय असलेला एक वेताळ उभा राहताच त्याच्याभोवती लगेच भुतावळ गोळा होते.

४५५. वेळ ना वारी, गाढव आले पारी

पारी म्हणजे या ठिकाणी सकाळी सकाळी असा अर्थ.

काही भटक्या स्वभावाचे नातेवाईक उद्योगधंदा नसल्यामुळे वेळ, अवेळ न पाहता एकदम – न सांगता सवरता दारात टपकतात आणि पाहुण्यांची गोची करतात. त्यांना अडचणीत आणतात. अशा अनाहुत येणाऱ्या माणसासाठी ही म्हण वापरली जाते. उगी आपले किरकोळ काम सांगायचे व पाहुणचार झोडायचा, असा यांचा

स्वभाव असतो.

मानसिंगरावांनी टाकले खांद्यावर धोतर आणि गेले व्याह्यांच्या घरी. तेही व्याह्यांना तातडीची कामे असताना. पाहुण्यांच्या मनात आले, 'वेळ ना वारी, गाढव आले पारी.'

४५६. वैद्याची पोरे गालगुंडांनी मेली

साऱ्या लोकांना औषधोपचार करून रोगमुक्त करणारे वैद्यबुवा आपल्या पोरांचा साधा गालगुंडाचा आजार बरे करू शकले नाहीत. याचा भावार्थ असा की, स्वतःचा स्वतःला उपयोग नसणे. स्वतःची विद्या, स्वतःचा पैसा, स्वतःचा अधिकार यांचा आपल्याला आणि कुटुंबीयांना उपयोग करून घेण्यात अपयशी झालेला माणूस.

नागोपंतांच्या बागेत हजारभर नारळाची झाडे आहेत; पण देवापुढे नारळ फोडताना त्यांना तो विकत घ्यावा लागतो. 'वैद्यांची पोरे गालगुंडांनी मरावीत' तसा बागेतल्या नारळांचा त्यांना अनुभव येतो.

४५७. शंभर बुड्या मारून अंग कोरडे

समाजात अशी काही बिलंदर, चलाख, बनेल माणसं असतात की, एकवेळ पाणी मुठीत पकडता येईल, पण ही माणसे मुठीत सापडत नाहीत. शंभर बुड्या मारून अंग कोरडे या म्हणीचा अर्थ असा की, ज्याची लबाडी व लुच्चेगिरी दुसऱ्याला सिद्ध करता येत नाही; अनेक लबाड्या करूनसुद्धा त्यात न सापडणारा बिलंदर माणूस.

आमचे चतुरसिंग रोज सकाळी पूजेनंतर कपाळी बुक्का लावताना आधी अफुची गोळी कपाळी चिकटवायचे व मग त्यावर बुक्का चोपडायचे. त्यामुळे वर्षानुवर्षे त्यांची ही 'उपासना' सुरू असूनही कुणाला त्यांची लबाडी समजली नाही. म्हणजे शंभर बुड्या मारूनही अंग कोरडे ते कोरडेच!

४५८. शंभर रुपये तोळा बोलणे

अतिशय मोजके आणि आवश्यक तेवढेच बोलणारा माणूस. काही माणसे जितकी बडबडी असतात, तितकीच काही अबोल असतात. केवळ 'होय किंवा नाही' याच शब्दांत ते संवाद साधतात. अशा कमी बोलणाऱ्या माणसाचे वर्णन शंभर रुपये तोळा बोलणारा माणूस असे केले जाते. या लोकांना तोंडातून बाहेर पडणारा एक शब्द म्हणजे खिशातून खाली पडणारी एक सुवर्णमोहर वाटते.

आमचे एक पुढारी कार्यकर्त्यांशी – जनतेशी – बोलताना शंभर रुपये तोळा या

प्रमाणात बोलतात.

४५९. शतकोटी दारिद्र्याला अनंतकोटी उपाय

एखाद्या माणसाला प्रचंड दारिद्र्य आलेले असले तरी ते दूर करण्याचे उपायही खूप असतात, अनंतकोटी असतात. तसे पाहता जे दारिद्र्य येते, त्याला आळस, व्यसन, अज्ञान, शोषण, खर्चिकपणा, काटकसरीचा अभाव आणि विपरित स्वरूपाची परिस्थिती अशी काही कारणे असतात. विलासभोग, अव्यवहारीपणा हाही कारणीभूत असतो. असे हे दारिद्र्य दूर करावयाचे असेल तर वरील कारणांचा नि:पात केला पाहिजे. त्यातून आपोआप दारिद्र्य नष्ट होते. श्रम, प्रयत्न, काटकसर व निर्व्यसनी स्वभावामुळे दारिद्र्य पळून जाते. यासाठीच 'अनंतकोटी उपाय' असे संबोधले आहे.

४६०. शहाणा नाडतो, पोहणारा बुडतो

सर्वसाधारणपणे व्यवहारामध्ये शहाणा माणूस नाडला जात नाही, नागवला जात नाही. त्याचप्रमाणे पट्टीचा पोहणारा माणूस कधीच बुडून मरण पावत नाही. या दोघांचे या दोन्ही गोष्टींवर चांगले प्रभुत्व असते. परंतु एखादे वेळी शहाणा मनुष्यसुद्धा पूर्णत: फसतो. त्याच्या डोळ्यांत धूळ फेकली जाते आणि पोहता येणारा मनुष्यदेखील, दम लागला म्हणून असेल किंवा अपघातामुळे असेल, बुडून मरतो. अशा अपवादात्मक आणि विश्वास बसणार नाही अशा घटनेवेळी या म्हणीचा वापर केला जातो.

४६१. शहाणा मनुष्य दोनदा फसत नाही

शहाणा माणूस एखाद्या बेसावध क्षणी फसतो, फसवला जातो. अनुभवी असतानाही त्या आधारे घेतलेल्या निर्णयामुळे त्याची फसगत होतेही, पण शहाण्या माणसांचे वैशिष्ट्य असे की, त्यापासून ते बोध घेतात, शहाणपण शिकतात आणि पुढे केव्हा अशीच परिस्थिती निर्माण झाली, तर या अनुभवातून, आलेल्या शहाणपणातून ती सावधपणे पावले टाकतात. प्रारंभापासून काळजी घेतात.

'दरमहा एक हजार रुपये भरा आणि वर्ष अखेरीस तीस हजारांचा टीव्ही घेऊन जा.' अशा जाहिरातीला फसून अनेकजण मातीत गेलेले आहेत. मात्र शहाणा फसत नाही. तो व्यवहार तपासतो, विचार करतो आणि मगच निर्णय घेतो. म्हणून त्याच्यावर फसण्याची पाळी येत नाही.

४६२. शांती हवी असल्यास मंदिरात जा, शांतता हवी असल्यास स्मशानात जा

शांती आणि शांतता यात खूप मोठा फरक आहे. शांती मनाशी निगडित असते. शांतता ही देहाशी निगडित असते. आत्म्याला विसावा देते ती शांती, तर शरीराला विसावा देते ती शांतता. शांतता ही बाह्यवातावरणाशी निगडित असते. शांती आत्मिक समाधानावर अवलंबून असते. अशी ही शांती आपल्याला पवित्र असलेल्या मंदिरात मिळते. कारण तिथे भजन, पूजन, स्मरण चाललेले असते. तर वातावरणातली पूर्ण स्तब्धता म्हणजे शांतता गावापासून दूर असलेल्या स्मशानात मिळते. स्मशानात माणसांचा वावरच नसतो मुळी, गर्दी तर दूरच. आपल्याला शांती हवी की शांतता हे ज्याचे त्याने ठरवावे लागते.

४६३. शिंक्याचे तुटले अन् बोक्याचे फावले

ग्रामीण भागात पूर्वी शिंक्यावर दूध, तूप, लोणी यासारखे पदार्थ ठेवले जायचे, जेणेकरून मांजराचा त्रास होणार नाही. पण एखादेवेळी वजनामुळे शिंक्याची दोरी तुटली म्हणजे कसलेही कष्ट न करता बोक्याला मेजवानी मिळते. थोडक्यात, एखाद्याचे नुकसान होते, पण त्यामुळे दुसऱ्याचा फायदा होतो.

सीताबाईने केलेल्या खिरीत दोनदा गूळ घातल्याने ती कमालीची गोड झाली. घरातल्या कुणीच एक घासदेखील खाल्ला नाही; म्हणून ती त्यांनी शेतातल्या मजुरांना दिली. मजुरापैकी एकजण म्हणाला, ''शिंक्याचे तुटले आणि आम्हा बोक्यांचे फावले. फार दिवसांत खीर खाल्ली नव्हती.''

४६४. शिजलं भिजलं वाया गेलं, बेलनं फिरून कामा आलं

बेलनं म्हणजे पोळी करण्यासाठी वापरले जाणारे लाटणे.

काही संसारी स्त्रिया वेंधळ्या, अव्यवस्थित व नियोजनशून्य अशा असतात. घराप्रमाणे स्वयंपाकघरातही त्यांचा हा 'सद्‌गुण' जाणवतो. घरातल्या माणसांसाठी तिनं जे शिजवलेलं, भिजवलेलं आणि रांधलेलं असतं, ते या गबाळग्रंथी कारभारामुळे वाया जाते. म्हणजे ते सांडते, नासते वा वाढायचेच विसरले जाते. त्यामुळे पुन्हा भुकेच्या माणसांसाठी तिला चार पोळ्या करायला लागतात. अशा वेळी ही म्हण वापरली जाते. 'फिरून लाटणं हातात घेणं आलं' याचा आणखी एक अर्थ असा की, या तिच्या नासधुशीमुळे चिडलेला नवरा तिला मारण्यासाठी समोर दिसलेले लाटणे घेऊन तिला शिक्षा करतो. तिला मारतो आणि या अर्थानेही 'लाटणे' वेगळ्या कामासाठी उपयोगी पडले.

४६५. शिवार पंडित झोपतो खिंडीत

खेडेगावात काही मंडळी स्वत:ला ज्ञानी आणि स्वयंभू समजतात. त्यामुळे अनेकजण गैरसमजुतीने त्यांचा सल्ला घेत असतात. त्याचा सल्ला घेतात असा अर्धवट ज्ञान असलेला अडाणी, रानवट माणूस म्हणजे शिवार पंडित. ज्या विषयाची त्याला जराही माहिती नाही, ज्ञान नाही त्यावरही अधिकारवाणीने सल्ला देणारा मूर्ख. असा हा पंडित कदाचित घर अंगावर कोसळेल या भीतीने झोपतानाही खिंडीत झोपतो.

डोळे आलेल्या एका गावकऱ्याला भागोजीरावानी उपाय सांगताना म्हटले, ''दररोज दोन वेळा तंबाखूचे पाणी डोळ्यात सोडा.'' हे ऐकून नागोजीराव त्याला म्हणाले, ''वा रे बहाद्दरा, तू म्हणजे 'शिवार पंडित अन् झोपतो खिंडीत' याचा अस्सल नमुना आहेस. अशानं डोळा राहील का जाग्यावर?''

४६६. शेजारीण सांजोऱ्या तळे, दुसरीचा जीव जळे

सांजोऱ्या म्हणजे करंजीसारखा गोड पदार्थ.

स्त्री-स्वभाव मोठा विचित्र असतो. काही स्त्रियांना दुसरीचे सुख, वैभव आणि ऐश्वर्य पाहवत नाही. तिला मत्सर वाटतो. तिचा द्वेष केला जातो. आपल्याला जी गोष्ट मिळत नाही ती दुसऱ्याला – म्हणजे शेजारच्या स्त्रीला मिळते, तेव्हा ती तडफडते, जळते, तिचा द्वेष करते. शेजारची स्त्री बहीण किंवा जिवाभावाची मैत्रीण असली तरी हा दुरावा-वैरभाव कमी होत नाही. शेजारीण करंजी करीत असेल तर अकारण तिला राग येतो. जिवाची तडफड होते. त्यात आनंद वा समाधान मानण्याची वृत्ती कमीच असते.

मोनाबाईने नवा दागिना गळ्यात घातलेला पाहिल्याबरोबर सोनाबाईचा जीव तडफडला. आपल्या अंगावरचे दागिने तिला चटका देऊ लागले. तिच्याकडे मत्सराने बघत ती पचकन् थुंकली. काय करणार? 'शेजारीण सांजोऱ्या तळे, दुसरीचा जीव जळे'.

४६७. शेजी गेली देवा, आणि मला सुटेना हेवा

माझ्या शेजारच्या स्त्रीने एखादे सत्कर्म केले, माणुसकीचे दर्शन घडवले, पुण्यकर्म केले तर तिचे कौतुक न करता तिचा एखादी मत्सर करत असेल तर ते चुकीचे आहे. तिचा द्वेष करून मला धन्यवाद मिळत नसतात, पुण्यप्राप्ती होत नसते. उलट तिचे अभिनंदन करावयास हवे.

सरुबाईने आपल्या मुलीच्या वाढदिवसाला अंधशाळेला मिष्टान्न दिले, गणवेश दिला. तिचे हे कृत्य न आवडून पारूबाईने, ''मेली, नाहक आणि निरर्थक खर्च करते ही बाई.'' असे

म्हणून टीका केली. तेव्हा मैत्रीण म्हणाली, ''शेजी गेली देवा आन तुला सुटला हेवा. तुझ्या पोटात दुखायला नको पारूबाई.''

४६८. शेजीने दिले बोट, त्याने काय भरेल पोट

शेजारच्या मैत्रिणीने प्रेमापोटी स्वतः केलेला पदार्थ वानगीदाखल आपल्या सखीला दिला तर तेवढ्याने पोट भरत नसते. अन् पुन्हा मागायचेही नसते. ते प्रेम आणि आपुलकीचे प्रतीक असते. या म्हणीचा भावार्थ असा की, लोकांनी दिलेल्या मदतीवर कायम टिकाव धरता येत नसतो. त्यांच्या मदतीची कायम अपेक्षाही करावयाची नसते. त्यासाठी स्वतःच हातपाय हलवावे लागतात. थोडक्यात काय, दुसऱ्याचे उपकार जगण्याला उपयोगी पडत नाहीत. अल्पशी मदत आयुष्यभर पुरत नसते.

४६९. शेठ सव्वाशेर आणि लिंग अडीचशेर

लिंगायत समाजाची माणसे गळ्यात शिवलिंग घालतात. त्याला लिंग असेही म्हणतात. या वीरशैव समाजातील माणसाच्या कपाळी, दंडावर भस्माचे पट्टे असतात. त्यावरून वरवर दिसणाऱ्या देखाव्यापेक्षा म्हणजे डामडौल नि प्रतिमेपेक्षा ज्याची प्रत्यक्षात योग्यता कमी आहे असा माणूस. धर्माचे कर्मकांड आयुष्यापेक्षा मोठे नसते, हा याचा भावार्थ.

आमच्या ग्रामदेवतेच्या देवळात नुकताच आलेला एक साधू म्हणजे शेठ सव्वाशेर अन् लिंग अडीच शेर यात मोडणारा आहे. नुसती कडक भगवी वस्त्रे, गळ्यात रुद्राक्षांच्या माळा, दंडावर माळा, कपाळी अष्टगंध आणि वाढलेली दाढी, बाकी विद्याव्यासंगाचे नाव नाही.

४७०. शेत खडाळ आणि बाई तोंडाळ

जगण्याच्या अनुभवातून आलेली ही म्हण आहे. एखाद्या शेतकऱ्याचे शेत मुरमाड, दगडाळ – भरपूर दगडगोटे असलेले असे असेल तर आणि एखाद्या माणसाची बायको कमालीची तोंडाळ असेल तर त्या शेतकऱ्याला आणि त्या पतीला काय समाधान मिळणार? कसले सुख लाभणार? गोड, प्रेमळ आणि मोजकं बोलणारी बायको नसेल तर, आणि सुपीक, कसदार जमीन नसेल तर त्या त्या व्यक्तीला पश्चाताप झाल्याशिवाय राहील का? त्या स्थितीचे एकमेव नाव आहे वैताग. हातात नसलेल्या गोष्टीपासून होणारा विलक्षण वैताग.

४७१. शेत खाल्लं पाखरानं अन् आई खाल्ली लेकरानं

शेताची राखण केली नाही तर, त्यातील पिकाची काळजी घेतली नाही तर पाखरांचे थवे येऊन

बसतील आणि शेताची पार नासाडी करून टाकतील. कणसाला एक दाणा उरणार नाही. त्याचप्रमाणे एखाद्या माउलीला पाच-सात लेकरं असतील, तर त्या साऱ्यांचे खाणेपिणे करणे, दुखले-खुपले पाहण्यात त्या मातेचा प्रत्येक दिवस आणि सारे आयुष्य खर्ची पडते. त्यातून तिच्या शरीराची हेळसांड होते, आयुष्याची नासाडी होते. दाणे नसलेल्या कणसासारखी तिची स्थिती होते. म्हणून वेळीच स्वत:चा विचार केला पाहिजे. स्वत:च्या प्रकृतीचा विचार केला पाहिजे. जसे वेळीच शेताची राखण केली तर त्यातून धान्य हाती पडेल तसे पाखराप्रमाणे लेकरांनी आई खाऊ नये. पाखरांची काय आणि लेकरांची काय, मोठी संख्या घातकच.

४७२. शेर शिजवला आणि विस्तव विझवला

एखाद्या कार्यालयात एखादा माणूस असा असतो की, स्वत:चे थोडेसे असलेले काम चटकन आटपून घेतो आणि इतरांना दिरंगाई केल्याबद्दल नावे ठेवत बसतो. आपण किती कार्यकुशल नि कार्यक्षम आहोत, हे दाखवणाऱ्या वृत्तीला उद्देशून ही म्हण वापरली जाते.

भात आणि पिठल्यासारखा स्वयंपाक करून रोहिणीताई मोकळ्या झाल्या आणि शेजारची रखमा किती आळशी, किती मंद यावर तोंड वाजवत बसल्या. शेर शिजवला आणि विस्तव विझवला, याच प्रकारचे वागणे हे.

४७३. शेळीचा भाऊ, शेळीचा काळ

शेळीचा भाऊ म्हणजे बोकड जसा माजोरी, मस्तवाल नि कुणाच्याही अंगावर धावून जातो, त्याप्रमाणे लक्षणेने या म्हणीचा अर्थ असा की, उर्मट, उद्धट, माजोरी व नालायक माणूस. नेमकेपणाने सांगायचे झाले तर स्वभावाने अतिशय शांत व गरीब असलेल्या स्त्रीचा (शेळी प्रमाणे) उर्मट नातेवाईक म्हणजे शेळीचा भाऊ. भावाचा माजोरीपणा या बहिणीच्या जिवाला काळजी असते.

उच्च शिक्षणासाठी बहिणीकडे आलेला दीपक खूप बेमुर्वतखोरपणे वागायला लागला. त्यावर शेजारीण म्हणाली, ''बाई ग, तुला होणारा हा त्रास म्हणजे शेळीचा भाऊ, शेळीचा काळ झाला.''

४७४. शेळीचे कान गोसाव्याच्या स्वाधीन

अत्यंत गरीब, शांत, भित्र्या आणि निरुपद्रवी असलेल्या व्यक्तीचे परावलंबित्व व्यक्त करण्यासाठी या लोकोक्तीचा वापर केला जातो. एखादा माणूस जात्याच दुसऱ्यावर अवलंबून असतो अन् त्याच वेळी ज्याच्यावर तो अवलंबून असतो, तो मात्र बलदंड, मस्तवाल आणि

हुकूमशाही प्रवृत्तीचा असेल तर त्या गरीब आणि निरुपद्रवी व्यक्तीचे सारे आयुष्यच एका परीने गुलामीचे बनते. शेळी मुळात अत्यंत गरीब प्राणी. तिचा कान जर गोसाव्याच्या हातात असेल तर शेळीला सुटकाही करून घेता येत नाही अन् विरोधही करता येत नाही. गोसावी जिकडे नेईल तिकडे तिला जावे लागते.

भाऊसाहेब निवडणुकीत विजयी झाले खरे, पण ज्याच्या मदतीने व कृपेने ते यशस्वी झाले, त्यांच्या इशाऱ्यावर त्यांना नाचावे लागते. काय करणार म्हणा ते, 'शेळीचे कान गोसाव्याच्या हाती सापडले ना?'

४७५. संशयाच्या आधारे विज्ञानाचा जन्म

संशय, श्रद्धा आणि अंधश्रद्धा या तीन गोष्टी माणसाला आधार देतात आणि जगण्याचा आधार काढूनही घेतात. श्रद्धा माणसाला डोळस बनवते, तर अंधश्रद्धा ही डोळे मिटून शरण जाण्यास शिकवते. पण जातिवंत संशय तसा नसतो. तो माणसाला विचार करायला शिकवतो. कृतीमागील कारण शोधायला सांगतो. घडणाऱ्या गोष्टींवर विश्वास न ठेवता त्याकडे संशयाने बघायला सांगतो. झाडावरून खाली पडणारे फळ सगळेजणच बघतात, पण न्यूटनला मात्र ते खालीच का पडले याचा संशय आला आणि त्यातूनच विज्ञानाचा क्रांतिकारी शोध लागला. म्हणून संशोधनाचा जन्म संशयातून होतो. विज्ञानाचा विस्तार संशयातून होतो, असे म्हणायचे.

४७६. सगळं ठेवावं पोटी अन् गोड बोलावं ओठी

माणसं जोडायची असतील तर, आपलं काम साधायचं असेल तर, अकारण वैर, भांडण घ्यायचे नसेल तर, माणसानं लोकांचे दोष असले तरी ते पोटात ठेवावेत. ते त्या माणसाला बोलू नयेत. त्यामुळे ती दुखावतात. उलट त्याच्याशी अतिशय आत्मीयतेने, प्रेमाने गोड बोलावे. त्याचे प्रेम संपादन करावे. शब्द हे शस्त्र असते. नव्हे शस्त्रापेक्षा अधिक धारदार असते, याचे भान ठेवून साखरपेरणी करून लोकांची मने जिंकावीत. ही शिकवण सांगण्यासाठी ही म्हण वापरली जाते. गोदाबाई माणूस नात्यातला असो वा लांबचा असो, प्रत्येकाशी अतिशय प्रेमाने बोलते. तो प्रसन्न, खुश होईल असे वागते. त्यामुळेच तिच्यासाठी प्रत्येकजण धाऊन जातो. 'ती सगळं ठेवते पोटी अन् गोडवा आणते ओठी' म्हणून सारा गाव तिला मानतो.

४७७. सग्या मायची सावली चिचिया बराबर

सग्या म्हणजे सख्ख्या. चिचिया म्हणजे चिंचेचे झाड.

जन्मदात्या आईच्या मायेची तुलना इतर कुणाशी देखील होऊ शकत नाही. ती हातचे राखून कोणतीच गोष्ट लेकरासाठी करत नाही. तिचे प्रेम, तिचे वात्सल्य आणि तिचा त्याग हा माणसाच्या जीवनाचा कधीही न सुकणारा, कधीही न आटणारा ठेवा असतो. तृप्ती आणि आंनदाचा ठेवा असतो. तो कसा असतो तर चिंचेच्या घनदाट, थंडगार सावलीसारखा. चिंचेची सावली सूर्य कसाही वळला तरी कमी होत नाही. त्याप्रमाणे आपल्या आईची माया असते. या मायेची सर आत्याच्या मायेला येत नाही, मावशीच्या मायेला येत नाही, सावत्र आईच्या मायेला येत नाही. म्हणून खेड्यातली लेक म्हणते, 'मायची सावली चिचिया बराबर.'

४७८. सतरा घरची माधुकरी, तोंडाला चवणा भारी

वेगवेगळे चवीचे पदार्थ खायला मिळावेत या हेतूने सगळीकडे भिक्षा मागणे किंवा मुखाला चटकदार, खमंग खाण्याची सवय लागल्यामुळे चार जादा घरी माधुकरी मागणे या वृत्तीसाठी ही म्हण वापरली जाते. अधिक भाज्या, अधिक पदार्थ खाण्याची सवय लागलेला भिक्षेकरी, हा भावार्थ.

खंडोबा देवाची मुरळी गाव पालथे घालते ती खंडोबाची महती सांगण्यासाठी नव्हे, तर सतरा घरची माधुकरी तोंडाला चव देईल या भावनेने मागत फिरते. जिभेची गुलाम बनलेली शेवटी ती तरी काय करील?

४७९. सतीच्या घरी बत्ती, शिंदळीच्या घरी हत्ती

शिंदळ म्हणजे व्यभिचारी स्त्री.

एखादी स्त्री सज्जन, सालस, चारित्र्यवान असते. मनापासून राबते, तरी तिच्या नशिबी दारिद्र्य आणि उपासमार येते. याउलट जी स्त्री व्यभिचारी आहे, दुष्कृत्य करते, अशोभनीय वर्तन करते, तिच्या घरी लक्ष्मी नांदते. श्रीमंतीचे प्रतीक असलेला हत्ती झुलतो. ती वैभवात लोळताना दिसते. सत्त्वशील आणि सचोटीच्या माणसाला समृद्धी भेटत नाही. दुर्गुणी व्यक्तीकडे ती भरपूर असते, असा या म्हणीचा भावार्थ. आज समाजात 'सतीच्या घरी बत्ती आणि शिंदळीच्या घरी हत्ती' असे चित्र पदोपदी दिसते.

४८०. सबंध गलबतात एक सुपारी

नानाविध वस्तू-पदार्थांनी पूर्ण गलबत भरलेले आहे. ते मालवाहू गलबत जलप्रवाहाला निघालेले आहे. अशा या संपूर्ण गलबतात मी माझा माल म्हणून एक सुपारी टाकावी अन् ऐटीने म्हणावे की, 'माझाही माल या गलबतातून नेतो आहे.' म्हणजे याचा भावार्थ असा

की, एखाद्या मोठ्या कामात मी अल्पसा आणि तोही बिनमहत्त्वाचा भाग घेऊन त्या मोठ्या कामाचे श्रेय घेणाऱ्या वृत्तीला उद्देशून ही म्हण वापरली जाते.

महाराजांच्या सत्कार सोहळ्यात मी फक्त पाहुण्यांना गुलाबफूल दिले, पण बाहेर सांगताना मात्र माझ्या पुढाकारामुळेच हा सोहळा झाला अशी बढाई मारली. सबंध गलबतात माझीही एक सुपारी.

४८१. समर्थांची साठवण तिथे दुर्बळांची नागवण

समर्थ, शक्तिमान आणि सधन असलेला माणूस जसजसा आपली संपत्ती साठवत जाईल, तसतशी दुबळ्या आणि गरीब माणसांची नागवणूक वाढत जाईल. संपत्ती ही जशी श्रमातून मिळते, तशीच ती शोषणातूनही मिळते. गरिबांचे प्रत्यक्ष वा अप्रत्यक्ष शोषण केले तरच समर्थांचा धनसंचय वाढत जातो. कोणत्याही राष्ट्रात गरिबाच्या श्रमाला योग्य मोबदला मिळायला हवा. नाहीतर 'समर्थांची साठवण सुरू होते नि दुर्बळांची नागवण' वाढत जाते. श्रीमंत अधिक श्रीमंत होतात आणि गरीब अधिक गरीब होतात.

४८२. सर्व आहे घरी, पण नियत नाही बरी

काही माणसांना दु:ख खुपत नाही, पण सुख खुपते. पद, पैसा, प्रतिष्ठा आणि प्रसिद्धी पायाशी लोळण घेत असतानाही ही मंडळी दर्दभरे उसासे टाकत असतात. सतत कुरकुरत असतात. त्यांच्याकडे समृद्धी असते, पण संतुष्टता नसते. असमाधान आणि किरटा स्वभाव त्यामुळे त्यांची व आनंदाची गाठभेट म्हणून होत नाही. या स्वभाववृत्तीची नोंद करण्यासाठी ही म्हण वापरली जाते. मनाला गंज चढलेल्या माणसाच्या घरी सर्व काही असते, पण नियत बरी नसते. जीवनाकडे पाहण्याची आनंदी, तृप्त व सकारात्मक दृष्टी नसते.

बाबासाहेब इनामदाराकडे 'सर्व आहे घरी पण नियत नाही बरी' या वृत्तीमुळे ओली गोवरी धुपावी तसे ते धुपत असतात. संसार व जीवनाविषयी कडवट उद्‌गार काढतात.

४८३. सर्वसिद्धी आणि चुलीस पोतेरे

एखाद्या कार्यक्रमाचे नियोजन असो, किंवा एखादा भरगच्च असा स्वयंपाकाचा बेत असो, त्याची पूर्ण तयारी केली नसताना, ती तयारी पूर्ण झालेली आहे, सर्वसिद्धी झालेली आहे असे जाहीर करणे, मात्र प्रत्यक्षात चुलीच्या पोतेरे देण्याच्या कामास देखील प्रारंभ झालेला नसणे, अशा खोट्या कामाविषयी ही म्हण वापरली जाते. कोणत्याही स्वयंपाकास प्रारंभ करण्याआधी पहिले काम म्हणून गृहिणी चुलीला पोतेरे देत असतात. नंतर स्वयंपाकास प्रारंभ

करतात. सर्वकाही तयारी पूर्ण केली आहे असे एकीकडे जाहीर करायचे आणि त्याच वेळी पोतेरे द्यायला प्रारंभ करावयाचा, अशा दुटप्पी वागण्यासाठी ही म्हण आहे.

४८४. सव्वा रुपयाची भवानी व सोळा रुपयांचा गोंधळ

अनेकदा काही माणसे बाजारात खरेदीसाठी गेली तर व्यवहार करतील छोटासा – नगण्य रकमेचा. विकत घेतील अगदी किरकोळ वस्तू, पण ती खरेदी करताना खूप हुज्जत घालतील, खूप गोंधळ माजवतील, खूप मचमच करतील, अशा प्रसंगी ही म्हण वापरली जाते. सारांश, अल्पसे काम पण बडबड फार, चिकित्सा आणि आग्रह फार.

सीताबाईंनी कंगवा विकत घेताना सोबत तिघीचौघींना बरोबर नेले आणि तो घेताना एवढा गोंधळ घातला की, मालक म्हणाला, ''बाई सव्वा रुपयाची भवानी आणि सोळा रुपयांचा गोंधळ कशासाठी घालताय?''

४८५. सहा महिन्यांची जांभई

आपल्याला येणारी जांभई फार तर सेकंद-दोन सेकंदांची असते. म्हणजे अल्पकाळाची असते. व्यवहारात लवकर सिद्धीस न जाणारे काम असेल तर किंवा अतिशय उशीर लावणारी एखादी गोष्ट असेल तर, तिचा विलंब सांगण्यासाठी हा वाक्प्रचार वापरला जातो. असंभवनीय अशी बाब मनावर ठसवण्यासाठीही याचा वापर केला जातो.

मालोजीरावांनी आपल्या शेताच्या चतु:सीमा मोजून देण्यासाठी दोन वर्षांपूर्वी अर्ज दिला होता. अजून त्यांचे काम झाले नाही. त्यावर कुणीतरी त्यांना म्हणाले, ''अहो, हल्ली सरकारी काम म्हणजे 'सहा महिन्यांची जांभई' असे समीकरणच झाले आहे.''

४८६. सांगा-सांगी, वडाला वांगी

एखादी बातमी जेव्हा समुदायात पसरते, तेव्हा ती मुळात जशी असते तशी न पसरता, प्रत्येकजण त्यात आपली स्वत:ची थोडीशी भर घालून म्हणजे अतिशयोक्त करून दुसऱ्याला सांगतो, अशी सांगत सांगत ती शेवटच्या माणसापर्यंत जेव्हा जाते, तेव्हा शेवटचा माणूस म्हणतो, ''काय सांगू तुम्हाला? नवल वाटते. बाबुरावाच्या वडाला वांगीच वांगी लागलेली आहेत म्हणे.'' शेवटचा माणूस वडाच्या झाडाला वांगी लागली हे सांगयला कमी करत नाही. अनेकदा लोकांचाही त्यावर विश्वास बसतो.

''अपघातात पार ठार झालेला माणूस दहा मिनिटांनी स्वत: चालत बाहेर पडलेला मी पाहिला.'' हे याचेच आणखी एक उदाहरण.

४८७. सांगितला शेंदूर - आणला मारुती

काही माणसे कमालीची वेंधळी व बावळट असतात. त्यामुळे त्यांच्याकडून कोणतेही काम धडपणे होत नसते. प्रत्येक कामात गोंधळ घालणे हा त्यांचा स्वभावच असतो. अगदी लहानसहान काम असले तरी त्यात काहीतरी घोटाळा करणारच. अतिउत्साह व वेंधळेपणा यामुळे सांगितलेले नीट न ऐकता अर्धवट ऐकून काम करण्याची ते घाई करतात. त्यामुळे चुका होतात. अशा माणसाला मारुतीच्या मूर्तीवरचा थोडासा शेंदूर आणायला सांगितले तर ही माणसे नखभर शेंदूर आणण्याऐवजी देवळातली मारुतीची मूर्तीच उचलून आपल्या पुढ्यात ठेवतील. म्हणजे छोट्याशा कामासाठी भलताच त्रास. भलतीच गोष्ट करणाऱ्या वेंधळ्या माणसासाठी ही म्हण वापरली जाते. अशी माणसे आपला विश्वास गमावून बसतात.

४८८. सांगितलेले गुण किती अन् पोटातले गुण किती

समाजात काही माणसांना आत्मगौरव-आत्मप्रौढी करण्याची जन्मजात सवय असते. आपल्या ठायी असलेल्या चार-दोन गुणांचा ते दसपटीने गुणाकार करून सांगतील, दशदिशांना सांगत सुटतील. मात्र आपल्या ठायी असलेल्या अवगुणांचा ते जराही उच्चार करणार नाहीत. सारे अवगुण त्यांना दुसऱ्याच्या स्वभावात दिसतात. पण त्यांना ओळखणाऱ्या – त्यांच्या दीर्घकाळ सहवासात असणाऱ्या माणसाला मात्र सांगितले जाणारे गुण आणि त्याच्या स्वभावात लपलेले दुर्गुण यांची पुरेपूर माहिती असते. असा माणूस अशा बढाईखोर माणसाला पाहून म्हणून जातो की, ''याने सांगितलेले गुण किती आणि पोटातले गुण किती' हे मलाच पुरते ठाऊक!''

४८९. साखरेची साल काढणे

या वाक्प्रचाराचा दोन अर्थाने वापर केला जातो, म्हणजे पूर्वी केला जात होता. त्याचा एक अर्थ असा की, अति चिकित्सक वृत्तीचा माणूस. म्हणजे साखरेची साल काढून टाकल्याशिवाय ती तोंडात न घालणारा. निरर्थक गोष्टीत संशय आणि चिकित्सा करणारा. एखाद्याने कपभर दूध दिले तर हे ताजे असेल का? उकळलेले असेल का? त्यात जंतू असतील का? ते जंतू जिवंत असतील का मेलेले? त्यामुळे आपल्याला त्रास होईल का? म्हणून ते प्यावे का? अशा प्रश्नांत अडकलेला; आणि दुसरा अर्थ असा की, अतिशय कडक, खाष्ट व प्रत्येक गोष्टीत दोष बघणारा विकृत मनोवृत्तीचा माणूस. साखरेच्या पोटात काही तरी बाधक असेल या भावनेने तिच्या पोटात पाहण्यासाठी तिची साल काढणारा माणूस.

४९०. सात लुगडी आणि बाई उघडी

विपुलतेचा, संपन्नतेचा योग्य उपयोग करता न येणे यासाठी ही म्हण वापरली जाते. श्रीमंत घरातल्या बाईकडे भरपूर साड्या असताना त्या न वापरता, कुठलीतरी जुनी, थोडीफार फाटलेली, रंग गेलेली साडी तिने नेसावी असा या म्हणीचा भावार्थ. खरे तर रोज एक नवी साडी तिने नेसायला हवी, पण एखाद्या गरीब, दरिद्री स्त्रीप्रमाणे तिच्या अंगावर जुने मळके वस्त्र असते. काय उपयोग या श्रीमंतीचा? अन् विपुलतेचा?

श्रीमंत पतीची राणी असलेल्या मोहिनीताईकडे साड्या आणि दागिने यांना सीमा नाही, तरीही कालच्या समारंभावेळी त्या 'सात लुगडी आणि बाई उघडी' याप्रमाणे अगदी सुमार जुन्या साडीत आल्या होत्या.

४९१. सात सुगरणी, भोपळा अळणी

एकापेक्षा अधिक स्त्रियांनी केलेल्या स्वयंपाकात उणीव राहणे हा अनुभव व्यक्त करण्यासाठी ही म्हण वापरली जाते. सात जणींचा स्वतंत्र विचार, सात जणींचा हातभार आणि एखाद्या पदार्थावेळी सात जणींचे दुर्लक्ष. यामुळे तो पदार्थ बेचव होतो किंवा पार बिघडून जातो. भोपाळ्याच्या भाजीसारखा साधा पदार्थही त्यामुळेच आळणी राहतो.

गोविंदरावांच्या कन्येच्या विवाहावेळी गावच्या अनेक जणी स्वयंपाकासाठी आल्या खऱ्या, पण आमटीपासून भाज्यांपर्यंत प्रत्येक पदार्थात काहीतरी उणीव राहिली. एक म्हातारी म्हणालीच, ''हे सारे घडले 'सात सुगरणी, भोपळा आळणी' या स्वभावामुळे.''

Too many cooks spoil the broth अशीही एक म्हण इंग्रजीत याच अर्थाने वापरली जाते.

४९२. सात सुडे, भागुबाईचे कुल्ले उघडे

सुडे म्हणजे वस्त्र – लुगडी.

घरात विपुल साड्या, कपडे असूनदेखील भागुबाईच्या अंगावर फाटलेली, विरलेली साडी असावी, अशी स्थिती. संपन्न स्थितीचा नीटपणे फायदा करून न घेणाऱ्या स्वभावास उद्देशून ही म्हण वापरली जाते. 'सात लगुडी व बाई उघडी' ही म्हण याच अर्थाची.

बकुळाबाईचा संसार एवढा भरलेला, घरी एवढी श्रीमंती पण सतत शेजाऱ्या-पाजाऱ्याला उसने मागत असतात. 'सात सुडे व भागुबाईचे कुल्ले उघडे' असाच त्यांचा स्वभाव आहे.

४९३. साता गुणांचा खंडोबा

साता गुणांचा खंडोबा म्हणजे अनेक दुर्गुण आणि खोडी यांनी युक्त असा इसम. खुद्द खंडोबा देवतेत स्वभावदोष नसले तरी त्याचे भक्त आणि उपासक मात्र बऱ्यापैकी छंदी असतात, अवगुणांचे असतात. येथे सात गुणांचा म्हणजे अवगुणांचा हा अर्थ अभिप्रेत आहे. याशिवाय याला असलेला आणखी एक अर्थ म्हणजे अनेक व्याधी, अनेक रोग ज्याच्या मागे लागलेले आहेत असा माणूस. व्यसने, ऐदीपणा आणि दुर्लक्ष यामुळे तोतारामाला एकाचवेळी अनेक रोगांनी पछाडले, ते त्याचे जिवलग मित्र झाले. तेव्हापासून गावकरी त्याला, 'साता गुणांचा खंडोबा' या नावानेच पुकारतात.

४९४. साताची माय, खाटल्यावर जीव जाय

बाईचा जन्म म्हणजे जगातल्या साऱ्या दुःखाचं एकमेव ठिकाण. तिच्या नशिबात दुःख नाही, असे कधी घडतच नाही. ती सधवा असो वा विधवा, गरीब असो वा श्रीमंत, आळशी असो वा कष्टाळू किंवा एका पुत्राची माय असो किंवा सात मुलांची माय असो. सात मुलांच्या आईचे देखील म्हातारपणी हाल होतातच. त्यापैकी एकही पुत्र आईला नीट सांभाळत नाही. प्रत्येकाला वाटते मी सोडून इतरांनी तिचे करावे, अशा उपेक्षित, असाहाय्य, परावलंबी स्त्रीला उद्देशून ही म्हण वापरली जाते. सात पुत्र असताना औषधोपचाराविना ती घरातल्या खाटल्यावरच मरते.

चौधरीच्या गोदाला वाघासारखी पाच पोरं. चांगली कर्तीधर्ती, पण एकही मुलगा तिला ढुंकूनही पाहत नाही, तिला सांभाळत नाही. त्यांना नावं ठेवताना लोक म्हणतात, "साताची माय, खाटल्यावर जीव जाय."

४९५. साप खाई तोंड रिते

जेव्हा एखादा साप आपल्याला चावतो, दंश करतो, तेव्हा त्याच्या तोंडाला काहीच येत नाही. ना रक्त, ना मांस, त्यावरून या म्हणीचा भावार्थ असा की, जेव्हा एखादे कृत्य निष्फळ होते, त्याचे परिणाम दिसत नाहीत, त्याचे फळ मिळत नाही, तेव्हा ही म्हण वापरली जाते. सार्वसाधारणपणे काहीतरी साध्य करण्यासाठी आपण एखादी कृती करतो, पण ते निष्फळ ठरले की, 'साप खाई तोंड रिते' असा अनुभव येतो.

घरखर्चाला मदत होईल म्हणून भागाबाईने तीस-बत्तीस कोंबडीची पिले तयार केली, पण कुत्री, घार, मुंगुस इत्यादींनी पार पळवून नेली. मागे एकही उरले नाही. त्यामुळे तिची अवस्था 'साप खाई तोंड रिते' यासारखी झाली.

४९६. सारी रात्र जागली, शेंगवांगी रांधली

एखादी सुगरण (?) स्वैपाकात इतकी निष्णात असते की, तिला काही म्हणून काहीच येत नाही आणि ते करायलाही मुलखाचा वेळ खाते. स्वयंपाक करण्यापोटी ती दिवसभर-रात्रभर जागली. आता एवढ्या वेळेत अनेक पदार्थ व्हायला हवेत, पण हिने मात्र केली शेंग व वांग्याची भाजी, म्हणजे एवढ्या प्रचंड वेळेत एकच पदार्थ. म्हणून व्यर्थ श्रम करणे, निरर्थक प्रयत्न करून वेळ घालविणाऱ्या व्यक्तीला – बाईला उद्देशून ही म्हण वापरली जाते.

गंगाबाईने करंज्या करायला घेतल्या. दिवसभर करत बसल्या. समोर टोपलीत तर अवघ्या चारच करंज्या दिसल्या. 'सारी रात्र जागली शेंगवांगी रांधली' अशातली ही गंगाबाय.

४९७. साळ्याची गाय आणि माळ्याचे वासरू

आपल्या जवळ कसलीच सोय, व्यवस्था नाही म्हणून तात्पुरत्या स्वरूपात निरनिराळ्या ठिकाणांहून सामग्री गोळा केली म्हणजे ही म्हण वापरली जाते. सवत्स धेनूची पूजा करायची होती, म्हणून एका साळ्याची गाय आणली. तिला वासरू नसल्यामुळे दुसऱ्या माळ्याचे वासरू आणून कामाला गाठ घातली.

रामरावाने आपल्या मुलीच्या लग्नात गावातल्या खूपजणांकडून भांडीकुंडी, पाट, खुर्च्या, मंडप साहित्य, अंथरूण पांघरूणे गोळा केली. 'साळ्याची गाय आणि माळ्याचे वासरू' आणून कामाला गाठ घातली.

४९८. सासरी निघाली रडवी, तिला माहेरची आली आडवी

सासू-सासऱ्यांचा जाच, नवऱ्याची मारझोड आणि शिळ्या तुकड्यावर करावे लागणारे ढोर कष्ट यांना कंटाळून माहेरी आलेल्या मुलीस आईबाप कायमचे ठेवून घेत नसतात. काही दिवसांनी तिला सासरी धाडताना अश्रू आवरेना, सासरी जाणे जिवावर येते. माहेरीच राहावे असे तिला वाटत असतानाच माहेरी आलेल्या मैत्रिणींमुळे तिला हट्ट करण्याचे बळ येते. तिला अनुकूलता लाभते. मनाविरुद्ध करावयाच्या गोष्टीस पाठिंबा मिळाला किंवा नको असलेल्या व त्रासदायक असलेल्या गोष्टीस विरोध करताना अनुकूल परिस्थिती लाभणे हा अर्थ व्यक्त करण्यासाठी ही म्हण वापरली जाते.

४९९. सासूची लाथ आणि सुनेचा नमस्कार

सासूचा पाय सुनेस लागला तरी सुनेनं नमस्कार करावा. पाया पडावे आणि सुनेचा पाय लागला तरी सुनेनेच तिच्या पाया पडावे. सासू लाथ मारणार पण सुनेनं त्यासाठी नमस्कार करायचा

म्हणजे कोणत्याही परिस्थितीत प्रतिष्ठा व मान नसलेल्या व्यक्तीने थोरामोठ्यांचा आदर करावा. चूक कोणाची ते पाहू नये, हा या म्हणीचा भावार्थ.

शिंक्यावरचे दह्याचे मडके काढताना राधाक्काच्या हातून ते फुटले. घरभर दही सांडले. चूक राधाक्काची; पण तिच्या सुनेने लगेच पुढे येऊन घर स्वच्छ केले. मडक्याचे तुकडे फेकले, काय करणार? लाथ सासूची असली तरी सुनेलाच नमस्कार करणे भाग होते.

५००. सासूच्या जिनगीवर जावई उदार

लोकमानसात आणि लोकसाहित्यात 'जावई' प्राण्याबद्दल खूपच भले-बुरे आलेले आहे. जावई म्हणजे सासू-सासऱ्याला छळणारा दशम ग्रह आहे. जो पूर्वजन्मीचा जणू वैरी आहे. त्याला कितीही जोजावले, जोपासले तरी खोडील जनावराप्रमाणे तो नेहमी लाथाच झाडतो, असा त्याचा 'पराक्रम' सांगितला जातो. साखरेत कितीही घोळले तरी कारले जसे कडूच लागते, तशीच जावयाची जात असते. या त्याच्या 'लीलां'मध्ये या म्हणीतून आणखी एक 'लीला' जमा झालेली आहे. 'सासूच्या जिनगीवर जावई उदार' म्हणजे सासूच्या जिवावर दानशूरपणाचे नाटक करणारा, त्यातून भाव खाणारा असा जावई असतो. अशा माणसाची नियत बरी नसते, हे ती सासू स्वानुभावातून सांगते. आपल्या खिशाला जराही चाट न बसता औदार्याची व मिरवून घेण्याची वृत्ती तो साध्य करतो. पाटलाचं घोडं चोराला दान देण्यासारखाच हा प्रकार झाला म्हणायचा.

५०१. सासूबाई लवकर मरा, उपासातून मुक्त करा

मानवी स्वभावाचे विलक्षण दर्शन घडवणारी ही म्हण आहे. या म्हणीचा एक अर्थ असा की, सासूने सक्ती करून, बळजबरीने आपल्या सुनेला उपास करण्यास भाग पाडले आहे. हे तिचे उपास थांबण्यासाठी सासूने लवकर मरावे असे सुनेला वाटते. त्याशिवाय उपासापासून तिची सुटका होणार नसते. शिवाय दुसरा एक अर्थ असा की, आपली सासू लवकर मरावी म्हणून, त्यासाठी देवाने प्रसन्न होण्यासाठी – स्वत: सुनेनेच – उपासाचे व्रत स्वीकारले आहे. ती लवकर मेल्याशिवाय जाचा-काचातून, त्रासातून या सुनेची सुटका होणार नसते. म्हणून 'सासूबाई लवकर मरा. उपासातून मुक्त करा'.

५०२. सासू मेली उन्हाळ्यात; रडू आलं पावसाळ्यात

सासू आणि सुनेचं नातं कसं असतं हे पुन्हा नव्यानं सांगण्याची गरज नाही. स्त्री स्वभावाची दोन परस्पर विरुद्ध रूपे म्हणजे हे नातं. अपवाद म्हणून एखादेच उदाहरण असे असेल की, दोघीही

जिवाभावाच्या मैत्रिणीसारख्या, मायलेकीसारख्या वागतात. नाहीतरी नेहमीचे दृश्य असे की, उधळ्या स्वभावाची, नवऱ्याला मुठीत ठेवणारी, सासू—सासरे, नातीगोती यांना किंमत न देणारी, उपेक्षा करणारी, आळशी, स्वार्थी, नटरंगी, वाचाळ, वेंधळी, घालून पाडून बोलणारी, खोटारडी अशी सारी विशेषणे सासू सुनेला बहाल करते आणि सून सासूसाठी हीच भाषा वापरते; पण अशी सासू अचानक मरण पावली तर, जनरीत म्हणून सून सर्वांसमोर दु:खावेगाने रडते खरी; पण ते सारे आतून नसते. मनापासून नसते. खरे खरे नसते. अनेकदा तर एवढेही सोंग त्या वठवत नाहीत. सासूच्या दु:खाचे प्रदर्शन त्या खूप उशिराने – चारचौघांनी नावे ठेवू नयेत म्हणून करतील. ती उन्हाळ्यात मेली असेल तर सुनेला पावसाळ्यात रडू येते.

मालतीबाईंच्या मरणाला वर्ष झाल्यावर तिच्या श्राद्धावेळी तिच्या सुनेनं वियोगाचा पहिला हंबरडा फोडला. वर्षभरात तिला जराही दु:ख जाणवले नाही.

५०३. सीता गेली वनवासा, मला लागली कर्कशा

एखाद्या घरात करत्यासवरत्या दोन-तीन बायका असताना त्यांच्या हातात घराचा कारभार असतो आणि त्यांच्या हाताखाली – हुकमतीखाली एखाद्या सुनेचं नांदणं चाललेलं असतं. त्या तिघींपैकी समजा एखादी सासू, एखादी नणंद अथवा थोरली जाऊ अचानक मरण पावते. तीच तेवढी सुनेला प्रेमाने वागवत होती. ती मरण पावल्यावर पाठीमागे जी उरते, ती तर कैदाशिणीसारखी तिला छळते, त्रास देते. म्हणजे प्रेमळ बाईचा आधार जावा आणि कजाग बाईला जोर यावा अशातला हा प्रकार.

मालतीची बहिणीसारखी प्रेम करणारी जाऊ मरण पावली आणि तिची अवस्था ‘सीता गेली वनवासा, मला लागली कर्कशा’ अशी झाली.

५०४. सुई पुढे चूत लपत नाही

चूत म्हणजे आंब्याचे डेरेदार झाड.

सुईचे आकारमान ते काय? तिचे अस्तित्व आणि तिची पडणारी सावली ती काय असणार? अगदी नगण्य. अगदी निरुपयोगी. तिच्या पुढे आंब्याचे झाड असेल तर त्याचे रूप, त्याचा आकार, त्याची भव्यता आणि त्याची पडणारी सावली आपली नजर बांधून ठेवणारी असते. आपल्याला चकित करणारी असते. त्याप्रमाणे सामान्य, अतिसामान्य, कर्तृत्वहीन आणि गुणांचा अभाव असल्याने ज्याचे व्यक्तित्व खुजे, नगण्य असते, अशा माणसाची तुलना सर्वार्थाने थोर असलेल्या विभूतीपुढे करणे अप्रस्तुत आहे. त्यांच्यापुढे हा माणूस सुईसमान असतो.

५०५. सुखाचा जीव अन् वाजते हीव

हीव म्हणजे थंडी.

ज्यांचे आयुष्य सुखासीन असते, त्यांना कोणताही त्रास नकोसा वाटतो. काही माणसे रात्रंदिवस काबाडकष्ट करतात, पण त्याविषयी त्यांची तक्रार नसते अन् सुखही त्यांना मिळत नाही. तर काही ऐषारामात दिवस घालवतात. तरीही थोड्याशा वाजणाऱ्या थंडीबद्दल त्यांची तक्रार असते. किरकिर असते. यांना चुकून शिंक आली तरी, संकट आल्यासारखे वाटते. अंगावर ऊन पडले तर, त्यांना आपण मरणार असे वाटते. एखादे काम करावे लागले तरी, त्यांची देवावर, जगण्यावर शिव्यांची लाखोली असते. आळस, आराम, आनंद आणि शरीराचे चोचले यासाठीच केवळ जगणाऱ्या सुखासीन व सवयीच्या गुलाम असलेल्या माणसांना उद्देशून ही म्हण वापरली जाते.

५०६. सुजले भूत कोडवाळ्यास राजी

कोडवाळ म्हणजे कडबोळे.

एखाद्याला भूताने पछाडले तर ते उतरण्यासाठी आपण त्याची असणारी इच्छा पूर्ण करतो. त्याला हवा असणारा पदार्थ देण्याची तयारी ठेवतो. पण भुकेने व्याकूळ झालेल्या या भुताला केवळ कडबोळे दिले तरी त्याने खुश व्हावे, त्याप्रमाणे ज्याचे आपल्याला भय असते, त्याला प्रसन्न करण्यासाठी काहीही देण्याची आपली तयारी असताना त्याने अगदी मामुली पदार्थावर, गोष्टीवर खूष व्हावे, हा भावार्थ व्यक्त करण्यासाठी ही म्हण वापरली जाते.

कंपनीच्या कामात केलेल्या चुकीपोटी मॅनेजर आता मोठी शिक्षा करणार असे रामरावाला वाटत असताना त्यांनी क्षमायाचना मागताच प्रकरण मिटले. मॅनेजरचे भूत क्षमायाचनेच्या कोडवाळ्यास राजी झाले.

५०७. सुटलेले केस पाठीस शरण

आहे त्या परिस्थितीत एखाद्याला राहावयास लागणे. जसे मोकळ्या केसांना पाठीवर विसावण्याशिवाय पर्याय नसतो. यातून सूचित होणारा अर्थ असा की, अनुकूलता नसलेला, अनन्यगतिक असलेला हतभागी माणूस.

अपघातात सारे कुटुंब मरण पावल्याने, वयोवृद्ध हरिभाऊंना दूरच्या एका नातेवाइकाच्या आश्रयाला जावे लागले. काय करणार? सुटलेले केस, पाठीस शरण येतात, तशी त्यांची गत झाली. दुसरा पर्यायच त्यांच्यासमोर नव्हता.

५०८. सुतासाठी मणी फोडणे

एखाद्या साध्या दोऱ्यामध्ये चांगले आणि किंमती मणी ओवले असतील तर, त्यासाठी मणी फोडण्याची अव्यवहारी कृती करणे, लक्षणेने मिळणारा अर्थ असा की, अत्यंत अल्प लाभासाठी फार मोठी हानी करून घेणे, अविचारी कृत्य करणे. सूत मौलिक नसते; मणी मौलिक असतात.

दादासाहेबांनी खूप ढेकूण झाले म्हणून आपला पलंग आदळून मोडला. सुतासाठी मणी फोडल्याचाच प्रकार म्हणायचा.

५०९. सूर्यापुढे दिवटी, हनुमंतापुढे कोल्हाटी

सूर्यासमोर एखाद्या दिवटीने आपल्या चिमूटभर प्रकाशाचा टेंभा मिरवण्यात काय अर्थ आहे? पण तिला स्वत:ला मात्र तसे वाटत नाही; त्याचप्रमाणे लंकेचे उड्डाण केलेल्या महाबली हनुमंतासमोर एखाद्या कोल्हाट्याने चार कोलांट्या उड्या मारून आपले कसब दाखवावे. त्याचा गर्व करावा या वृत्तीला उद्देशून ही म्हण वापरली जाते. मारुतीच्या पराक्रमापुढे त्याच्या उड्या त्या काय पात्रतेच्या आहेत?

धनीराम सावकाराच्या घरासमोर शिपाई असलेला दत्तू पाच रुपयांचे बंडल मुद्दाम मोजत बसला. सूर्यापुढे दिवटीने, हनुमंतापुढे कोल्हाट्याने आपली थोरवी सांगावी तशी.

५१०. सोंग साताऱ्याचं, लगीन म्हाताऱ्याचं

दोन अर्थांनी या म्हणीचा वापर केला जातो. काळवेळ निघून गेल्यानंतर एखादी गोष्ट आपली करायची म्हणून करताना ही म्हण वापरली जाते; आणि एखाद्याने म्हातारपणी लग्न करणे म्हणजे सर्वार्थाने निरर्थक गोष्ट. ना त्याला संसाराचे सुख, ना त्याला पुत्रजन्माचा आनंद. ना त्याला रतिसुख, ना त्याला प्रेमवर्षावाचा आनंद. या वयातील विवाह म्हणजे निरर्थक गोष्ट आणि दुसरे म्हणजे खोटा आविर्भाव दाखवण्यासाठी केलेली गोष्ट.

खूप वेळा विनंती करूनसुद्धा आपल्या आईला शांतिभाईने कधी तीर्थयात्रेला पाठवले नाही. आता तिला आंधळेपणा आल्यावर ते तिला यात्रेला जाण्याचा आग्रह करू लागले. त्यावेळी म्हातारीने वरील म्हण वापरून आपल्या पोराला गप्प बसवले.

५११. सोन्याचा कऱ्हा नि मोत्यांनी भरा

कऱ्हा म्हणजे मातीचे मडके किंवा तांब्याची कळशी. लग्नामध्ये पाणी भरलेल्या या तांब्याच्या कळशीत आंब्याच्या डहाळ्या व पाने टाकून त्यावर शेंडी वर केलेला नारळ ठेवतात. यालाच

कऱ्हा म्हणतात. हा कऱ्हा वधूच्या किंवा वराच्या बहिणीच्या हातात असतो. तो घेऊन ती विवाहावेळी वधू-वरांच्या मागे उभी राहते. असा हा कऱ्हा मोत्यांनी भरणे म्हणजे भरपूर भेटवस्तू द्या. भरपूर वरदक्षिणा द्या.

सोन्याचा कऱ्हा मोत्यांनी भरल्यशिवाय आप्पासाहेबांनी आपल्या पुत्राला लग्नमंडपात आणलेच नाही. शेवटी वधुपित्याला सारे मान्य करावे लागले.

५१२. सोन्याचा दरवाजा ठसठसा लागो

दरवाजा सोन्याचा असला तरी जाता-येता त्याची चौकट माथ्याला लागली तर वेदना ही होणारच. त्रास हा होणारच. तरीही सोन्याचा दरवाजा कुणाला नको असतो? त्याप्रमाणे या म्हणीचा भावार्थ असा की, मुलगा कसा का असेना, पण पोटाला पुत्र हवा, मग तो त्रास देणारा असला तरी चालेल. बापाला मान खाली घालावयास लावणारा असला तरी चालेल. जखम महत्त्वाची नाही. सोन्याचा दरवाजा महत्त्वाचा.

मोठ्या नवसाने झालेला युवराज सध्या असा काही बिघडला की, नाव नको. पण दिनेशजींना डोक्याला लागला तरी सोन्याचाच दरवाजा हवा होता, त्याला काय करणार आता?

५१३. सोन्याचे ताट पण कुडाचा आधार

कूड म्हणजे लाकडाचा चपटा तुकडा. उटिंगण, टेकन, वटकन.

अनेकदा असे दिसते की, एखादा माणूस चांगला नीतीमान, अब्रुदार आहे, पण त्याच्या संगतीत वाईट माणसांचा भरणा असतो किंवा तो कुसंगतीत वावरतो. त्यामुळे तो नीच आणि हलक्या माणसाच्या कलाने वागतो. कळत-नकळत त्याच्या मुठीत सापडतो आणि स्वतःही बदनाम होतो. जेवणासाठी घेतलेले ताट जरी सोन्याचे असले, तरी ताटातला द्रवपदार्थ खाण्यासाठी ताटाच्या टोकाला खालच्या बाजूने साध्या लाकडाचे वटकन लावतात. ते वापरलेले लाकूड काही सोन्याच्या किंमतीचे नसते. सोन्याच्या पात्रतेचे नसते.

५१४. सोयऱ्यात साडू, हत्यारात माडू आणि भोजनात लाडू

आपल्याला बरेच नातेवाईक असले तरी त्यात अधिक चांगला, गुणी साडू असतो. आपल्याला बरीच हत्यारे ज्ञात असली तरी त्यातही माडू हे उत्तम, खात्रीचे, अचूक लक्ष्यभेद करणारे असते. (माडू म्हणजे हरणाच्या शिंगाला पोलादी पाते बसवून तयार केलेले हत्यार) आणि मिष्टान्नात इतर अनेक पदार्थ असले तरी लाडूशिवाय भोजनाला शोभा नाही, पूर्णत्व नाही.

माणसाला रोजच्या व्यवहारात कोणती गोष्ट चांगली आणि अधिक उपयुक्त असते, याचा हा अनुभव. अर्थात हा अनुभव सार्वत्रिक, सर्वांना आवडेल असा नाही.

५१५. स्नान करून पुण्य घडे तर पाण्यात बेडूक थोडे?

पुण्यप्राप्तीसाठी आपल्याकडे ज्या विविध उपासना आहेत, त्यामध्ये परमपवित्र मानलेल्या नदीमध्ये स्नान करणे ही एक आहे. अशा नदीच्या पात्रात स्नान केले की, आपली सर्व पापे निघून जातात, ही भाविकांची श्रद्धा असते. त्यावरून भावार्थ असा की, अशा स्नानाने पुण्य लाभत असेल तर दिवसरात्र पाण्यात राहणाऱ्या बेडकाला किती पुण्य लाभत असेल? म्हणून लक्षणार्थ असा की, केवळ कर्मकांड केल्याने पुण्यप्राप्ती होत नाही. त्यासाठी केलेले धार्मिक उत्सव, धार्मिक विधी, व्रत-वैकल्ये, उपास इ. गोष्टीतून पुण्यप्राप्ती होत नाही. त्यासाठी सत्कर्म आवश्यक आहे. भक्ती आवश्यक आहे, मानवसेवा गरजेची आहे.

५१६. स्वाभिमानी बाई, भीक मागून खाई

माणसाला जीवनात तडजोड करावी लागते. नमते घेऊन काम साधावे लागते. मुंगी होऊन साखर खावी, हत्ती होऊन लाकडे फोडत बसू नये, असे तुकोबारायांनी म्हटलेले आहेच. पण काही माणसांना तडजोड करणे आवडत नाही, जमत नाही. त्याला तो मिंधेपणा वाटतो. स्वतःचा स्वाभिमान गहाण टाकल्यासारखे वाटते. अशी स्वाभिमानी माणसे एका तत्त्वाने, निश्चित भूमिकेने वागत असतात. त्यामुळे त्याचे नुकसान होते. त्यास भीक मागून जगावे लागते. म्हणजे स्वाभिमान जपताना भीक मागावी लागते. संघर्ष करावा लागतो. म्हणून समाजात वावरताना अनेकदा सुवर्णमध्य साधावा लागतो. नाहीतर त्रास सोसावा लागतो. स्वाभिमान आडवा येणाऱ्या स्वभावासाठी ही म्हण वापरली जाते. थोडक्यात, स्वाभिमान हवा पण टोकाचा दुरभिमान नको. तो फायद्याचा नसतो. सुखावह नसतो.

५१७. हजार बोडक्या त्यात एक केसकरीण

निराधार, दरिद्री अशा अनेक निराश्रितांमध्ये थोडीशी मालमत्ता बाळगून असलेल्या माणसासाठी ही म्हण वापरली जाते. एखाद्या निराधारगृहात अनेक विधवा स्त्रिया आश्रयासाठी आलेल्या असाव्यात, वैधव्यामुळे सगळ्यांचे केशवपन केलेले असावे, आणि त्यात एखादी सधवा व थोडेसे केस असलेली स्त्री सर्वांच्या आदराचा, कौतुकाचा विषय होते. तिच्या वितभर केसाचेही विधवांना अप्रूप वाटावे, तसे एखादे छोटेसे घर असलेला, एकर-अर्धा एकर शेत

असलेला आणि चार भांडी व दोन पोती धान्य बाळगून असलेला सामान्य माणूसही निराधार गरिबांना श्रीमंत वाटतो, हा भावार्थ.

५१८. हजाराला भारी, अन् शंभराला गोटे मारी

आयुष्यात अनपेक्षित गोष्ट घडली, चकित करणारी किंवा विश्वास न बसणारी गोष्ट घडली म्हणजे ही म्हण वापरली जाते. एखादा मल्ल नामवंत स्पर्धेत यश मिळवितो. अचाट कामगिरी करतो. पण तोच गडी चुकून छोट्याशा मल्लाशी लढताना पराभूत होतो. लोकांचा विश्वास बसत नाही. त्याचा पराभव होईल, असे कुणाला स्वप्नातही वाटत नसते, पण वास्तवात मात्र तसे घडून जाते. त्याचप्रमाणे हजाराला भारी असणारा योद्धा शंभराच्या माऱ्यापुढे शरण येतो व पराभूत होतो. दुसरे उदाहरण द्यायचे झाले तर राष्ट्रपातळीवर नेतृत्व केलेल्या, अनेक वर्षे मंत्री असलेल्या, लोकसंग्रह चांगला असलेल्या, एखाद्या राजकीय नेत्याला छोट्याशा नगण्य माणसाने निवडणुकीत पराभूत केले, तर हजाराला भारी असलेला हा नेता शंभराला गोटे मारतो, दमछाकीला येतो असा अर्थ या म्हणीचा घेता येतो. अनेकदा व्यवहारात असे घडतेही. जमीनदाराचा नोकरच जमीनदाराला पराभूत करू शकतो.

५१९. हत्तीच्या आहारात होतो मुंग्यांचा आहार

आकारमान पाहता हत्तीला सर्वांत अधिक आहार लागतो. त्याच्या आहारात आणि आहार झाल्यानंतर जे काही उरते, त्यात मुंग्यांचेही आपोआप पोट भरते; म्हणून याचा भावार्थ असा की, थोरांच्या खर्चात म्हणजे थोरांच्या एखाद्या विवाह सोहळ्यात गरिबांच्या विवाहाचा सोहळा कसलाही वेगळा खर्च न करता आपोआप पार पडतो, उरकून निघतो. थोडक्यात, गरिबाचे काम विना खर्च पार पडणे.

श्रीपतरावांनी आपल्या पुत्राच्या विवाहात त्यांच्याकडे असलेल्या शेतमजुराच्या मुलाचा विवाह उरकून घेतला. त्यामुळे आपोआपच हत्तीच्या आहारात मुंग्यांचा आहार भागला.

५२०. हत्तीच्या पायी येते, मुंगीच्या पायी जाते

एखादे दुखणे किंवा एखादा आजार कमालीच्या वेगाने आपल्याला गाठतो–झपाटतो. एखाद्या हत्तीने यावे तसे; पण त्यातून बरे होताना लवकर बरे होत नाही. हळूहळू तो आजार कमी होतो. जसे मुंगीचे चालणे तसे; आजाराच्या येण्याजाण्यात हत्तीचा वेग आणि मुंगीचे रेंगाळणे असते. यासाठी ही म्हण वापरली जाते.

बाबुरावाला मलेरियाने दोन दिवसात झोपवले. अगदी पार ग्रासून टाकले, पण चांगली

औषधे देऊनसुद्धा त्यांना ठणठणीत बरे व्हायला चांगले दहा-बारा दिवस लागले. स्वाभाविक आहे. आजार येतो हत्तीच्या पायाने आणि जातो मुंगीच्या पावलाने.

५२१. हळकुंडासाठी लग्न मोडणे

एखाद्या कार्यात किंवा विवाहाची बोलणी करण्याच्या बैठकीत एखादी क्षुल्लक गोष्ट न जुळल्यास, मोठे कार्य जुळत आलेले असूनही किंवा विवाहाची बोलणी अंतिम टप्प्यात आलेली असतानाही तो त्या क्षुल्लक बाबीसाठी मोडून टाकणे, अशा वेळी ही म्हण वापरली जाते. मतभेद क्षुद्र कारणासाठी नकोत. क्षुद्र स्वार्थासाठी नकोत. अशावेळी हट्टास न पेटता तडजोड करणे श्रेयस्कर.

देवजीबाबाने केवळ एका आहेरासाठी पोराचा विवाह मोडला. हळकुंडासाठी लग्न मोडण्याचा त्यांचा हा स्वभाव नडला. दुसरे काही नाही.

५२२. हळदीचा डाग लागणे

आपल्याकडच्या विवाहात हळदीचा समारंभ म्हणून एक समारंभ असतो. त्यात वधुवरांच्या अंगाला विधीपूर्वक हळद लावली जाते. अशा हळदीचा डाग लागणे म्हणजे लग्न झाल्यावर थोड्याच दिवसांत नवरा किंवा बायको मरण पावणे आणि विवाहित झाले असे सांगण्यापुरतेच ते विवाहित असणे. त्यांचा पुनर्विवाह करताना वराची वा वधूची बाजू मांडताना हा वाक्प्रचार केला जातो.

नारायणाच्या दुसऱ्या विवाहाची बोलणी करताना अर्जुनराव पाटील म्हणाले, "अवो, त्याला नुसता नावापुरताच हळदीचा डाग लागलाय. तीन महिने सुद्धा झाले नाहीत त्यांच्या लग्नाला."

५२३. हसती बायको रडता पुरुष कामाचा नाही

एके काळी ही म्हण उचित वाटत असली तरी यातला पूर्वार्ध आजच्या काळाच्या संदर्भात अयोग्य वाटतो. हास्यविनोद करणारी स्त्री आजच्या काळात कामाची नाही, असे म्हणता येणार नाही. गेल्या शतकात तिचे हसणे, खिदळणे समाजाला मान्य नव्हते. तिच्याविषयी गैरसमज निर्माण करण्यास कारणीभूत ठरत असतील, पण आज हास्यविनोद करणारी, आनंदाने जीवनाकडे पाहणारी, कर्तृत्व सिद्ध करणारी स्त्री खूप मोठ्या कामाची झाली आहे; आणि रडता पुरुष कामाचा नाही, हे मात्र थोडेफार खरे आहे. कुठलेही काम सांगितले तरी रडगाणे गाणारा पुरुष आजही बिनकामाचा वाटतो. निरुपयोगी वाटतो. कर्तृत्वशून्य मानला जातो.

५२४. हात ओला तर मित्र भला

या म्हणीचा अर्थ असा की, जोपर्यंत माणूस दुसऱ्यास मदत देत असतो, तोपर्यंत सगळेजण त्याच्याशी अगदी मित्रत्वाने वागतात आणि मित्रांची मागणी, गरज भागवली नाहीत तर ते एक तर अबोला तरी धरतील किंवा मैत्री तरी संपुष्टात आणतील. म्हणजे औदार्यावर मैत्री टिकवणारे व्यवहारी मित्र असा या म्हणीचा लक्षणार्थ.

देवदत्ताने आपल्या मित्रांच्या अनेक अडचणी पदरमोड करून दूर केल्या. त्यांची प्रत्येक मागणी पुरी केली, पण एकदा त्याने देण्यास नकार देताच, सारे मित्र पांगले. देवदत्ताच्या लक्षात आले की, 'हात ओले तर मित्र भला' हेच सत्य आहे.

५२५. हात घशात घातला तरी कोरडाच

मोठी अर्थपूर्ण अशी ही म्हण आहे. खरं तर घशात हात घातला तर तो थोडाफार ओला व्हायला हवा; पण तो कोरडाच राहात असेल तर. याचा अर्थ असा की, एखाद्या माणसाला कितीही मदत केली तरी तो दरिद्री तर राहतोच, पण बेईमानही बनतो. मदत केलेल्या औदार्याला स्मरत नाही. घशातला हात जसा कोरडा तसा त्याचा संबंध कोरडाच होतो.

पाकिस्तानाच्या संबंधात भारताने कितीही सामोपचाराचे धोरण स्वीकारले तरी घशात घातलेला हात कोरडा राहावा, तसाच अनुभव आपल्याला येतो.

५२६. हात पाटीलकी करणे

हात पाटीलकी करणे म्हणजे हाताने ठोकणे, बदडून काढणे, चांगला चोप देणे. तोंड पाटीलकी करणे याच्या विरुद्धची ही क्रिया. बोलण्यापेक्षा प्रत्यक्ष कृती करणे. काही वेळा आपल्या हट्टी मुलाला तोंडाने खूप समजुतीच्या गोष्टी सांगूनही उपयोग होत नाही. त्याच्या वागण्यात फरक पडत नाही, तेव्हा नाइलाजास्तव टोले मारावे लागतात. यालाच 'चौदावे रत्न दाखवणे' असा दुसरा वाक्प्रचार वापरला जातो.

तोंड पाटीलकी सगळ्यांना जमते, पण हात पाटीलकी जमणे जरा कठीणच.

५२७. हातभर पदर, कोसभर नजर

जगानं आपल्याला शालीन, सुशील, नम्र, घरंदाज आणि चांगलं वळण असलेली स्त्री समजावे म्हणून एखाद्या स्त्रीने आपल्या डोक्यावर अगदी हातभर पदर घ्यावा, पण त्या पदरातून स्वार्थी गोष्टींचा, तसेच परपुरुषाचा शोध घ्यावा ही गोष्ट सांगण्यासाठी ही म्हण वापरली जाते. व्यभिचाराला चटावलेली पण वरकरणी शालीन भासणारी स्त्री. याच अर्थाची 'खाली मुंडी

अन् पाताळ धुंडी' अशी एक म्हण रूढ आहे.

या विलासी आणि मुक्त वातावरण असलेल्या नगरीत 'हातभर पदर, कोसभर नजर' असलेल्या स्त्रियांना कमतरता नसावी.

५२८. हातात नाही अडका, बाजारात चालला धडका

अडका म्हणजे अल्प किंमत असलेले नाणे.

समाजात काही माणसे अशी असतात की, त्यांच्याजवळ एक कवडीही नसते. आजच्या भाषेत रुपया-दोन रुपयेही नसतात, पण रुबाब मात्र एखाद्या श्रीमंतासारखा, डामडौल मात्र एखाद्या बादशहासारखा. म्हणजे दिखाऊ श्रीमंती, दिखाऊ थाटमाट.

सर्जेरावांची जमीन गहाण पडलेली, वाडा पडायला आलेला, शेतात भरपूर तण माजलेले, घरात पीठ संपलेले; पण बाहेर वावरताना इतरांसमोर मात्र रुबाब सम्राटासारखा. 'हातात नाही अडका, बाजारात चालला धडका' याचे उदाहरण म्हणजे हे आमचे सर्जेराव!

५२९. हातात नाही चुडा अन् कुठून आली ही पिडा

नशिबात ओसंडून वाहणारे दारिद्र्य आलेले असेल, तर उगवणारा प्रत्येक दिवस घरातल्या बाईला लढाईचा होतो. झुंज, संघर्ष, धडपड, कष्ट, विवंचना या तिच्या पाचवीलाच पुजलेल्या असतात. तरीही ती नाउमेद न होता ही लढाई खेळतच असते. दमछाक झाली तरी लढतच असते अन् अशी स्थिती असताना यात भरीस भर म्हणून एखादा पाहुणा घरात टपकतो. एखादी अडचण अचानक निर्माण होते, एखादे संकट कोसळते, अशा वेळी ही म्हण वापरली जाते. फुकटचे चांगले खाण्यासाठी अनेकदा बिनकामाची माणसे घरी येतात. मुक्काम टाकतात. त्यामुळे गृहिणीची अधिकच वाईट स्थिती होते.

दुष्काळाचे दिवस, पोराचे शिक्षण, पोरीचे बाळंतपण अन् पैशाची वाणवा असलेल्या धुरपामावशीकडे कुठला तरी एक दूरचा नातेवाईक दारात येताच ती मनाशी म्हणाली, "'हातात नाही चुडा अन् कुठून आली ही पीडा'. दुष्काळात तेरावा महिनाच जणू!"

५३०. हातात मुदी सोन्याची, घरात बोंब दाण्याची

पोकळ डामडौल दाखवणे, संपत्तीचे खोटे प्रदर्शन करणे यासाठी ही म्हण वापरली जाते. सोन्याची अंगठी किंवा अंगठ्या घालणे हे ऐश्वर्याचे, श्रीमंतीचे प्रतीक मानले जाते. समाजात वावरताना कडक इस्त्रीचे कपडे घालणे, कानात अत्तराचा फाया ठेवणे, दोन्ही हातांमध्ये चार–सहा अंगठ्या घालणे, बोलताना लाखाच्या गोष्टी करणे आणि घरात मात्र खायला दोन

भाकरीचे पीठ नसणे असा वागण्यातला विरोधाभास दिसला की, ही म्हण वापरली जाते. काहींना आपली आर्थिक स्थिती बेताची असली तरी दागिन्याचे प्रदर्शन करण्याची भारी हौस असते. आपल्या (नसलेल्या) संपत्तीचे खोटे प्रदर्शन करणे, पोकळ दिमाख दाखवणे या मानवी स्वभावाच्या वैशिष्ट्यावेळी ही म्हण वापरली जाते. घरात मूठभर दाणे नसतात, पण बाहेर मुठीवरच्या अंगठ्या दाखवल्या जातात.

५३१. हातावर मिळवावे, पानावर खावे

हातावर पोट भरणारा माणूस म्हणजे मजुरीवर कशीबशी गुजराण करणारा खूप गरीब असतो. तो इतका गरीब असतो की, त्याने मिळवलेले अन्न खाण्यासाठी त्याच्याकडे ताटसुद्धा नसते. म्हणून तो झाडाचे रुंद पान घेऊन त्यात अन्न ठेवून भोजन उरकतो. पानावर खाणे याचा अर्थ पानावर अन्न घेऊन खाणे. आपल्याकडची सुमारे तीस टक्के जनता अशी आहे की, त्यांना हातावर मिळवावे लागते आणि पानावर खावे लागते. हातावर मिळवण्याची खात्रीही त्यांना अनेकदा लाभत नाही. पानावर खाण्याऐवजी पाण्यावरच त्यांना दिवस काढावा लागतो.

५३२. हातावर साखर, मानेवर कातर

मनामध्ये कपट, द्वेष खदखदत असताना बाहेरून मात्र गोड बोलणारा – गोड वर्तन करणारा. 'मुँहमें राम बगलमें छुरी' ही म्हण याच अर्थाने वापरली जाते. एकाच राजकीय पक्षातले दोन नेते व्यासपीठावर आपल्या दुसऱ्या नेत्याची तोंड भरून स्तुती करतो आणि आपला तो प्रतिस्पर्धी होऊ नये म्हणून त्याला नेस्तनाबूत करण्याची कारस्थानेही करतो. अशा वागण्याला ही म्हण वापरली जाते. दोन स्पर्धक एकाच प्रकारचे काम करत असताना वरकरणी साखरपेरणी करत असतानाच, आतून त्याचे पाय कापण्याचे कृत्य करतात, तेव्हा ही म्हण वापरतात.

५३३. हाती असेल तोळा तर सतरंजीवर वळा

माणूस माणसाचा आदरसत्कार गुणावरून न करता धनावरून करतो, त्याच्या श्रीमंतीला मान देतो, त्यावेळेस ही म्हण वापरली जाते. एखाद्या विवाह किंवा अशाच समारंभात बाईच्या अंगावर तिच्या वजनाइतके दागिने असतील व ती थोरामोठ्याची मालकीण असेल तर तिचा मोठा सन्मान केला जातो. तिची सोय-गैरसोय पाहिली जाते, पण साध्या वस्त्रातील एखादी गरीब बाई आली तर तिची जराही दखल घेतली जात नाही. तिला बसण्यासाठी साधी सतरंजीही दिली जात नाही.

देशभक्त सुलोचनाबाईंना प्रजासत्ताकदिनी कोणी स्टेजवर घेतले नाही, पण मंत्रिमहोदयांना

मात्र मुजरे करीत स्टेजवर घेऊन सन्मान केला, त्यांचा जयघोष केला. म्हणतात ना, 'हाती असेल तोळा तर सतरंजीवर वळा'.

५३४. हाती धरल्यास रोडका, शेंडी धरल्यास बोडका

एखादा माणूस सर्व दृष्टींनी, सर्व प्रकारे असमर्थ तसेच निरुपयोगी असेल, तेव्हा या म्हणीचा वापर केला जातो. एखाद्याला श्रमाचे काम जमत नाही. जमाखर्च-हिशोब जमत नाही. सोपवलेला धंदा येत नाही. अगदी पिकाला पाणी द्यायला सांगितले तरी त्यात घोटाळा, गोंधळ करतो, असा बिनकामाचा माणूस. अशा माणसाच्या हाताला धरावे तरी रोडका असल्याने झोकांड्या खाईल. शेंडीला धरावे तरी पूर्ण केस कापलेले; म्हणजे सर्व बाजुंनी निरुपयोगी.

दादासाहेबांचा तुकाराम शेतीच्या कोणत्याच कामाला उपयोगी नाही. 'हाती धरला तर रोडका, शेंडी धरल्यास बोडका' असा असल्याने तो मूठ नसलेल्या खुरप्यासारखा निरुपयोगी झाला आहे.

५३५. हाती ना मुठी अन् फुकाच्या गोठी

जी गोष्ट आपल्या हातातली नाही, म्हणजे आपल्या आवाक्यातली नाही, जी गोष्ट आपल्या ताब्यात नाही, तिच्याविषयी एखादी व्यक्ती अवाच्या सवा, मोठ्या फुशारकीने, सहजसाध्य होईल अशा विश्वासाने वारेमाप बोलत असेल तेव्हा ही म्हण वापरली जाते. फुकटच्या मोठ्या गोष्टी सांगून स्वत:चे मोठेपण त्यांना दाखवायचे असते.

विश्वासराव ज्या पक्षाचे नेते आहेत, त्यांच्या मागे मूठभर देखील आमदार नाहीत, त्यांच्या हातात कसलीही सत्तास्थाने नाहीत, तरीही येत्या मंत्रिमंडळात आपण मुख्यमंत्री होणार अशा गोष्टी ते कार्यकर्त्यांसमोर बोलत असतात. 'हाती ना मुठी अन् फुकाच्या गोठी' असाच अर्थ चाणाक्ष कार्यकर्ते घेत असतात.

५३६. हातीपायी खोडी अन् जित्याचे डोळे फोडी

एखादं पोरगं खोडकर, अवखळ आणि लाडाने अधिकच वेडे झालेले असते. मात्र, त्याच्या त्रासदायक खोड्यांचं घरातील लोक कौतुकच करत असतात. त्याला नीट समजावले जात नाही. त्याने प्रसंगी हानिकारक वा प्राणहानिकारक उपद्व्याप केला, तरी तो सहन करावा लागतो. त्याविरुद्ध तक्रार करता येत नाही अशी स्थिती.

सावकाराचा बाळू लाडानं इतका वेडा नि मस्तवाल झाला की, त्यानं एका मजुराच्या

पायावर विळा हाणला. खोल जखम झाली पण 'हाती पायी खोडी नि जित्याचे डोळे फोडी' या न्यायाने त्याला कोणीही रागावले नाही.

५३७. हाल खुशामत, ताजी रोटी

हाल म्हणजे नेहमी, सतत.

या म्हणीचा अर्थ असा की, नेहमीच हांजी हांजी करणारा माणूस फारशा अपेक्षा न करता ताज्या रोटीवर खुश असतो. केवळ आपल्याला ताजी रोटी मिळावी एवढीच अपेक्षा ठेवून तो हांजी हांजी करत असतो. अवास्तव स्तुती करत असतो. खुशामत करणे म्हणजे हांजी हांजी करणे, स्तुती करणे.

अवैध धंद्यातून श्रीमंत झालेल्या एका धनिकाला गावभर भटकणारा पिराजी दररोज वारेमाप स्तुतिस्तोत्र गायचा. त्याची वारेमाप स्तुती करायचा. धनिकाने मग त्याच्या बिडीकाडीला दहा रुपये दिले की हा खूश. 'हाल खुशामत तो ताजी रोटी' यापेक्षा दुसरा त्याचा काही हेतूच नसे.

५३८. हिंग गेला पण हिंगाचा वास राहिला

ज्या पोत्यात किंवा पिशवीत आपण हिंग ठेवलेला असतो, ते पोते किंवा पिशवी पूर्ण रिकामी झाली तरी – म्हणजे हिंग संपला तरी – त्याचा वास पोत्याला राहतोच. त्याप्रमाणे संपत्ती, शक्ती किंवा अधिकार नाहीसे होऊन मागे उरतो त्याचा लौकिक. त्या संपत्ती आणि अधिकाराच्या आठवणी, त्याचे स्मरण करत बसलेल्या माणसाला उद्देशून ही म्हण वापरली जाते. 'काप गेले आणि भोके उरली' ही म्हणदेखील याच अर्थाची आहे. पडक्या घराचे वासे मोजणे या वाक्प्रचाराचा अर्थही असाच आहे. हाती उरते एकेकाळचे मिरवलेले मोठेपण.

५३९. हिजड्यांनी गायचे अन् मुंड्यानी खायचे

हिजडे किंवा नपुंसक पुरुष देवीच्या नावाने गावात गाणी म्हणून जोगवा मागत असतात आणि त्यावेळी त्यांच्या समवेत टाळ्या वाजवायला, सूर धरायला चार धडधाकट पुरुष असतात. या पुरुषांना मुंडा किंवा मुंडे असे म्हणतात. ह्या मुंड्यांना एकटे गेले तर कोणीही भिक्षा घालत नाहीत, घालणार नाहीत. कारण ते काही यल्लमा देवीचे उपासक नसतात. त्यांनी देवीचे व्रत घेतलेले नसते. पण जोगवा मागणारा हिजडा राहतो उपाशी; आणि त्याचे हे सोबतीच त्याच्या जिवावर चैन करत असतात. म्हणून काम एकाने करायचे आणि दाम दुसऱ्याला मिळायचा. कष्ट एकाचे आणि बिदागी – जोगवा – दुसऱ्याला, अशी परिस्थिती असेल तेव्हा ही म्हण वापरतात.

५४०. हिडग्याची व्याली गाय, खांद्यावर वासरू जत्रेला जाय

हिडगा म्हणजे लहरी माणूस.

लहरी किंवा चंचल स्वभावाचा माणूस त्याच्या मनाला येईल तसे तो वागतो. लहर जशी येते, तसा वागतो. उचित, अनुचित, योग्य-अयोग्य याचा तो फारसा विचार करत नाही. या चंचलतेमुळे प्रसंगी तो नव्याने जन्मलेले वासरू खांद्यावर घेऊन यात्रेला जायला कमी करत नाही.

आमचे बाबुराव इतके लहरी की अंगणात पडलेली झाडाची सावली दिवसभर पुसत होते. त्यांचे हे वागणे 'हिडग्याची व्याली गाय, खांद्यावर वासरू जत्रेला जाय' या प्रकारचेच म्हणावे लागेल. झाडची सावली कोण पुसतं का?

५४१. हिताची गुजी, घरातली भोकं भुजी (बुजी)

काही स्त्रिया संसारावर मनापासून प्रेम करणाऱ्या असतात. त्यांच्या दृष्टीने संसार म्हणजे ईश्वराची केलेली अप्रत्यक्ष उपासना. ईश्वराला केलेली प्रार्थना होय. संसार म्हणजे मुक्तीचाच मार्ग असतो. संसाराची अशी आंतरिक ओढ असल्याने त्यांना संसार कष्टप्रद वाटत नाही, निरर्थक वाटत नाही. ती आपला संसार फाटलेला असला तरी सावरते. संसाराचे हित जपते. या संसारात निर्माण होणारे प्रश्न, अडथळे ती निवारण करते. आपल्या संसारात असणारी भोके बुजवते. म्हणजे संसारातील न्यूनत्व झाकण्याचा प्रयत्न करते. इतरांच्या नजरेला आपल्या संसारातील छिद्रे (उणिवा) दिसू नयेत म्हणून ती झाकण्याचा प्रयत्न करते. आपल्या घरातील न्यूनत्व सर्वांना सांगणे तिला उचित वाटत नाही. काठीला बांधलेली देवाची पताका सुटू नये, सैल होऊ नये म्हणून जशी बांधली जाते तशीच संसारात असणारी ही भोके होत, असे तिला वाटते.

५४२. हिमायतीचा गाढव, तेज्याला लाथा मारी

हिमायतीचा म्हणजे मोठ्याचा आश्रय व संरक्षण असलेला. तेजा म्हणजे घोडा.

मोठ्या आणि वजनदार माणसाचा पाठिंबा असणारा, तसेच संरक्षण असणारा सामान्य आणि क्षुद्र माणूस मान्यवर व्यक्तीचा, विद्वान माणसाचा अपमान करण्यास धजावतो, अशा वेळी ही म्हण वापरली जाते. मोठ्याचा आधार असल्याने त्याला स्वत:लाही आपण मोठे व प्रतिष्ठित झालो असे वाटत असते. आणि उर्मटपणाने वागले-बोलले तरी या आधारामुळे आपले कोणी काही करणार नाही, अशी त्याला घमेंड असते, त्यामुळेच तो गाढव असूनही घोड्याला लाथ मारण्याचे धारिष्ट्य करत असतो. मोठ्याचा अपमान करत असतो.

५४३. हुरडा फुक्या

या वाक्प्रचाराचा शब्दशः अर्थ असा की, हुरड्याचे कणीस भाजून व हुरडा फुंकून देणारा गडी. मात्र लक्षणेने याचा अर्थ मात्र भित्रा, पळपुटा, लढाईस निरुपयोगी असा माणूस. त्याशिवाय आता रोजच्या व्यवहारात हा अर्थही लोप पावला आहे. त्याऐवजी रिकामटेकडा माणूस, आडदांड आणि उद्धट माणूस, नुसता छा-छू करत गावभर भटकणारा माणूस असा त्याचा अर्थ रूढ झाला आहे. ज्याला एखादे जबाबदारीचे काम सांगण्यात अर्थ नाही. सांगितले तरी मनापासून करण्याची त्याची प्रवृत्ती नाही, त्या कामाचे गांभीर्य ओळखण्याची पात्रता नाही, असा माणूस म्हणजे 'हुरडा फुक्या'.

५४४. हुरळली मेंढी लागली लांडग्याच्या पाठी

लांडग्यावर मोहीत झालेली मेंढी त्याच्या मागे धावली तर त्याचा शेवट काय होणार हे सांगायला नको. त्याप्रमाणे मागचापुढचा विचार न करता, तसेच होणारे दुष्परिणाम ध्यानात न घेता, भावनेच्या भरात, चुकीच्या मार्गाने जाणारी माणसे स्वतःचा नाश करून घेतात. स्वतःच गोत्यात येतात असा या म्हणीचा भावार्थ आहे. नालायक, गोडबोल्या आणि स्वार्थी माणसाच्या कपटाला फशी पडणे हा आत्मघातच होय. त्यासाठी विवेक आवश्यक आहे.

एका ढोलकीवादकावर लुब्ध होऊन पळून गेलेली वासंती आता 'हुरळली मेंढी लागली लांडग्याच्या पाठी'चा अनुभव घेते आहे. ती आता पूर्णपणे फसली आहे.

५४५. हेंगाड दासी दादला नाशी

हेंगाड म्हणजे हट्टी, हेकट स्त्री.

हट्टी स्वभावाची आणि हेकट वृत्तीची स्त्री आपल्या नवऱ्याचे खूप नुकसान करते. नवऱ्याला मनस्ताप देते. संसाराची घडी पार विस्कटून टाकते असा या म्हणीचा भावार्थ आहे. तिच्या प्रत्येक भल्याबुऱ्या हट्टाची पूर्तता करावयाची झाली तर नात्यात कटुता निर्माण होते. परस्परांचे प्रेम कमी होते. अनावश्यक खर्चात वाढ होते. म्हणजेच एका परीने नवऱ्याच्या नाशास कारणीभूत होते.

प्रतापरावांची बायको दररोज एकेक जगावेगळा हट्ट करते. त्यावरून दोघांमध्ये भांडणे होतात. प्रतापराव कपाळ बडवत स्वतःशीच म्हणाले, "दुर्दैव माझं. 'हेंगाड दासी दादला नाशी' याचा अनुभव मी सध्या घेतो आहे."

५४६. हेल्याच्या कानी किंगरी

हेला म्हणजे रेडा, किंगरी म्हणजे एक छोट्या आकाराचे वाद्य.

हेल्याच्या कानाजवळ किंगरी वाजवली तरी तो आपली चाल सोडत नाही. आवाज ऐकून तो गतीने जात नाही. या म्हणीचा लक्षणार्थ असा की, मूर्ख माणसाला कितीही सदुपदेश केला, आणि कितीतरी वेळा केला तरी त्याच्या वागण्यात सुधारणा होत नाही. पाषाणावर ओतलेल्या पाण्यासारखे. रामभाऊने आपला मित्र रघुनाथ याला दारू पिऊ नको, बायकोला छळू नको असे पुन्हा पुन्हा सांगितले; पण 'हेल्याच्या कानी किंगरी' प्रमाणे तो अजूनही तसाच वागतो आहे.

५४७. होठास जाळ, पोटास काळ

होठ म्हणजे आपले ओठ.

श्रीमंताच्या घरातील काही नोकर असे असतात की, ते जात्याच तोंडाळ असतात. नाहक बडबड करणारे असतात. शिवाय मालकाच्या श्रीमंतीचा यांनाच गर्व आलेला असतो. त्यामुळेही तोंड सुटते. वाट्टेल तसे ते बोलतात. खाण्याबाबतीतही मागे सरणारे नसतात. भरपूर खादाड असा त्यांचा स्वभाव असतो. श्रीमंताकडे असल्याने उपासमार होण्याचा प्रश्नच येत नाही. सारांश असा की, खादाड आणि तोंडाळ नोकर किंवा श्रीमंताघरचा आश्रित माणूस. ओठावर शब्दांची आग आणि पोटात भुकेची आग असणारा माणूस.

५४८. होये ना जिवा, करी लोकांचा हेवा

दुसऱ्याने केलेल्या प्रगतीचे कौतुक न करता त्याचा मत्सर करण्याच्या वृत्तीला उद्देशून ही म्हण वापरली जाते. स्वत: तर काही धडपड करावयाची नाही. ध्यास व प्रयास करून प्रगती साधावी अशी भावना नाही. तशा प्रकारची ईर्षाही नाही. इतरांचे अनुकरण करावे, स्पर्धा करावी असे न करता आपला दोष झाकण्यासाठी दुसऱ्याच्या वैभवाला नावे ठेवणे.

भिकाजीला पायावर पाय टाकून निवांतपणे जगण्याची सवय. पण त्याच्या भावाने खटाटोप करून, कष्ट करून खूप मोठी प्रगती केली. नाव कमावले. भिकाजी मात्र 'होये ना जिवा नि करे लोकांचा हेवा' या वृत्तीतून भावाचा मत्सर करतो, शिव्या देतो.

५४९. होळीचे होळकर

पूर्वी होळीच्या सणावेळी होळीच्या पुढे नाचगाणी, गडबड आणि मजा करणारी काही मंडळी गोळा होत. धार्मिक भावनेपेक्षाही या गोष्टीतच त्यांना रस असे. त्यावरून लक्षणेने सिद्ध होणारा अर्थ असा की, जे लोक छंदी-फंदी वृत्तीचे आहेत, जे अजागळ आणि नुसता सामूहिक गोंधळ

घालतात आणि जे नुसता तमाशा बघण्यासाठी (करमणूक व्हावी म्हणून) जमलेले असतात, त्यांना होळीचे होळकर असे म्हणतात.

शेतकऱ्यांच्या आत्महत्येनंतर जी मोठमोठी आंदोलने झाली, त्यात होळीचे होळकरच अधिक होते. कुणब्याविषयी जिव्हाळा असणारे कमीच.

५५०. हौस केली मोठी अन् दगड्या आला पोटी

अनेकदा सत्य आणि स्वप्न यामध्ये खूप मोठे अंतर पडते. सत्य चटका देते आणि स्वप्न काळवंडून जाते. एखाद्या दांपत्याचे स्वप्न असे असते की, आपल्या पोटी असा पुत्र जन्मावा की, त्याची दिगंतात कीर्ती व्हावी. त्याच्या सर्वांगीण विकासासाठी हे दांपत्य मग मोठ्या हौसेने, मोठ्या आनंदाने सर्व काही करते. त्याचे आरोग्य, मन, शिक्षण, संस्कार आणि जगण्यासाठी–कर्तृत्वासाठी लागणाऱ्या साऱ्या गुणांची ते पेरणीही करतात. पण आईबापाचे हे प्रेम, कष्ट, वात्सल्य आणि समर्पण वाया जाते. पुत्र जसजसा मोठा होत जातो, तसतसे दिलेले संस्कार व लावलेले वळण टाकून भलत्याच आडरानात हुंदडतो. अनेक वाईट गोष्टी करतो, दुराचरणाने वागतो. तेव्हा मातापित्याच्या मनात येते, 'हौस केली मोठी अन् दगड्या आला पोटी'. बरे, पोटी आलेला दगडही मूर्तीच्या उपयोगाचा नसतो. बांधकामाच्या उपयोगाचा नसतो. फार तर भांडणात फेकून मारण्याच्या उपयोगाचा असतो.

✦✦

मराठी आद्याक्षरांनुसार म्हणींची सूची

संक्षिप्त परिचय

प्रा. डॉ. दशरथ तायापा भोसले, एम्. ए., पीएच. डी.

जन्म – ८ मे १९३५

शिक्षण – बी. ए. परीक्षेत मराठी विषयात पुणे विद्यापीठात सर्वप्रथम
– एक सुवर्णपदक आणि चार पारितोषिके, दोन शिष्यवृत्त्या प्राप्त.
– एम्. ए. – उच्च द्वितीय श्रेणीमध्ये उत्तीर्ण

- रयत शिक्षण संस्था (सातारा) येथील विविध महाविद्यालयांत प्राध्यापक आणि मराठी विभाग प्रमुख म्हणून ३२ वर्षे शैक्षणिक सेवा; उपप्राचार्य व प्राचार्य म्हणून काही काळ सेवा
- पुणे आणि शिवाजी विद्यापीठाच्या अनेक समित्या-उपसमित्यांमध्ये चेअरमन तसेच सदस्य म्हणून कामाचा अनुभव.
- ग्रामीण साहित्य परिषद, महाराष्ट्र साहित्य परिषद, साहित्य अकादमी, राज्य मराठी विकास संस्था, साहित्य संस्कृती मंडळ आणि मराठवाडा साहित्य परिषद या संस्थांनी आयोजित केलेल्या अनेक चर्चासत्रांत सहभाग.
- महाराष्ट्र राज्य पाठ्यपुस्तक निर्मिती समितीत सदस्य म्हणून सक्रिय सहभाग व शासनातर्फे प्रसिद्ध झालेल्या क्रमिक पाठ्यपुस्तकांचे संपादन
- अखिल भारतीय मराठी साहित्य संमेलन आणि ग्रामीण साहित्य संमेलनामधील परिसंवादात वक्ता तसेच अध्यक्ष म्हणून सुमारे २४ वेळा सहभाग.
- विविध वृत्तपत्रांच्या रविवार आवृत्तीत सात वेळा सदर लेखन.
- सुमारे २५ वर्षांपासून खेड्यातील मुला-मुलींच्या शिक्षणासाठी भरीव आर्थिक मदत.
- **प्रकाशित साहित्य** : (१) दोन कादंबऱ्या (२) सात कथासंग्रह (३) सहा ललितलेख संग्रह (४) चार वैचारिक ग्रंथ (५) पाच लोकसंस्कृतीवरील ग्रंथ (६) समीक्षा, चरित्रपर सात ग्रंथ (७) सोळा संपादित ग्रंथ आणि दोन ग्रामीण बोलीचे शब्दकोश (८) अनेक नवोदितांना मार्गदर्शन, सहकार्य व उत्तेजन (९) पुणे, मराठवाडा, बडोदा, धारवाड, नांदेड, शिवाजी, सोलापूर, अमरावती विद्यापीठांत पाठ्यपुस्तक म्हणून काही ग्रंथांचा समावेश.
- **पुरस्कार** : महाराष्ट्र शासन, महाराष्ट्र साहित्य परिषद, मराठवाडा साहित्य परिषद, दमाणी पुरस्कार, राजर्षी शाहू शिक्षण परिषद पुरस्कार, महर्षी वि. रा. शिंदे पुरस्कार, म. सा. प. पुणे पुरस्कार, केसरी मराठा ट्रस्ट, न. चिं. केळकर पुरस्कार, असे एकूण ५२ पुरस्कार प्राप्त.
- लोकसंस्कृती आणि लोकजीवन यांचा विशेष अभ्यास.
- काही पुस्तकांच्या हिंदी आवृत्या प्रसिद्ध : *संस्कृतीच्या पाऊलखुणा* या नऊ पुरस्कार प्राप्त पुस्तकाचा मॅकमिलन प्रकाशनातर्फे इंग्रजीत अनुवाद प्रसिद्ध.
- एक अभ्यासू वक्ता म्हणून समाजमान्यता.

www.ingramcontent.com/pod-product-compliance
Lightning Source LLC
LaVergne TN
LVHW060448111026
849957LV00029B/415
* 9 7 8 9 3 8 4 3 1 6 0 4 4 *